अत्यंत योग्य वेळी लोकपाल आणि त्यानिमित्ताने देशभर झालेल्या भ्रष्टाचारविरोधी जनआंदोलनावरील हे एक अभ्यासपूर्ण पुस्तक आहे. पत्रकारिता करतानाच समोरच्या प्रश्नांचा अभ्यास कसा करावा व तो कसा मांडावा, याचे हे उत्तम उदाहरण आहे. सर्व जाणकार नागरिकांनी, विद्यार्थ्यांनी हे पुस्तक जरूर वाचावे!

– अविनाश धर्माधिकारी (माजी सनदी अधिकारी)

लढा लोकपालचा...

उद्रेक आम आदमीचा

धनंजय बिजले

मेहता पब्लिशिंग हाऊस

✆ +91 020-24476924 / 24460313

Email : info@mehtapublishinghouse.com
production@mehtapublishinghouse.com
sales@mehtapublishinghouse.com

Website : www.mehtapublishinghouse.com

LADHA LOKPALCHA... UDREK AAM ADAMICHA by DHANANJAY BIJALE

लढा लोकपालचा... उद्रेक आम आदमीचा : धनंजय बिजले / वैचारिक

व्यंकटेशपुरम, सी-२, फ्लॅट नं. ३०२,
आंबेगाव (बु), पुणे ४११०४६.
Email: d.bijale@gmail.com

प्रकाशक : सुनील अनिल मेहता, मेहता पब्लिशिंग हाऊस,
१९४१, सदाशिव पेठ, माडीवाले कॉलनी, पुणे - ४११०३०.

मुद्रक : स्पेक्ट्रम ऑफसेट, डी-२/४, सत्यम इस्टेट, सीडीएसएसच्या मागे
एरंडवणे, पुणे – ४११००४.

मुखपृष्ठ : सतीश भावसार

प्रथमावृत्ती : एप्रिल, २०१४

किंमत : २००/-

ISBN 978-81-8498-545-0

भ्रष्टाचार, अन्याय, अत्याचाराविरोधात रस्त्यावर उतरून
संघर्ष करणाऱ्या आणि ज्यांच्या या लढ्यामुळे मला लिहिण्याची प्रेरणा
मिळाली, त्या तुमच्या-आमच्यासारख्या...
आम आदमीला!

प्रस्तावना

'जिंदा कौमे पाच साल इंतजार नही करती।'
– डॉ. राममनोहर लोहिया

'लोकपाल'... या अवघ्या एका शब्दाने गेली दोन वर्षे कोट्यवधी भारतीयांच्या मनावर गारूड केले होते. या शब्दात अशी काय ताकद होती कोण जाणे; पण त्याने सामान्यांना मोहिनी घातली, रस्त्यावर उतरायला भाग पाडले. अवघ्या तरुणाईला लाजवत ७४ वर्षीय अण्णा हजारे यांनी १५ ऑगस्ट, २०११ रोजी दिल्लीच्या रामलीला मैदानावर लोकपालसाठी उपोषण करत लढा सुरू केला. आणि तेव्हापासून खऱ्या अर्थाने लोकपाल आंदोलनाची धार वाढली. लोकपालवर चर्चा घडू लागल्या. कोण हा लोकपाल? त्याने काय होणार? तो आला की भ्रष्टाचार संपणार आहे का? अशा एका ना अनेक प्रश्नांचे मोहोळ नागरिकांच्या मनात तयार होत होते. पण हे प्रश्न बाजूला ठेवत अवघी जनता त्यातही तरुणाई अण्णांना पाठिंबा देण्यासाठी रस्त्यावर उतरली. त्यातून सुशिक्षित मध्यमवर्गाला पर्यायाने साऱ्या देशाला नवा आत्मविश्वासच गवसला!

ज्येष्ठ समाजवादी नेते राममनोहर लोहिया यांनी वरील या विधानात देशाच्या सामाजिक चळवळींच्या वातावरणाचे हेच सार मांडले आहे. याचा अर्थ, मतदानानंतर लोकप्रतिनिधींच्या हाती सत्ता सोपविली तरी जनता निर्धास्त नसते. आपले प्रश्न सत्ताधाऱ्यांनी न सोडविल्यास ती रस्त्यावर उतरते. यातूनच सामाजिक आंदोलने उदयाला येतात.

जनआंदोलन आणि समाजसेवकांच्या चिवट लढ्याने संसदेला ४५ वर्षे भिजत पडलेले 'लोकपाल विधेयक' मंजूर करावे लागले. जनतेच्या रेट्यामुळे भ्रष्टाचाराला वेसण घालणारा सक्षम कायदा करावा लागण्याची स्वतंत्र भारताच्या इतिहासातील ही पहिलीच घटना आहे. त्याशिवाय कायदा बनविण्याच्या प्रक्रियेत लोकप्रतिनिधींबरोबरच सामान्य नागरिकांचा सहभाग असण्याची देखील ही पहिलीच वेळ आहे. त्यामुळे हा लढा आणि त्याचे यश देशाच्या लोकशाहीत मैलाचा दगड ठरणार आहे. राष्ट्रपती प्रणव मुखर्जी यांनी स्वत: ही बाब अधोरेखीत केली आहे. दिल्लीतील जवाहरलाल नेहरू विद्यापीठात भाषण करताना राष्ट्रपती म्हणाले, 'लोकांच्या प्रत्यक्ष सहभागातून कायदा होण्याची देशाच्या इतिहासातील ही पहिलीच घटना आहे.' यावरून लोकशाहीतील 'सिव्हिल सोसायटी'चे (नागरी समाजाचे) महत्त्व स्पष्ट झाले आहे. केवळ निदर्शने करून न थांबता, कायदे बनविण्याच्या प्रक्रियेतदेखील 'सिव्हिल सोसायटी' महत्त्वाची भूमिका बजावू शकते, हे या घटकाने दाखवून दिले आहे. याद्वारे संसदीय लोकशाहीत नवा अध्याय सुरू झाला आहे.

एक पत्रकार तसेच जगातील सामाजिक आंदोलनांचा अभ्यास करणारा एक अभ्यासक या नात्याने मी देशात घडत असलेल्या या विचक्षण बदलांकडे अतिशय तटस्थपणे आणि तेवढ्याच उत्कंठतेने पाहत होतो. लोक आंदोलनात उतरत होते, तरुण सोशल मीडियाच्या माध्यमातून व्यक्त होत होते. हे सारे आंदोलन पाहत असताना माझ्या मनात प्रश्नांचे काहूर माजले होते. माझ्या डोळ्यांसमोर गेल्या पंधरा वर्षांतील भारताच्या बदललेल्या चेहरामोहऱ्याचा सारा पट झर्रकन उलगडत गेला.

गेल्या दोन दशकांत बदलत्या अर्थव्यवस्थेमुळे भारताने कात टाकली आहे. देशात मोबाइल कंपन्यांना आज दर सेकंदाला तीन नवे ग्राहक मिळत आहेत. दर मिनिटाला वीस भारतीय नव्या कोऱ्या मोटरसायकलवर स्वार होत आहेत, तर दर तासाला दोनशे चकचकीत चारचाकी गाड्या रस्त्यावर दाखल होत आहेत. एकेकाळी अन्नधान्यासाठी दुसऱ्यापुढे दारात जावे लागणाऱ्या या देशात २०१२मध्ये २५० दशलक्ष मेट्रिक टन इतके विक्रमी धान्योत्पादन झाले. गरजेपेक्षा ७० दशलक्ष टन जादा धान्यसाठा झाला. देशात आजच्या घडीला तब्बल ५५ कोटी मोबाइल

फोन आहेत, तर चौदा कोटी जणांकडे इंटरनेट कनेक्शन आहे. सुबत्तेची ही गंगा दुथडी भरून वाहत असताना दुसऱ्या बाजूला जनता भ्रष्टाचार, महागाई, अन्यायाविरोधात निदर्शनासाठी रस्त्यावर उतरली होती. हे असे का घडतेय; याचे कोडे मला उलगडत नव्हते.

स्वत:ला 'फकीर' म्हणवून घेणारा, अण्णा हजारे यांच्यासारखा व्रतस्थ वयोवृद्ध उपोषणाला बसतो काय... त्याला देशाच्या कानाकोपऱ्यांतून पाठिंबा मिळतो काय... दिल्लीतील निर्भयाच्या बलात्कार घटनेने हादरून गेलेली तरुणाई हाती मेणबत्त्या घेऊन सत्ताधाऱ्यांना जाब विचारते काय... यामुळे सरकारला कायद्यात दुरुस्ती करावी लागते काय... लोकपालच्या लढ्यातून तयार झालेल्या उर्जेच्या जोरावर अरविंद केजरीवालसारखा उमदा तरुण स्वत: राजकीय पक्ष स्थापतो काय.. केवळ वर्षातच देशाच्या राजधानी दिल्लीची सत्ता पादाक्रांत करतो काय... अशा एक ना अनेक आश्चर्यकारक घटनांची श्रृंखला मनाला स्वस्थ बसू देत नव्हती. सुशिक्षित मध्यमवर्गाच्या हाती मुबलक पैसा आला असून तो आपल्याच भावविश्वात, ऐशोआरामाची जीवनशैली जगण्यात मश्गुल आहे, अशी चर्चा सातत्याने कानावर आदळत असताना घडत होते मात्र नेमके त्याच्या उलटे. मध्यमवर्गातील हीच टेक्नोसॅव्ही तरुणाई कधी रस्त्यावर उतरून तर कधी हातातल्या स्मार्टफोनवरून सोशल मीडियाद्वार सरकारला जाब विचारत होती. हे सारे नेमके आताच का घडत आहे? असा प्रश्न मनाला बेचैन करत होता. आणि त्याची उत्तरे शोधत असतानाच या पुस्तकाचा जन्म झाला.

सध्या देश एका संक्रमणअवस्थेतून जात आहे. केवळ भारतातच नव्हे, तर जगात अनेक ठिकाणी उलथापालथ होत आहे. समाजाच्या सर्व थरांत एक प्रकाराची घुसळण सुरू आहे. त्याचे सारे प्रतिबिंब रस्त्यावर होणाऱ्या आंदोलनांतून उमटत आहे.

भ्रष्टाचाराबाबत बोलायचे झाल्यास देशाला तो काही नवा नाही. स्वातंत्र्यानंतरच्या प्रत्येक दशकांत नवाच भ्रष्टाचार पाहण्याची वेळ जनतेवर आली. चाळीसच्या दशकात लष्करासाठी जीप खरेदी करताना घोटाळा झाला. पन्नासमध्ये स्टॉक मार्केटमध्ये घोटाळा झाला. या वेळी उद्योगपती हरिदास मुंदडा यांच्या खोट्या कंपन्यात जीवन विमा महामंडळाचे पैसे गुंतविण्यात आले होते. तेव्हापासून सुरू

झालेल्या घोटाळ्यांची ही शृंखला अगदी आतापर्यंतच्या राष्ट्रकूल स्पर्धा, टू जी स्पेक्ट्रम घोटाळा, कोलगेट प्रकरणापर्यंत अव्याहतपणे सुरूच आहे. हा झाला राजकीय भ्रष्टाचार. पण सामान्य नागरिकांना रोज जगताना जी चिरीमीरी द्यावी लागते, ती वेगळीच!

आधीचे सोडा, पण १९९१मध्ये देशाने आर्थिक उदारीकरणाची कास धरल्यानंतरचे भ्रष्टाचाराचे प्रमाण पाहिले तरी, ते किती भेसूर आहे, हे लक्षात येईल. भ्रष्टाचाराचा राक्षस जणू सारी व्यवस्थाच गिळंकृत करेल की काय, अशी भीती मनाला वाटू लागते. १९९१ ते १९९६ या उदारीकरणानंतरच्या पहिल्या पाच वर्षांच्या काळात गैरव्यवहाराची सव्वीस प्रकरणे उघडकीस आली. त्यातील तेरा प्रकरणांत हजार कोटी रुपयांपेक्षा अधिक रुपयांचा भ्रष्टाचार झाला असल्याचे निष्पन्न झाले आहे.

देशात दरवर्षी गरिबांना अन्नधान्य मिळावे, यासाठी सरकार पन्नास हजार कोटी रुपये अनुदानाच्या रूपातून खर्च करते. पण सरकारच्याच म्हणण्यानुसार अन्नधान्याच्या दर दोन पोत्यांपैकी एक पोते गरिबाच्या दारात पोहोचतच नाही. ऐंशी टक्क्यांहून अधिक भारतीयांचे रोजचे उत्पन्न दोन डॉलर्सपेक्षादेखील कमी आहे आणि देशांत जन्माला येणारे प्रत्येक दुसरे मूल कुपोषित आहे. याचाच अर्थ भारतात प्रामाणिक लोक गरीब आहेत, तर दुसऱ्या बाजूला काही मूठभर लोक भ्रष्टाचाराच्या मार्गाने अफाट संपत्ती गोळा करत आहेत. कर भरणे आणि लाच देणे, ही प्रामाणिक लोकांची नित्याची जबाबदारीच बनली आहे. भारत हा जणू गरीब लोकांचा श्रीमंत देशच बनला आहे. यातच महागाईची भर पडल्याने सामान्यांचे जीणे दुष्कर झाले आहे.

या व्यवस्थेविरोधात मनात खदखदत असलेल्या असंतोषाला व्यक्त होण्यासाठी, मोकळे होण्यासाठी जागा हवी होती. अण्णा हजारे यांच्या आंदोलनाने ती निर्माण करून दिली. यामुळे अनेक वर्षे मनात साठलेला असंतोष कोंडलेल्या वाफेप्रमाणे बाहेर पडला. त्यामुळेच हजारे यांच्या आंदोलनाला देशाच्या कानाकोपऱ्यांतून प्रतिसाद मिळत गेला आणि वाढतही गेला. दिल्लीप्रमाणेच देशाच्या विविध शहरांत पाठिंब्यासाठी जनता रस्त्यावर उतरली. अशा आंदोलनाचे नेतृत्व जर कमकुवत असेल, तर ती क्षणिक ठरतात. सरकार नावाची यंत्रणा अशी आंदोलने

चतुरपणे मोडून काढते. पण अण्णा हजारे यांना स्वत:चे नैतिक अधिष्ठान होते. आतापर्यंत अण्णांनी तब्बल १८ वेळा उपोषणे करून भ्रष्टाचाराविरुद्ध महाराष्ट्रात व्यापक आंदोलन उभारले होते. राज्याला माहितीचा अधिकार मिळवून दिला होता. नैतिक अधिष्ठान नसेल, तर आंदोलन सहज मोडून काढता येते. काळ्या पैशांविरुद्ध रामदेवबाबांचे आंदोलन सरकारने असेच मोडून काढले. पण तसाच प्रयोग करत सरकारने जेव्हा अण्णांचे आंदोलन मोडून काढण्याचा प्रयत्न केला, तेव्हा ते सरकारच्या अंगाशी आले. त्यामुळेच या पुस्तकात अण्णा हजारे यांच्या जीवनकार्याचा तसेच त्यांनी दिलेल्या सर्व लढ्याचा सविस्तर मागोवा घेण्याचा प्रयत्न केला आहे.

लोकपालसाठी अण्णांनी आणि त्यांच्या सहकाऱ्यांनी सुरू केलेल्या आंदोलनाचे प्रतिध्वनी देशभर उमटू लागले. ठिकठिकाणी जनता स्थानिक प्रश्नांवर, महागाईविरुद्ध, अन्यायाविरुद्ध वेगवेगळ्या मार्गाने आंदोलन करू लागली. त्यामुळे देशाच्या कानाकोपऱ्यांत अन्यायाच्या विरोधात, प्रस्थापितांच्या विरोधात आवाज उमटू लागला. म्हणजे खरे तर लढा लोकपालासाठी सुरू झाला, मात्र त्याद्वारे आम आदमीच्या मनात दाटलेला उद्रेक बाहेर पडला.

सामान्य जनतेच्या अपेक्षा फार नसतात. रोजच्या जगण्यासाठी त्यांची लढाई सुरू असते. शांत, समृद्ध जीवन जगण्यासाठी आटापिटा सुरू असतो. सत्ताधाऱ्यांना मात्र याचे कधीच सोयरसुतक नसते. सत्तेतील लोक क्वचित चांगल्या तर बहुतेक वेळी आपल्या मतलबी हेतूंसाठी विकासाच्या नावाखाली आपापले कार्यक्रम रेटत असतात. त्याचे परिणाम अंतिमत: सामान्य जनतेला भोगावे लागतात. मात्र याची सत्ताधाऱ्यांना चाड नसते. सामान्य माणसाला आवाज नसतो. रोजच्या धकाधकीच्या दिनक्रमात तो इतका पिचलेला असतो की, सामाजिक प्रश्नांकडे लक्ष देण्यास किंवा त्यासाठी लढा देण्याची शक्तीच त्याच्यात उरलेली नसते. 'आपण बरे आणि आपले बरे!' अशी त्याची सहनशीलतेची भूमिका असते. अशा पापभीरू लोकांमुळेच राजकारण्यांचे फावते आणि सत्ता हाती आली की, ते स्वत:च्या सोयीचे निर्णय जनतेवर लादतात. हा केवळ भारतातच नव्हेतर कमी-अधिक प्रमाणात प्रत्येक देशात येणारा रोजचा अनुभव आहे. मात्र एक दिवस असा येतो की, सामान्य माणूस आतून पेटून उठतो. जर तो चवताळला

तर काय घडू शकते, याचे प्रत्यंतर सध्या जगात ठिकठिकाणी पाहायला मिळत आहे. सर्वच सरकारांनी जनतेच्या आवाजाची त्यांच्या वेगळ्या आंदोलनशैलीची दखल घेण्याची आता वेळ आली आहे.

नजरेच्या कक्षा रुंदावून जरा आजूबाजूच्या जगावर नजर टाकल्यास अनेक देशांत नेमके असेच चित्र पाहायला मिळेल. सध्या जनआंदोलने केवळ भारतातच घडत नसून जगाच्या अनेक भागांत अशाच चळवळी उदयाला येत आहेत. त्यामुळे अनेक स्थित्यंतरे घडताना दिसत आहेत. ऑगस्ट, २०११मध्ये भारतात लोकपालसाठी आंदोलन छेडले गेले. त्याच वर्षांच्या प्रारंभी इजिप्तची राजधानी कैरोमध्ये ताहरिर चौकात लाखोंच्या संख्येने जनता रस्त्यावर उतरली. तेथील हुकूमशहा होस्नी मुबारक यांच्या भ्रष्ट राजवटीविरुद्ध अवघी तरुणाई कैरोच्या चौकात अवतरली. तब्बल १८ दिवसांच्या अथक लढ्यानंतर होस्नी मुबारक यांना आपली तीस वर्षांची सत्ता सोडावी लागली. या आंदोलनाचे पडसाद साऱ्या अरब राष्ट्रांत अजूनही उमटत आहेत. 'अरब स्प्रिंग' म्हणून या आंदोलनाचे वर्णन केले जाते. साऱ्या अरब जगतातील तरुणाईला आता लोकशाहीचे वेध लागले असून ते स्वस्थ बसायला तयार नाहीत. त्यामुळे हुकूमशहांच्या पोटात गोळा आला असून त्यांनी अनेक लोकोपयोगी योजना सुरू केल्या आहेत.

फुटबॉलचा वर्ल्ड कप भरवायला निघालेल्या ब्राझीलमध्येही केवळ बसचे भाडे वाढविले म्हणून साऱ्या देशात आंदोलनाचा वणवा भडकला. शेजारील बांगलादेशात १९७१मधील युद्धकैद्यांना फाशी देण्याच्या मागणीसाठी लाखो तरुण शाहबाग चौकात एकत्र आले. लंडनमध्ये 'ऑक्युपाय वॉल स्ट्रीट' झाले. आधुनिक जीवनशैलीचे प्रतीक मानल्या जाणाऱ्या तुर्कस्तानची राजधानी इस्तंबूलमध्येही असेच जनआंदोलन भडकले होते. तेथील गेझी पार्क या मोक्याच्या चौकातील सहाशे झाडे तोडून तेथे मॉल उभारण्याचा इरादा सरकारने जाहीर केला अन् त्याला विरोधासाठी जनता आंदोलनाच्या पवित्र्यात रस्त्यावर उतरली. युरोपियन युनियनमध्ये सहभागी होण्याच्या मागणीसाठी सध्या युक्रेनची जनता रस्त्यावर संघर्ष करत आहे. याची परिणीती अखेर देशाचे दोन तुकडे होण्यापर्यंत गेली आहे. अगदी अलीकडे म्हणजे २०१४च्या फेब्रुवारीत व्हेनेझ्युएलाने असेच आंदोलन अनुभवले. एका अभागी महिलेवर झालेल्या बलात्काराच्या घटनेनंतर

सारा देश संतप्त होत, आंदोलनासाठी रस्त्यावर उतरला.

या साऱ्या आंदोलनात एक समान धागा आहे तो म्हणजे, ही सारी आंदोलने तरुणाईने भारलेली आहेत. या सर्वांना कोणी एक असा नेता नाही. स्वयंप्रेरणेने ही जनता रस्त्यावर उतरत आहे. सामूहिक आंदोलनातून गणनेतृत्व आकाराला येत आहे.

भारतापुरते बोलायचे झाल्यास सध्या अवघा देश तरुणाईने भारलेला आहे. देशाचे सरासरी वय सध्या चक्क २६ झाले आहे. आताच्या घडीला देशात सुमारे ४५ कोटी नागरिक चाळिशीच्या आतील आहेत. २०२०मध्ये ही संख्या ५५ कोटींच्या घरात जाण्याचा अंदाज असून तेव्हा जगात सर्वांत 'तरुण देश' म्हणून भारताची गणना होईल. देशात अन्यायाविरुद्ध आत्ताच हा आवाज का उठत आहे? याचे उत्तर ह्या आकडेवारीत लपले आहे. कोणताही तरुण मनातून बंडखोरच असतो. अन्यायाला जाब विचारण्याची त्याची मुलभूत प्रेरणाच असते. त्यामुळेच बेरोजगारी, भ्रष्टाचार, संधिसाधू राजकारण अशा बजबजपुरीने भरलेल्या वातावरणाला ही नवी पिढी कमालीची त्रासून गेली आहे. त्याचप्रमाणे सर्वच राजकीय पक्षांनी आपल्या वागणुकीतून जनतेचा विश्वास गमावला आहे. अशा निराशाजनक वातावरणात एखादी घटनादेखील मनातील खदखद बाहेर काढण्यास पुरेशी होते. त्यामुळेच दिल्लीतील सामूहिक बलात्कारासारख्या घटनेचे जबरदस्त पडसाद उमटले. घराणेशाही, भ्रष्टाचार अशा गोष्टींना ही तरुण पिढी आजिबात थारा देत नाही. उदारीकरणानंतर जन्माला आलेली पिढी आता नवमतदार बनली आहे. ही पिढी स्पर्धेच्या युगात मोठी झाली आहे. या पिढीने ना आणीबाणी अनुभवली आहे ना राममंदिरासाठी झालेली रथयात्रा पाहिली आहे. या नव्या पिढीने ना मंडल आयोगाचा लढा पाहिला आहे ना दुष्काळाची झळ अनुभवली आहे. उदारीकरणानंतरच्या आधुनिक भारतात वाढलेल्या या पिढीला प्रत्येक बाबतीत जे-जे सर्वोत्तम आहे, ते-ते हवे आहे. त्यांना जसा चांगला मोबाइल, चित्रपट, ब्रॅन्डेड कपडेलत्ते पाहिजेत, तसेच त्यांना चांगले प्रशासनदेखील हवे आहे.

प्रत्येक गोष्ट मग ती कॉलेजची ॲडमिशन असो की मल्टिनॅशनल कंपनीतील नोकरी असो, या पिढीला जबरदस्त स्पर्धा करावी लागते. त्यामुळेच या नव्या

पिढीच्या मनात एकूणच घराणेशाहीविषयी कमालीचा तिरस्कार आहे. मग ती घराणेशाही राजकारणातील असो की इतर कोणत्याही क्षेत्रातील. अगदी बॉलीवूडचा विचार केला तरी अमुक एका अभिनेत्याचा मुलगा-मुलगी आहे, संगीतकाराचा मुलगा आहे म्हणून ही पिढी त्याचे स्वागत करेलच याची खातरी नाही. त्याला आपले नाणे खणखणीत आहे का, ते वाजवून दाखवावेच लागेल. खासदाराचा मुलगा खासदार, आमदाराचा मुलगा आमदार किंवा नगरसेवक ही कल्पनाच या नव्या पिढीला रुचणार नाही. मात्र हा बदल अजून येथील राजकीय पक्षांच्या पचनी पडत नाही. ते जुनीच व्यवस्था पुढे रेटण्याचा प्रयत्न करत आहेत. त्यामुळे संघर्षांच्या ठिणग्या उडतच राहणार आहेत, यात शंका नाही.

एकूणात कायतर साऱ्या जगातच सध्या अन्यायाला जाब विचारला जात आहे. भारतही त्यास अपवाद नाही, ही चांगलीच गोष्ट म्हणावी लागेल. कोणतीही जनआंदोलने ही लोकशाहीला पोषकच असतात. या आंदोलनाच्या दबावातूनच सत्ताधारी कायदे बनवितात आणि पर्यायाने लोकशाही सशक्त बनते. लोकशाहीचा अविभाज्य घटक असलेल्या निवडणुका देशात दर पाच वर्षांनी होत आहेत, मात्र प्रत्येक निवडणूक ही लोकशाहीचा पराभव करत निघाली आहे. वाढते गुन्हेगारीकरण, पैशांचा बेसुमार वापर यामुळे निवडणुकीपासून सामान्य जनता मैलोन्मैल दूर फेकली गेली आहे. अशा वातावरणात दिल्लीत केजरीवाल आणि त्यांच्या सहकाऱ्यांनी मिळविलेला विजय हा लोकशाहीला अधिक प्रगल्भ करणारा आहे. या निकालांमुळे सामान्य नागरिकांचा त्यातही महत्त्वाचे म्हणजे सुशिक्षित मध्यमवर्गाचा लोकशाहीवरील, निवडणूक प्रक्रियेवरील विश्वास दृढ होण्यास मदत झाली आहे. तरुण भारतासाठी ही अधिक महत्त्वाची अशी गोष्ट आहे. या साऱ्या बदलाचा तटस्थ मागोवा घेण्याचा प्रामाणिक प्रयत्न या पुस्तकात केला आहे.

अशा या ऐतिहासिक लोकपाल लढ्याचे, देशातील नव्या वातावरणाचे, बदलत्या प्रवाहांचे एकत्रित संकलन (डॉक्युमेन्टेशन) व्हावे, असे मी श्री. सुनील मेहता यांना सुचविले. त्यांनी या कल्पनेला तत्काळ प्रतिसाद दिला. त्यामुळे आज हे पुस्तक वाचकांसमोर येत आहे. या पुस्तकात लोकपालच्या सविस्तर लढ्याबरोबरच आंदोलकांवर हा लढा देण्याची वेळ का आली आणि कोणी

आणली, याचे विवेचन केले आहे.

वाढत्या भ्रष्टाचारामुळे सामान्यांचे जगणे असह्य झाले आहे. प्रख्यात विचारवंत जॉन स्टीनबेक यांचे एक प्रसिद्ध वाक्य आहे. ते म्हणतात, 'सत्ता माणसाला भ्रष्ट बनवत नाही. भीती भ्रष्ट बनविते...' खरेतर सत्ता जाण्याची भीतीच व्यक्तीला भ्रष्ट बनविते. भारताचा विचार केल्यास त्यांचे हे वाक्य तंतोतंत खरे ठरते. गेल्या काही वर्षांत देशांत उघड झालेल्या सर्व मोठ्या गैरव्यवहारांत प्रामुख्याने सत्तेवर असलेल्या राजकीय पक्षाच्या नेत्यांचा मोठा हात आहे. त्यांना हुशार अशा सनदी अधिकाऱ्यांनीही तितक्याच तत्परतेने साथ दिल्याचे स्पष्ट झाले आहे. या अभद्र युतीपुढे सामान्यजन हतबल झाले आहेत. वाढता भ्रष्टाचार हाच लोकपालसाठी झालेल्या उद्रेकाचे मुख्य कारण आहे. त्यामुळे पुस्तकात देशातील भ्रष्टाचाराचा तसेच त्याच्या बिमोडासाठी असलेल्या कायद्यांचा संक्षेपाने आढावा घेतला आहे.

लोकपालसाठी अण्णा हजारे यांनी दिलेल्या लढ्याला देशाच्या कानाकोपऱ्यांतून उदंड प्रतिसाद लाभला. याचे कारण अण्णांच्या नैतिक सामर्थ्यामध्ये दडले आहे. त्यांना हे सामर्थ्य काही एका रात्रीत प्राप्त झालेले नाही. त्यामागे कठोर तपश्चर्या आहे. राळेगण सिद्धीतील विकासातून आणि महाराष्ट्रात भ्रष्टाचारविरोधात वेळोवेळी केलेल्या आंदोलनांमुळे अण्णा हजारे यांच्या व्यक्तिमत्त्वाला हे नैतिक अधिष्ठान प्राप्त झाले आहे. त्यांच्या आयुष्याचा हा खडतर प्रवासदेखील येथे संक्षेपाने मांडला आहे. देशात झालेल्या जनआंदोलनातून देशाला केवळ सक्षम लोकपालच मिळाला नाहीतर आणखी बरेच काही मिळाले आहे. जरा मागे वळून पाहत तटस्थपणे विचार केला, तर आपल्याला या लढ्यातून काय-काय गवसले ते लक्षात येईल. एकतर या आंदोलनातून 'आम आदमी'सारख्या राजकीय पक्षाचा उदय झाला. जात, पैसा, धर्म अशा पारंपरिक मुद्द्यांशिवाय निवडणुका जिंकता येतात, हे या पक्षाने दाखवून दिले. देशाच्या लोकशाहीसाठी हे फार महत्त्वाचे आहे. यामुळे सर्वच पक्षांना थोडेफार तरी बदलावेच लागणार आहे. माझ्या दृष्टीने आम आदमी पक्षाच्या विजयाचा सर्वांत मोठा फायदा जर कोणता असेल, तर तरुणांचा निवडणूक प्रक्रियेवर दृगोचर झालेला विश्वास हा होय. आजची सुशिक्षित पिढी, मध्यमवर्गीय नागरिक राजकारणाकडे तिरस्काराने पाहत आहे.

त्यात करिअर करायचे सोडाच, मतदानाचा हक्क बजावण्याचीही या नव्या पिढीला इच्छा होत नाही. मात्र आम आदमी पक्षाच्या विजयाने या तरुणाईचा लोकशाहीवरील विश्वास वाढीस लागण्यास मोठी चालना मिळाली आहे. अनेक टेक्नोसॅव्ही तरुण राजकारणात उतरण्याची इच्छा व्यक्त करू लागले आहेत. देशात यावर्षात लोकसभेच्या निवडणुका होत असून, तब्बल १५ कोटी नवे मतदार यंदा प्रथमच मतदानाच अधिकार बजावणार आहेत. अशावेळी लोकशाही सशक्त होण्यासाठी लोकपालच्या लढ्याचा मोठा उपयोग झाला आहे.

महात्मा गांधीजींच्या मृत्यूनंतर आचार्य विनोबा भावे म्हणाले होते की, 'आता एखाद्या व्यक्तीच्या पायावर डोके ठेवायचे दिवस संपले आहेत. तसा महात्माच आपल्यातून निघून गेला आहे. त्यामुळे जनतेने यापुढे एखाद्या व्यक्तीचे नेतृत्व न स्वीकारता हातात हात घालून सामूहिक नेतृत्वाच्या सूत्राने म्हणजेच गणनेतृत्वाखाली लढे लढायला हवेत.' विनोबांनी त्या वेळी कल्पिलेली गणनेतृत्वाची कल्पना आता लोकपालसाठीच्या लढ्याच्या निमित्ताने प्रत्यक्षात आली आहे. अन्यायाविरोधात लोक आता कोणाचेही नेतृत्व नसले तरी रस्त्यावर उतरत आहेत. जिवंत, सशक्त, सळसळत्या लोकशाहीसाठी हे फार आवश्यक व आश्वासक चित्र आहे.

– धनंजय बिजले

अनुक्रमणिका

१ भ्रष्टाचाराचा विळखा

“सत्ता भ्रष्ट बनवत नाही. भीती भ्रष्ट बनविते... खरेतर सत्ता जाण्याची भीतीच व्यक्तीला भ्रष्ट बनविते.”

– जॉन स्टीनबेक

देश सध्या कधीनव्हे इतक्या मोठ्या प्रमाणावरील भ्रष्टाचाराला सामोरा जात आहे. यामुळे सामान्यांचे जगणे मुश्कील झाले आहे. नेहमी जे घडायला हवे ते कधीतरी घडत आहे आणि जे घडू नये; ते आता नित्याने घडू लागले आहे, अशी सध्याची परिस्थिती आहे. गेल्या पाच वर्षांच देशात एकापाठोपाठ एक अशी भ्रष्टाचाराची चक्रावून टाकणारी मोठी प्रकरणे उघड झाली आहेत. टू जी स्पेक्ट्रम घोटाळा, कोळसा खाण घोटाळ्यातील हजारो कोटी रुपयांच्या भ्रष्टाचाराचे आकडे ऐकून, सामान्यांना भोवळच यायची बाकी राहिली आहे. या सर्व गैरव्यवहारांत प्रामुख्याने सत्तेवर असलेल्या राजकीय पक्षाच्या नेत्यांचा मोठा हात होता. त्यांना वरिष्ठ सनदी अधिकाऱ्यांनीही तितक्याच तत्परतेने साथ दिल्याचे चौकशीअंती स्पष्ट झाले आहे. यामुळेच जनतेच्या मनात भ्रष्टाराच्या मुद्द्यावरून कमालीचा संताप खदखदत आहे. लोकपालच्या आंदोलनाला मिळालेला सर्वव्यापी पाठिंबा आणि आम आदमी पक्षाला मिळालेला जनादेश याचेच द्योतक आहे. भ्रष्टाचारामुळे राजकीय नेते, प्रशासकीय अधिकारी यांच्याबद्दलची विश्वासार्हता कधीनव्हे इतकी धोक्यात आली आहे.

'परवाना राज'च्या पद्धतीतून मोठ्या प्रमाणात भ्रष्टाचाराला आमंत्रण मिळते, असा युक्तिवाद पूर्वी केला जात असे. त्यामुळे 'परवाना राज' पद्धत मोडून काढत देशाने १९९१मध्ये आर्थिक उदारीकरणाची कास धरली. मात्र त्यांनतरचे भ्रष्टाचाराचे प्रमाण पाहिल्यास ते किती भेसूर आहे, हे लक्षात येईल. भ्रष्टाचाराचा राक्षस जणू सारी व्यवस्थाच गिळंकृत करेल की काय, अशी भीती आता वाटू लागली आहे. १९९१ ते १९९६ या उदारीकरण झाल्यानंतरच्या थोड्याच कालावधीत गैरव्यवहाराची सव्वीस प्रकरणे उघडकीला आली. त्यातील तेरा प्रकरणांत हजार कोटी रुपयांपेक्षा अधिक भ्रष्टाचार झाला असल्याचे निष्पन्न झाले आहे.

ऐंशी टक्क्यांहून अधिक भारतीयांचे रोजचे उत्पन्न दोन डॉलर्सपेक्षादेखील कमी आहे आणि देशांत जन्माला येणारे प्रत्येक दुसरे मूल कुपोषित आहे. याचाच अर्थ भारतात प्रामाणिक लोक गरीब आहेत, तर दुसऱ्या बाजूला काही मूठभर लोक भ्रष्टाचाराच्या मार्गाने अफाट संपत्ती गोळा करत आहेत.

गेल्या दोन वर्षांत भ्रष्टाचारात मोठ्या प्रमाणात वाढ झाल्याचे मत देशातील सुमारे १२० कोटी जनतेपैकी तब्बल तीन-चतुर्थांश लोकांनी व्यक्त केले आहे. भ्रष्टाचार ही देशापुढील गंभीर समस्या आणि विकासातील मोठा अडथळा असल्याचे मतही या लोकांनी नोंदविले आहे. 'ट्रान्स्फरन्सी इंटरनॅशनल' या जगातील प्रतिष्ठित संस्थेच्या अभ्यासात हा निष्कर्ष काढण्यात आला आहे. या जागतिक संस्थेकडून दरवर्षी जगातील सर्व देशांतील भ्रष्टाचाराचा अतिशय गांभीर्याने आणि शास्त्रोक्त पद्धतीने अभ्यास केला जातो. भ्रष्टाचाराने सामान्य माणूस पिचला असल्याचे सार्वत्रिक मत आहे. त्याला ट्रान्स्फरन्सी इंटरनॅशनलच्या ताज्या अहवालाने पुष्टीच मिळाली आहे. दरवर्षी ही संस्था भ्रष्टाचाराबाबतचे जागतिक मानांकन तसेच श्रेणी जाहीर करते. ९ जुलै, २०१३ रोजी या संस्थेने आपला जागतिक अहवाल प्रसिद्ध केला. यातील भारताबाबतचे निष्कर्ष केवळ धक्कादायकच नव्हे, तर राजकीय, सामाजिक तसेच अर्थतज्ज्ञांना मुळापासून विचार करायला भाग पाडणारे आहेत. जागतिक महासत्ता बनण्याची स्वप्ने पाहणाऱ्या भारताला भ्रष्टाचाराने जणू विळखाच घातला असून देशाच्या विकासाच्या मार्गात यामुळे मोठाच अडसर बनला असल्याचे स्पष्ट होत आहे.

सप्टेंबर, २०१२ ते मार्च, २०१३ या काळात एक सर्वेक्षण करण्यात आले.

त्यानुसार सन २०१३च्या अहवालात नमूद केल्याप्रमाणे ज्यांची मते घेतली त्यांपैकी ४० टक्के लोकांना भ्रष्टाचारात मोठी वाढ झाल्याचे वाटते. ३१ टक्के लोकांना गेल्या दोन वर्षांत भ्रष्टाचारात फारच वाढ झाल्याचे वाटते. ४७ टक्के लोकांच्या दृष्टीने भ्रष्टाचार ही फार गंभीर समस्या आहे, तर ३३ टक्के लोकांना भ्रष्टाचार मोठा प्रश्न असल्याचे वाटते. जगात भारताचा भ्रष्टाचारामध्ये ९७वा क्रमांक लागतो. भ्रष्टाचार हा व्यापक प्रमाणात फोफावला असल्याचे जगातील १०७ देशांतील लोकांचे मत आहे.

गेल्या पाच वर्षांच देशात एकापाठोपाठ एक अशी भ्रष्टाचाराची मोठी प्रकरणे उघडकीस आली. टू जी स्पेक्ट्रम घोटाळा आणि कोळसा खाण घोटाळ्यातील हजारो कोटी रुपयांच्या भ्रष्टाचाराचे आकडे ऐकून तर सामान्यांचे डोळेच पांढरे व्हायची वेळ आली. या सर्व गैरव्यवहारात प्रामुख्याने सत्तेवर असलेल्या राजकीय पक्षाच्या नेत्यांचा मोठा हात होता. त्यांना हुशार अशा सनदी अधिकाऱ्यांनीही तितक्याच तत्परतेने साथ दिल्याचे स्पष्ट झाले आहे. यामुळेच देशातील जनतेच्या मनात भ्रष्टारावरून कमालीची संतापाची भावना तयार झाली आहे. लोकपाल आंदोलनाला मिळालेला सर्वव्यापी पाठिंबा आणि आम आदमी पक्षाला मिळालेला जनादेश याचेच द्योतक आहे. भ्रष्टाचारामुळे राजकीय नेते, प्रशासकीय अधिकारी यांच्याबद्दलची विश्वासार्हता धोक्यात आली आहे. ट्रान्स्फरन्सी इंटरनॅशनलच्या २०१३च्या अहवालातही याला पुष्टी मिळते. अहवालानुसार भ्रष्टाचारामुळे राजकीय पक्षदेखील प्रभावित होतात, असे स्पष्ट मत ८६ टक्के लोकांनी व्यक्त केले आहे. यामुळे संसदसुद्धा प्रभावित होते, असे ६५ टक्के लोकांचे मत आहे. न्यायव्यवस्थेचा विचार केल्यास ४५ टक्के लोकांना न्यायसंस्थादेखील भ्रष्टारामुळे प्रभावित झाल्याचे वाटते.

भ्रष्टाचाराची जगभर लागण

भ्रष्टाचाराचा हा राक्षस केवळ भारतातच नसून साऱ्या जगाला त्याने ग्रासले आहे. जगाची स्थिती तर भारतापेक्षा वाईट आहे. दर दोनपैकी एकाला गेल्या दोन वर्षांत जगात भ्रष्टाचार वाढल्याचे वाटते. पोलिसयंत्रणा सर्वाधिक भ्रष्ट असल्याचे मत ३६ देशांतील नागरिकांनी नोंदविले आहे. जवळ-जवळ ५३ टक्के लोकांनी आपल्याला पोलिसांनी कधी ना कधी लाच मागितल्याचे सांगितले. तर वीस देशांतील लोकांना न्यायव्यवस्था सर्वांत भ्रष्ट असल्याचे वाटते. न्याययंत्रणेच्या संपर्कात आलेल्या सरासरी तीस टक्के नागरिकांना लाच देण्यास सांगण्यात आले. मात्र येथे एक गोष्ट नमूद करायला हवी ती म्हणजे, परदेशांत प्रामुख्याने विकसित पाश्चिमात्य देशांत भ्रष्टाचार जरी मोठ्या प्रमाणात होत

असला, तरी तेथे गुन्हेगारांना शिक्षाही तितक्याच तत्परतेने केली जाते. भ्रष्टाचार करणारा कितीही मोठा असला तरी त्याची गय केली जात नाही. आपल्या देशात मात्र भ्रष्टाचार करणारी व्यक्ती कोण आहे, हे पाहून त्याच्यावरील कारवाईचा मार्ग आखला जातो. त्यामुळेच भ्रष्ट मार्गाने कोट्यवधींची माया गोळा करणारे अनेक जण येथे उजळ माथ्याने फिरतात, सार्वजनिक व्यासपीठावर वावरतात.

स्वातंत्र्यापासून आतापर्यंत गेल्या ६५ वर्षांत भारताने फार मोठमोठे भ्रष्टाचार पाहिले आहेत. भारतीय अर्थव्यवस्थेवर १९५०पासून ते अगदी १९८०च्या अखेरपर्यंत समाजवादी धोरणांचाच पगडा होता. परवाना पद्धत, संरक्षणाची पद्धत आणि सरकारी मालकी हे या अर्थव्यवस्थेचे व्यवच्छेदक लक्षण होते. यामुळे वाढीचा वेग तर मंदावत असेच, त्याचबरोबर भ्रष्टाचारालाही खतपाणी मिळत असे. परवाना राज, हे तर भ्रष्टाचाराचे जणू माहेरच बनले होते.

याबाबत 'ट्रान्स्फरन्सी इंटरनॅशनल इन इंडिया'च्या अभ्यासातील निष्कर्ष धक्कादायक आहेत. या अभ्यासानुसार सरकारी नोकरी मिळविण्यासाठी प्रत्यक्ष लाच देण्याचा किंवा कोणाचा तरी प्रभाव पाडावा लागल्याचा प्रत्यक्ष अनुभव भारतातील पंधरा टक्क्यांहून अधिक लोकांना आला आहे. कर भरणे आणि लाच देणे, हे सामान्य लोकांच्या दैनंदिन जीवनाचाच भाग बनले असून ही वस्तुस्थिती आहे.

'ट्रान्स्फरन्सी इंटरनॅशनल'च्या अंदाजानुसार या देवाणघेवाणीत सामान्यांना दरवर्षी पाच अब्ज अमेरिकी डॉलर्स इतकी लाच द्यावी लागते. 'ट्रान्स्फरन्सी इंटरनॅशनल'च्या भ्रष्टाचार निर्देशांकात २०१३मध्ये १७८ देशांच्या यादीत भारताचा क्रमांक ९७वा होता. याच वर्षी जगात सर्वाधिक भ्रष्ट सरकारांमध्ये भारताचा समावेश होता. मात्र दक्षिण आशियाचा विचार केल्यास तुलनेने या सरकारचा भ्रष्टाचार सर्वांत कमी होता. 'आशियातील तिसऱ्या क्रमांकाची अर्थव्यवस्था असलेल्या भारताला विकासासाठी भ्रष्टाचार निपटून काढावाच लागेल आणि सरकारचे कामकाज सुधारावे लागेल,' असे स्पष्ट मत पंतप्रधान डॉ. मनमोहनसिंग यांनी १८ मार्च, २०११ रोजी व्यक्त केले होते. ते स्वत: याबाबत आग्रही असले, तरी मंत्रीमंडळातील त्यांच्या काही सदस्यांनी मात्र याविपरित वर्तन केले.

काळ्या पैशांतही अव्वल

काळ्या पैशांच्या बाबतीतही भारत जगात सर्वांत अव्वल क्रमांकावर आहे. स्वीस बँकेत भारतीयांची तब्बल १,४५६ अब्ज अमेरिकी डॉलर्स (१.४ ट्रिलियन अमेरीकी डॉलर्स!) इतकी प्रचंड संपत्ती काळ्या पैशांच्या स्वरूपात आहे. संपूर्ण जगात मिळून एकत्रीतरित्या जेवढा काळा पैसा आहे, त्यापेक्षा जास्त काळा पैसा

भारतात असल्याचे स्वीस बँकिंग असोसिएशनच्या अहवालात (सन २००६) नमूद करण्यात आले आहे. देशावरील राष्ट्रीय कर्जाच्या तब्बल तेरा पट अधिक रक्कम भारतीयांच्या स्वीस बँकेतील खात्यामध्ये आहे. यावरून देशातील काळ्या पैशाचा अंदाज येऊ शकेल. काही वेळा भारतातील काळा पैसा थेट परदेशातही पाठविण्यात आला आहे. बँकिंग क्षेत्रातील जाणकारांच्या माहितीनुसार स्वीस बँकेत भारतीयांनीच सर्वाधिक बेकायदेशीर पैसा गुंतवलेला आहे. सन २००२ ते २००६ या काळात भारतातून दरवर्षी साधारणपणे २७.३ अब्ज अमेरिकी डॉलर्स भारतातून परदेशात पाठविण्यात आले.

काळ्या पैशांची समांतर अर्थव्यवस्था

देशातील प्रतिष्ठित अशा दिल्लीच्या जवाहरलाल नेहरू विद्यापीठातील प्राध्यापक अरुण कुमार यांनी काळ्या पैशांच्या समांतर अर्थव्यवस्थेबाबत सखोल अभ्यास केला आहे. त्यांच्या मते सध्या देशाच्या जीडीपीच्या (राष्ट्रीय सकल उत्पन्न) सुमारे पन्नास टक्के इतकी (२६,६०,८७६.५ कोटी रुपये.) काळ्या पैशांची अर्थव्यवस्था आहे. यामध्ये सर्व प्रकारच्या गैरव्यवहारांच्या रकमेचा समावेश आहे. जो कोणी आपल्या उत्पन्नावर प्राप्तिकर भरत नाही, त्या सर्वांच्या रकमेचा या आकड्यात समावेश आहे. शाळेव्यतिरिक्त शिकविण्याच्या माध्यमातून मिळणाऱ्या उत्पन्नावर अनेक शिक्षक कर भरत नाहीत. कुमार यांच्या मते, १९५०मध्ये अशा समांतर अर्थव्यवस्थेचे प्रमाण एकूण जीडीपीच्या केवळ पाच टक्के इतकेच होते. ते आता पन्नास टक्क्यांवर जाऊन पोहोचले आहे. कोणत्याही परिस्थितीत, कितीही किंमत मोजून व्यापार आणि फक्त स्वत:चा विकास करण्याच्या लालसेतून अशा प्रकारच्या गैरव्यवहारांना चालना मिळते आहे.

अलीकडच्या काळात पैसा व राजकारण जणू हातात हात घालूनच चालले आहेत. उद्योगपती व राजकारणी यांच्यातील संबंध झपाट्याने बदलत आहेत. नुकत्याच झालेल्या गैरव्यवहारात गुंतलेल्या मधू कोडा, दूरसंचारमंत्री ए. राजा आणि बेल्लारीचे रेड्डी बंधू यांची उदाहरणे देत आंध्र प्रदेशातील 'लोकसत्ता पक्षा'चे नेते जयप्रकाश नारायण म्हणतात, ''या भ्रष्टाचाराच्या प्रकरणांतून उद्योजक व राजकारण्यांच्या संबंधाचा पुढचा टप्पा गाठला गेला आहे. यापुढे राजकारणात पैशाचा केवळ प्रभावच राहणार नाहीतर पैसा किंवा उद्योजक राजकीय नेत्यांना काय निर्णय घ्यायचा याचे आदेशच देतील. सध्या अशीच परिस्थिती आहे. नव्याने संपत्ती तर निर्माण केली जात नाहीच; पण त्याउलट राज्यातील नैसर्गिक संपत्तीच खासगी उद्योगांना सहज उपलब्ध करून दिली जात आहे. केवळ खासगी साम्राज्य उभे करण्याचा वाईट हेतू यातून स्पष्ट होतो आहे.''

भारतीय लोकशाहीवर सध्या प्रचंड संपत्ती असणाऱ्यांचे एक प्रकारे जणू काळे ढगच दाटले आहेत. निवडणुकांवर कोट्यवधी रुपये खर्च केले जातात. साध्या वॉर्डाच्या निवडणुकीतही पैशांची वारेमाप उधळपट्टी होते. एखादा नगरसेवकही निवडून येण्यासाठी कोट्यवधी रुपये खर्च करतो. त्यामुळे गरीब नागरिक आणि त्यांचे राजकीय पक्ष यशस्वीरित्या निवडणुका लढविण्यापासून वंचित राहत आहेत. हरियाणातील पुन्हा निवडून आलेल्या आमदारांच्या संपत्तीत सरासरी पाच कोटी रुपयांची वाढ झाली आहे, हे कशाचे द्योतक म्हणायचे. तुम्ही याचे स्पष्टीकरण कशा प्रकारे देणार? राजकारणातील पैशांचा वाढता प्रभाव आपली नैतिक मूल्ये झपाट्याने गिळंकृत करत आहे. सध्या आपण एका नैतिक संकटात सापडलो आहोत. कारण अनेक लोकांना आता भ्रष्टाचार ही नैसर्गिक आणि सामान्य बाब वाटत आहे.

भ्रष्टाचाराविरुद्ध कारवाई अतिशय पद्धतशीरपणे केली जाते. अगदी हाताच्या बोटांवर मोजता येतील इतकी उदाहरणे सोडल्यास बहुतांश प्रकरणात राजकारण्यांवर कधीच कारवाई झालेली नाही. अगदी त्यांना वगळूनच कारवाई होताना दिसते.

राजकारणाचे गुन्हेगारीकरण

राजकारणाचे गुन्हेगारीकरण ही भारतातील लोकशाहीपुढील आणखी एक मोठी गंभीर समस्या आहे. यासंदर्भात जुलै, २००८मध्ये 'वॉशिंग्टन पोस्ट' या अमेरिकेतील अग्रगण्य दैनिकाने दिलेली माहिती धक्कादायक आहे. 'वॉशिंग्टन पोस्ट'नुसार भारतीय संसदेतील पाचशे चाळीस सदस्यांपैकी एक-चतुर्थांश सदस्यांवर गुन्हेगारी खटले दाखल झाले होते.

राजकारणातील गुन्हेगारीला आळा घालण्याच्या हेतूने लोकसभेने आता नवीन कायदा संमत केला आहे. त्यानुसार गुन्हा सिद्ध झाल्यास संबंधित सदस्याचे लोकसभा सदस्यत्व तत्काळ रद्द होणार असून पुढील सहा वर्षे त्याला निवडणूक देखील लढविता येणार नाही. यामुळे पुढील काळात राजकारणाच्या गुन्हेगारीकरणाला थोड्याफार प्रमाणात तरी आळा बसणार आहे. नव्या कायद्याची अंमलबजावणी सुरू झाली असून त्याचा पहिला फटका बिहारचे माजी मुख्यमंत्री व राष्ट्रीय जनता दलाचे सर्वेसर्वा लालूप्रसाद यादव यांना बसला आहे. 'पशुखाद्य गैरव्यवहारा'त ते दोषी सिद्ध झाल्यामुळे त्यांचे संसद सदस्यत्व तत्काळ रद्द करण्यात आले असून त्यांना पुढील सहा वर्षे कोणतीही निवडणूक लढता येणार नाही. उशीरा का होईना, पण जनतेच्या रोषामुळे आणि सर्वोच्च न्यायालयाने फटकारल्याने राजकीय पक्षांना हा कायदा संमत करावा लागला. या कायद्याचे दूरगामी आणि चांगले परिणाम भारतीय राजकारणात दिसतील, यात शंका नाही.

गरिबांनी व्यापलेला श्रीमंत देश

भारतातून आतापर्यंत किती पैसा देशाबाहेर पाठविण्यात आला याबाबत 'इंटरनॅशनल वॉच डॉग' या संस्थेने अभ्यास केला. गोपनीयतेच्या नावाखाली यापूर्वी दडपलेली माहिती यामुळे प्रथमच प्रकाशात आली. या माहितीनुसार सन १९४८ ते २००८ या काळात भारतातून तब्बल ४६२ अब्ज अमिरेकी डॉलर्स (वीस लाख कोटी रुपयांहून अधिक रक्कम.) एवढी रक्कम बाहेर परदेशात पाठविण्यात आली. ही रक्कम देशाच्या वार्षिक सकल उत्पन्नाच्या जवळ-जवळ चाळीस टक्के इतकी होते.

काही व्यक्तींनी स्वतंत्ररीत्याही अहवाल बनविले आहेत. एस. गुरुमुर्ती यांनी 'द न्यू इंडियन एक्सप्रेस'मध्ये २ जानेवारी, २०११ रोजी लिहिलेल्या लेखात भारतात परंपरेने कायम सत्तेत असलेल्या गांधी कुटुंबाच्या संपत्तीविषयी माहिती दिली आहे. त्यानुसार गांधी कुटुंबीयांची एकूण संपत्ती ४२,३४५ कोटी ते ८३,९०० कोटी रुपये असल्याचे म्हटले आहे. यातील बहुतांश संपत्ती बेकायदेशीर पैशांच्या स्वरूपातच आहे.

अमेरिकेत 'दांडी यात्रा २'चे आयोजन करणाऱ्या संयोजकांनी दिलेली माहिती डोळ्यांत झणझणीत अंजन घालणारी आहे. नुकत्याच घडलेल्या 'टू जी स्पेक्ट्रम'सारख्या अनेक नव्या गैरव्यवहारांच्या माध्यमातून आपण कल्पनादेखील करू शकणार नाही, इतका पैसा देशाबाहेर गेला आहे. या गैरव्यवहारांतूत ट्रिलिअन डॉलर्सपेक्षा अधिक संपत्ती देशाबाहेर गेली असल्याचा अंदाज वर्तविण्यात येतो आहे. ऐंशी टक्क्यांहून अधिक भारतीयांचे रोजचे उत्पन्न दोन डॉलर्सपेक्षादेखील कमी आहे आणि देशांत जन्माला येणारे प्रत्येक दुसरे मूल कुपोषित आहे. याचाच अर्थ भारतात प्रामाणिक लोक गरीब आहेत आणि ते शिक्षणाच्या माध्यमातून तसेच कामधंद्यासाठी शहरांत स्थलांतर करून गरिबीवर मात करण्याचा प्रयत्न करत आहेत. तर दुसऱ्या बाजूला हसन अली खानसारखे लोक गुन्हे करत आणि गैरव्यवहारांच्या माध्यमातून गर्भश्रीमंत बनत आहेत. म्हणजेच भारत हा गरीब लोकांनी व्यापलेला श्रीमंत देश आहे.

असे असताना परदेशांतून विविध कल्याणकारी योजनांसाठी मिळालेला एक लाख कोटी रुपयांहून अधिक निधी नियोजनाअभावी वापराविना पडून आहे. भारत सरकारच्या नगरविकास, जलस्त्रोत आणि ऊर्जा मंत्रालयाकडून योग्यप्रकारे नियोजन न झाल्याने हा निधी पडून असल्याचे खुद्द सरकारच्या महालेखापालांनी (कॅग) आपल्या अहवालात नमूद केले आहे. ३१ मार्च, २०१० रोजी तब्बल १,०५,३३९ कोटी रुपयांचा निधी वापराविना पडून असल्याचे 'कॅग'ने १८ मार्च, २०११ रोजी

संसदेपुढे ठेवलेल्या अहवालात नमूद केले आहे.

उलट मिळालेल्या निधीचा वेळेत विनियोग न केल्याने ज्यांनी निधी दिला त्या संस्थांनाच ८६.११ कोटी रुपये दंडापोटी द्यावे लागले. भारत सरकारने हा दंड सामान्यांकडून मिळालेल्या कररूपी पैशांतूनच भरला आहे. केवळ नियोजनाअभावी हा भुर्दंड आपल्याला सोसावा लागला आहे.

आशेचा सोनेरी किरण

अर्थात असे असले, तरी ट्रान्सफरन्सी इंटरनॅशनलच्या २०१३च्या ताज्या अहवालात आशेचा किरणही पाहायला मिळतो. भ्रष्टाचाराविरोधातील लढ्यात सामान्य माणूस महत्त्वाची भूमिका बजावू शकतो, असे सर्वेक्षणातील ५५ टक्के लोकांना वाटते. सर्वेक्षणात मत नोंदविलेल्या दर दहा पैकी नऊ जणांनी आपण भ्रष्टाचाराला विरोध करून कोणत्याही प्रकारे थारा देणार नसल्याचे म्हटले आहे. आपल्या जीवनात आपण लाच देण्यास स्पष्ट शब्दांत नकार दिल्याचे मत दोन-तृतीयांश लोकांनी नोंदविले आहे. भ्रष्टाचार दूर करण्यासाठी सरकार, सिव्हिल सोसायटी (नागरी समाज) आणि उद्योग जगताने महत्त्वाची भूमिका पार पाडावी, असे जनतेला वाटते.

सध्याचे देशातील राजकारण पाहिले तरी जनतेच्या या मताची साक्ष पटते. राजकारणात किंवा सामाजिक कार्यात एखाद्याने कितीही उत्तुंग कामगिरी केली असली, तरी जर त्यांच्यावर भ्रष्टाचाराचे आरोप झाले, तर त्याची राजकीय कारकिर्द धुळीस मिळते. यापूर्वीच्या आयुष्यात त्याने केलेल्या साऱ्या कामावर पाणी पडते. याची अनेक उदाहरणे आपल्याला देशाच्या राजकारणात पाहायला मिळतील. सुखराम, लालूप्रसाद यादव, बी. एस. येडीयुरप्पा, ए. राजा, मधू कोडा, सुरेश कलमाडी आदी नेत्यांना तर यामुळे तुरुंगाची हवा खावी लागली. महाराष्ट्रापुरते बोलायचे झाल्यास ए. आर. अंतुले, शिवाजीराव निलंगेकर, मनोहर जोशी, अशोक चव्हाण या चार जणांना गैरव्यवहाराच्या आरोपांवरून मुख्यमंत्रीपदाची खुर्ची सोडावी लागली. माजी पंतप्रधान राजीव गांधी तसेच पी. व्ही. नरसिंह राव यांच्यावर झालेल्या गैरव्यवहाराच्या आरोपांनी त्यांच्या उज्ज्वल कारकिर्दीवर डाग लागला.

आता स्वच्छ प्रतिमेला महत्त्व

भ्रष्टाचाराबाबत जनतेच्या मनांत असलेल्या तीव्र भावनेमुळेच सध्या अनेक राजकीय नेत्यांचा 'स्वच्छ प्रतिमा' हादेखील मोठा गुण मानला जात आहे. खरेतर सार्वजनिक जीवनात वावरताना त्या व्यक्तीचे चरित्र स्वच्छ असणे अभिप्रेत

आहे. पण सध्याच्या काळात स्वच्छ प्रतिमा हा देखील गुण समजला जावा, इतकी परिस्थिती बदलली आहे. समाजसेवक अण्णा हजारे, अरविंद केजरीवाल, किरण बेदी, मनीष सिसोदिया आदींच्या मागे सामान्य जनता उभी राहिली, त्यांच्या प्रत्येक कृतीवर लोकांनी विश्वास दाखविला. तो त्यांच्या स्वच्छ प्रतिमेमुळेच हे आपण येथे लक्षात घ्यायला हवे.

यामुळेच राजकीय पक्षानांही आता उपरती झाली आहे. सामान्य नागरिकांच्या संतापामुळे स्वच्छ प्रशासन देण्याकडे राजकीय नेतृत्वाचा कल वाढत आहे. यामुळे विविध राज्यांचा विकास जोमाने होत आहे. अनेक राज्यांतील विविध पक्षांच्या मुख्यमंत्र्यांच्या कारकिर्दीवर जर नजर टाकली, तर याची साक्ष पटते. गुजरातचे मुख्यमंत्री नरेंद्र मोदी, बिहारचे मुख्यमंत्री नितीशकुमार, मध्य प्रदेशचे मुख्यमंत्री शिवराजसिंह चौहान, महाराष्ट्राचे मुख्यमंत्री पृथ्वीराज चव्हाण, छत्तीसगडचे मुख्यमंत्री रमणसिंग, ओरिसाचे मुख्यमंत्री नवीन पटनाईक आदींची नावे या यादीत अग्रक्रमाने घ्यावी लागतील. या मुख्यमंत्र्यांनी आपल्या स्वच्छ व गतिमान प्रशासनाद्वारे जनतेचा बहुमोल विश्वास संपादन केला आहे. यातील अनेक नेत्यांनी सलग तीनदा राज्याची सत्ता मिळवित इतिहास रचला आहे. स्वच्छ प्रतिमा हेच दिल्लीच्या नवनिर्वाचित मुख्यमंत्री अरविंद केजरीवाल यांचे विधानसभा निवडणुकीत 'महत्त्वाचे अस्त्र' होते, हे विसरून चालणार नाही. दिल्लीच्या तत्कालीन मुख्यमंत्री शीला दीक्षित यांच्यावर राष्ट्रकुल स्पर्धेतील गैरव्यवहाराचे आरोप त्यांनी केले होते. शीला दीक्षित यांच्या पराभवात थोडाफार वाटा याचाही नक्कीच आहे.

उदारीकरणानंतरचे मोठे गैरव्यवहार

आर्थिक सुधारणांच्या हेतूने १९९१मध्ये भारताची अर्थव्यवस्था खुली करण्यात आली. 'लायसन्स राज '(परवाना पद्धत) दूर करणे आणि भ्रष्टाचार कमी करणे, हा यामागील हेतू होता. मात्र झाले भलतेच. उदारीकरणानंतर आर्थिक गैरव्यवहार हा जणू नित्याचाच भाग बनला. भ्रष्टाचाराच्या आकड्यात रोज आणखी शून्यांची भर पडत असून हा आकडा दिवसेंदिवस वाढतच आहे. २००८मध्ये झालेल्या स्पेक्ट्रम वाटप गैरव्यवहारात साठ हजार कोटी रुपयांचा भ्रष्टाचार झाल्याचे मानले जाते. त्यामुळे आर्थिक गैरव्यवहार आता लोकांच्या अंगवळणी पडू लागले आहेत. मात्र यामुळे लोकांची दयनीय अवस्था होत असून रोजचे जगणे अवघड बनले आहे. यात चलनवाढीने होणाऱ्या महागाईची भर पडत आहे.

१९९१मध्ये भारताची अर्थव्यवस्था खुली झाली आणि त्यामुळे गैरव्यवहारांना

चालना मिळाली, असा धक्कादायक निष्कर्ष 'आउटलूक' (२३ नोव्हेंबर, २००९) या साप्ताहिकाने मांडला आहे. 'आउटलूक'नुसार १९९१पासून आतापर्यंत वेगवेगळ्या आर्थिक व्यवहारांत तब्बल ७३ लाख कोटींचा भ्रष्टाचार झाला आहे. या साप्ताहिकाने या काळात घडलेल्या व्यवहारांची यादीच प्रसिद्ध केली होती. त्यातील महत्त्वाचे घोटाळे दिले आहेत.

१९९२ : हर्षद मेहता याने घडविलेला शेअर बाजारातील गैरव्यवहार सुमारे ५००० कोटी रुपये

१९९४ : साखर आयात गैरव्यवहार ६५० कोटी रुपये

१९९५ : युगोस्लाव्ह डिनर गैरव्यवहार ४०० कोटी रुपये, मेघालय वनखाते गैरव्यवहार ३०० कोटी रुपये

१९९६ : खत आयात गैरव्यवहार १३०० कोटी रुपये, युरिया घोटाळा १३३ कोटी रुपये, बिहार येथील चारा घोटाळा ९५० कोटी रुपये

१९९७ : सुखराम यांनी केलेला दूरसंचार खात्यातील गैरव्यवहार १५०० कोटी रुपये, एसएनसी लाव्हलीन पॉवर गैरव्यवहार ३७४ कोटी रुपये, बिहारमधील जमीन गैरव्यवहार ४०० कोटी रुपये, सी.आर. भन्साळीने शेअर बाजारात केलेला गैरव्यवहार १२०० कोटी रुपये

१९९८ : साग लागवडीतील गैरव्यवहार ८००० कोटी रुपये

२००१ : यूटीआय घोटाळा ४८०० कोटी रुपये, दिनेश दालमियाने केलेला शेअर घोटाळा ५९५ कोटी रुपये, केतन पारेखने केलेला शेअर घोटाळा १२५० कोटी रुपये

२००२ : संजय आगरवालचा गृहनिर्माण घोटाळा ६०० कोटी रुपये

२००३ : अब्दुल करीम तेलगी याने केलेला मुद्रांक घोटाळा १७२ कोटी रुपये

२००५ : आयपीओ-डीमॅट घोटाळा १४६ कोटी रुपये, बिहारमधील पूरग्रस्तांच्या निधीतील घोटाळा १७ कोटी रुपये, स्कॉर्पिन पाणबुडी घोटाळा १८,९७८ कोटी रुपये

२००६ : पंजाबमधील सिटी सेंटर प्रकल्पातील गैरव्यवहार १५०० कोटी रुपये, ताज कॉरिडॉर घोटाळा १७५ कोटी रुपये

२००८ : पुण्यातील घोडे-व्यापारी हसन अली खान याने चुकविलेला कर ५०,००० कोटी रुपये, सत्यम घोटाळा १०,००० कोटी रुपये, लष्करातील रेशन घोटाळा ५,००० कोटी रुपये, टू जी स्पेक्ट्रम वाटपातील फसवणूक ६०,००० कोटी रुपये, स्टेट बँक ऑफ

सौराष्ट्रमधील अफरातफर ९५ कोटी रुपये, स्वीस बँकेत असणारा बेकायदेशीर पैसा ७१,००,००० कोटी रुपये (२००८मधील अंदाज.)

२००९ : झारखंडमधील वैद्यकीय उपकरणे खरेदीतील गैरव्यवहार १३० कोटी रुपये, तांदूळ निर्यात घोटाळा २५०० कोटी रुपये, ओरिसातील खाण घोटाळा ७००० कोटी रुपये, मधू कोडा यांनी केलेला भ्रष्टाचार ४००० कोटी रुपये.

भ्रष्टाचाराच्या मोहातून न्यायव्यवस्थाही सुटू शकलेली नाही. कर्नाटक उच्च न्यायालयाचे न्यायमूर्ती पी. डी. दिनकरन यांच्यावर जमीन अपहाराचे झालेले आरोप हे त्याचेच उदाहरण आहे. भ्रष्टाचाराला बळी पडलेला आणखी एक महत्त्वाचा घटक म्हणजे नोकरशाही. मात्र नोकरशाहीतील अगदी थोडे लोक भ्रष्टाचाराबाबत उघडपणे आपली मते मांडतात. काही जण मात्र अत्यंत परखड मते व्यक्त करतात. एका इंग्रजी साप्ताहिकाशी बोलताना निवृत्त ॲडमिरल व ट्रान्स्फरन्सी इंटरनॅशनल इंडियाचे अध्यक्ष आर.एच. ताहिलियानी म्हणाले होते, “निवडणूक पद्धतीत सर्वाधिक भ्रष्टाचार आहे. त्यामुळे राजकारण्यांना कोणी मुक्त करू शकत नाहीत. त्यांनीच भ्रष्टाचाराचे मार्ग घालून दिले आहेत. जसे ९९ डिग्री सेंटिग्रेडचे पाणी गरम असते मात्र त्यात ऊर्जा नसते, पण त्यात एका डिग्रीची भर पडली की, तेच पाणी उकळू लागते, त्याची वाफ तयार होते आणि त्यातून प्रचंड ऊर्जा निर्माण होते. त्यामुळे भ्रष्टाचाराचा लढा कायम सुरू ठेवायला हवा. यामध्ये अधिक डिग्री कधी येऊन मिळतील, हे आपल्याला माहिती नाही. बंदुकीची एकही गोळी न झाडता बर्लिनची भिंत कोसळली. हे झालेच ना?”

आर. एच. ताहिलियानी यांनी व्यक्त केलेल्या या आशावादाला आता पालवी फुटत असल्याचे चित्र आहे. लोकपालसाठीचा लढा, दिल्लीतील आम आदमी पक्षाचा विजय ही याची कोठे सुरुवात आहे.

भारतातील मोठे राजकीय घोटाळे

चुरहाट लॉटरी प्रकरण (१९८२)

काँग्रेसचे ज्येष्ठ नेते व मध्य प्रदेशचे तत्कालीन मुख्यमंत्री अर्जुनसिंह हे चुरहाट लॉटरी गैरव्यवहारात गुंतले होते. १९८२मध्ये अर्जुनसिंह यांच्या नातेवाइकांनी 'द चुरहाट चिल्ड्रन वेलफेअर सोसायटी'ची स्थापना केली. या संस्थेला लॉटरीच्या माध्यमातून निधी गोळा करण्यास परवानगी देण्यात आली.

त्याचप्रमाणे धर्मादाय संस्थेप्रमाणे करातूनही सूट देण्यात आली. या निधीतील मोठी रक्कम वापरून भोपाळजवळ आलिशान 'केरवा डॅम पॅलेस' उभारण्यात आल्याचे आरोप सर्व थरांतून झाले. या संस्थेला भोपाळ गॅस दुर्घटनेस जबाबदार असलेल्या युनियन कार्बाईड कंपनीचा प्रमुख वॉरन अँडरसन यानेही १,५०,००० रुपयांचा निधी दिला होता. गॅस दुर्घटनेनंतर याच अँडरसनला देशाबाहेर जाण्याची परवानगी अर्जुनसिंह यांच्या कार्यालयानेच दिल्याचे आरोप केले जात होते.

एका जनहित याचिकेवर निर्णय देताना उच्च न्यायालयाने अर्जुनसिंग यांना भोपाळमध्ये उभारलेल्या आलिशान प्रासादाला किती खर्च आला, तो पैसा कोठून आणला याची माहिती देशासमोर ठेवण्याचा आदेश दिला. तेव्हा या महालासाठी अठरा लाख रुपये खर्च आल्याचा दावा अर्जुनसिंग यांनी केला, तर प्राप्तिकर विभागाने यासाठी एक कोटी रुपये खर्च झाल्याचा अंदाज व्यक्त केला. या गैरव्यवहाराची चौकशी करणाऱ्या एका न्यायाधीशांच्या आयोगाने अर्जुनसिंह यांची या प्रकरणी निर्दोष मुक्तता केली. जैन हवाला प्रकरणानंतर या गैरव्यवहाराचा गुन्हा समोर आला आणि अर्जुनसिंह यांना या महालासाठी किती खर्च आला, हे पुन्हा सांगावे असे बजावण्यात आले. मात्र या प्रकरणाचा पुन्हा तपास करण्याचा आदेश न्यायालयाने फेटाळून लावला.

बोफोर्स गैरव्यवहार (१९८७)

भारतातील सर्वांत महत्त्वाचे आणि चर्चिले गेलेले भ्रष्टाचाराचे प्रकरण म्हणून १९८७मधील बोफोर्स गैरव्यवहार प्रकरणाकडे पाहिले जाते. भारताला १५५ एमएम फिल्ड हॉवित्झर तोफा पुरविण्यासाठीचे कंत्राट देण्याच्या बदल्यात बोफोर्स एबी या कंपनीकडून तत्कालीन पंतप्रधान राजीव गांधी आणि त्यांच्या अनेक सहकाऱ्यांनी लाच घेतल्याचा आरोप करण्यात आला. त्यामुळे देशात प्रचंड खळबळ उडाली. यापूर्वी देशाने भ्रष्टाचाराचे एवढे मोठे प्रकरण कधीही पाहिले नव्हते. त्यामुळे याचा जोरदार फटका सत्तारूढ काँग्रेसला बसला. नोव्हेंबर, १९८९मध्ये झालेल्या सार्वत्रिक निवडणुकीत राजीव गांधी यांच्या नेतृत्वाखालील काँग्रेस पक्षाचा दारुण पराभव झाला. बोफोर्स गैरव्यवहाराची व्याप्ती चाळीस कोटी रुपयांपर्यंत असल्याची चर्चा होती. व्ही. पी. सिंह संरक्षणमंत्री असताना हे प्रकरण प्रकाशात आले आणि इंडियन एक्सप्रेसच्या चित्रा सुब्रमण्यम आणि 'हिंदू'चे एन. राम या देशातील दोन प्रमुख वृत्तपत्रांच्या ज्येष्ठ पत्रकारांनी हे प्रकरण उजेडात आणले.

या प्रकरणातील दलाल होता, ओटाव्हिओ क्वात्रोची. मूळचा इटलीचा उद्योगपती असणारा क्वात्रोची हा स्नॅम्प्रोगेनी या पेट्रोकेमिकल्स कंपनीचा प्रतिनिधी म्हणून काम करत होता. पंतप्रधान राजीव गांधी यांच्या कुटुंबीयांशी क्वात्रोची याचे घनिष्ठ संबंध

असल्याचे सांगितले जात असे आणि १९८०च्या दशकात भारत सरकार आणि मोठे उद्योगसमूह यांच्यातील शक्तिशाली दलाल म्हणून तो नावारूपाला आला होता. या प्रकरणाची चौकशी सुरू असतानाच २१ मे, १९९१ रोजी राजीव गांधी यांची निर्घृण हत्या झाली. अनेक वर्षांच्या कायदेशीर लढ्यानंतर स्वीस बँकेने सुमारे पाचशे कागदपत्रे जाहीर केली आणि त्याआधारे सीबीआयने क्वात्रोचीविरुद्ध गुन्हा दाखल केला. विन चड्ढा यांनी राजीव गांधी तसेच संरक्षण सचिव एस. के. भटनागर आणि आणखी अनेकांची याप्रकरणी नावे घेतली. दरम्यानच्या काळात विन चड्ढा यांचाही मृत्यू झाला.

दरम्यान ५ फेब्रुवारी, २००४ रोजी दिल्ली उच्च न्यायालयाने राजीव गांधी आणि अन्य व्यक्तींविरुद्ध असलेले लाच घेतल्याचे आरोप फेटाळून लावले. मात्र फसवणूक करून देशाचे नुकसान केल्याच्या आरोपावरून हे प्रकरण अजूनही न्यायालयात नेण्याचे प्रयत्न सुरू आहेत. ३१ मे, २००५ रोजी दिल्ली उच्च न्यायालयाने श्रीचंद, गोपीचंद आणि प्रकाश हिंदुजा या तीन ब्रिटिश उद्योजक बंधूंविरुद्ध बोफोर्स प्रकरणात असलेले आरोप फेटाळून लावले.

भारताचे ॲडिशनल सॉलिसिटर जनरल बी. दत्त यांनी डिसेंबर, २००५मध्ये भारत सरकार व सीबीआयच्यावतीने ओटाव्हिओ क्वात्रोची यांची ब्रिटिश बँकेतील दोन खाती खुली करण्याची विनंती ब्रिटिश सरकारला केली. या खात्यांमध्ये बोफोर्स प्रकरणातून मिळालेली दलाली ठेवल्याचा संशय असल्याने ती गोठविण्यात आली होती. या दोन खात्यांत तीन दशलक्ष आणि एक दशलक्ष डॉलर्स इतकी रक्कम होती. मात्र हे पैसे बोफोर्सची दलाली असल्याचे सिद्ध करणारे पुरेसे पुरावे नसल्याचे कारण देत, बी. दत्त यांनी खाती खुली करण्याची विनंती केली.

दरम्यान लंडनमधील या दोन बँक खात्यातून क्वात्रोची याला पैसे काढू देऊ नयेत अशी व्यवस्था करा, असा आदेश सर्वोच्च न्यायालयाने १६ जानेवारीस केंद्र सरकारला दिला.

मात्र या खात्यातील एकवीस कोटी (४.६ दशलक्ष डॉलर्स) काढून घेण्यात आले असल्याची माहिती सीबीआयने २३ जानेवारी, २००६ रोजी दिली.

भारत सरकारच्या विनंतीनुसारच ब्रिटिश सरकारने हे पैसे काढून घेण्याची परवानगी दिली. या व्यवहारात भारत सरकारला अतिरिक्त एकशे साठ कोटी रुपयांचा फटका बसला.

क्वात्रोची याच्या प्रत्यार्पणासाठी आम्ही अजूनही पाठपुरावा करत असल्याचा दावा सीबीआयने १६ जानेवारी, २००६ रोजी सर्वोच्च न्यायालयात सादर केलेल्या प्रतिज्ञापत्रात केला. सीबीआयच्या विनंतीनुसार इंटरपोलने क्वात्रोची यांच्या अटकेसाठी रेड कॉर्नर नोटीस यापूर्वीच बजावलेली होती. ६ फेब्रुवारी, २००७ रोजी क्वात्रोचीला अर्जेन्टिनामध्ये अटक करण्यात आली. मात्र त्यांच्या अटकेचे वृत्त सीबीआयने

२३ फेब्रुवारीस जाहीर केले. अर्जेन्टिनाच्या पोलिसांनी क्वात्रोचीची नंतर सुटका केली. मात्र त्याचा पासपोर्ट जप्त करण्यात आला आणि देश सोडण्यास त्याला मज्जाव करण्यात आला. करार नसल्याने हे प्रकरण अर्जेन्टिनाच्या सर्वोच्च न्यायालयात नेण्यात आले. क्वात्रोचीच्या अटकेबाबतची कळीचा मुद्दा असलेली न्यायालयीन आदेशाची प्रत भारत सरकार सादर करू न शकल्याने प्रत्यार्पणाबाबतचा खटला सरकार हरले. न्यायालयाच्या या निर्णयाचे अधिकृत इंग्रजी रूपांतरण मिळविण्यासाठी उशीर झाला. या निर्णयाला सरकारनेही आव्हान दिले नाही.

सीबीआयच्या वाँटेडच्या यादीतूनही नंतर क्वात्रोचीचे नाव वगळण्यात आले. सीबीआयच्या विनंतीवरून इंटरपोलनेही आपल्या संकेतस्थळावरून बारा वर्षे असलेली रेड कॉर्नर नोटीस मागे घेतली. अखेर ४ मार्च, २०११ रोजी दिल्ली न्यायालयाने सबळ पुराव्याअभावी क्वात्रोचीची या प्रकरणातून सुटका केली.

सेंट किट्स प्रकरण (१९८९)

माजी पंतप्रधान पी. व्ही. नरसिंहराव त्यांचे सहकारी मंत्री के. के. तिवारी, चंद्रास्वामी आणि के. एन. आगरवाल हे या प्रकरणात आरोपी होते. व्ही. पी. सिंह यांचे पुत्र अजेयसिंह यांनी सेंट किट्स बेटावरील 'फस्ट ट्रस्ट' बँकेत खाते उघडून तेथे २१ दशलक्ष डॉलर्स ठेवल्याचे दर्शविणारी बनावट कागदपत्रे तयार केल्याचा आरोप या चौघांवर होता. या बँक खात्याचे व्ही. पी. सिंह लाभार्थी असल्याचे कागदपत्रांत म्हटले होते. व्ही. पी. सिंह यांची प्रतिमा डागाळण्यासाठीच हा सारा उपद्व्याप करण्यात आला होता. हे प्रकरण १९८९मध्ये घडले होते. मात्र १९९६मध्ये नरसिंह राव यांच्या पंतप्रधानपदाची कारकिर्द संपल्यावर केंद्रीय अन्वेषण विभागाने (सीबीआय) त्यांच्यावर अधिकृतरित्या गुन्हा दाखल केला. त्यानंतर वर्षभरातच न्यायालयाने राव यांची पुराव्याअभावी सुटका केली. अन्य सर्व आरोपी आणि सर्वांत शेवटी चंद्रास्वामी यांचीही या प्रकरणातून मुक्तता झाली.

जेएमएम लाचखोरी प्रकरण (१९९३)

संसदेत बहुमत सिद्ध करता येणार नाही, या शक्यतेने विरोधकांनी तत्कालीन पंतप्रधान पी. व्ही. नरसिंह राव यांच्या सरकारविरुद्ध जुलै, १९९३मध्ये अविश्वासाचा ठराव दाखल केला. विश्वासदर्शक ठरावाच्यावेळी आपल्या बाजूने मतदान करावे यासाठी नरसिंह राव यांनी मध्यस्थांमार्फत झारखंड मुक्ती मोर्चा (जेएमएम)च्या सदस्यांना आणि जनता दलातून फुटून निघालेल्या सदस्यांना लाखो रुपये दिल्याचा

आरोप करण्यात आला. या प्रकरणात लाच घेतलेले संसद सदस्य शैलेंद्र महंतो माफीचा साक्षीदार बनले. १९९६मध्ये राव यांची पंतप्रधानपदाची मुदत संपल्यानंतर या प्रकरणाची चौकशी सुरू झाली. अनेक वर्षांच्या न्यायालयीन प्रक्रियेनंतर २०००मध्ये विशेष न्यायालयाने नरसिंह राव आणि त्यांचे सहकारी बुटासिंग यांना दोषी ठरविले. (या खासदारांना पंतप्रधानांकडे घेऊन गेल्याचा बुटासिंग यांच्यावर आरोप होता.)

राव यांनी या निकालाला वरच्या न्यायालयात आव्हान देत जामीन मिळविला. मात्र महंतो यांच्या जबानीच्या विश्वासार्हतेबाबत शंका घेत न्यायालयाने आधीचा निकाल फेटाळत २००२मध्ये राव आणि बुटासिंग या दोघांवरील आरोप फेटाळत त्यांची या प्रकरणातून मुक्तता केली.

हवाला गैरव्यवहार (१९९३)

देशाच्या इतिहासातील हा मोठा राजकीय गैरव्यवहार किंवा घोटाळा होता. यामध्ये जैन बंधूंकडून राजकीय नेत्यांना हवालाच्या माध्यमातून दलालांमार्फत पैसे दिल्याचा आरोप होता. १९९३मध्ये उजेडात आलेल्या या लाचखोरी प्रकरणात अठरा दशलक्ष डॉलर्सचा गैरव्यवहार झाला होता. देशातील महत्त्वाचे राजकीय नेते, एकशे पंधरा वरिष्ठ सनदी अधिकारी या गैरव्यवहारात गुंतल्याचे स्पष्ट झाले होते. या हवालातून काश्मीरमधील हिज्बुल मुजाहिद्दीन या दहशतवादी संघटनेला पैसा पुरविल्याचा आरोप होता. त्यामुळे याचे गांभीर्य आणखी वाढले होते.

पत्रकार विनीत नारायण यांनी या प्रकरणाला वाचा फोडली होती आणि त्यांनीच यासंदर्भात सर्वोच्च न्यायालयात जनहित याचिकाही दाखल केली. त्यामुळे या गैरव्यवहाराच्या चौकशीला गती आली. भारताच्या इतिहासात प्रथमच १९९६मध्ये अनेक केंद्रीय मंत्री, मुख्यमंत्री आणि राज्यपालांवर आरोपपत्र दाखल झाले. ज्यांच्यावर आरोप झाले होते; त्यामध्ये लालकृष्ण अडवानी, विद्याचरण शुक्ला, पी. शिवशंकर, शरद यादव, बलराम जाखड, मदनलाल खुराना आदी विविध पक्षांच्या ज्येष्ठ नेत्यांचा समावेश होता. मात्र हवालाच्या नोंदी (डायऱ्यांसह) हा मुख्य पुरावा म्हणून ग्राह्य धरणे पुरेसे नसल्याचे स्पष्ट करत न्यायालयाने यातील अनेकांची १९९७ आणि १९९८मध्ये आरोपातून मुक्तता केली. हा खटला योग्य प्रकारे लढण्यात अपयश आल्याने केंद्रीय अन्वेषण विभागावर (सीबीआय) त्या वेळी चोहोबाजूने प्रचंड टीका झाली.

बिहारमधील चारा घोटाळा (१९९६)

या गैरव्यवहारामध्ये बिहारच्या सरकारी तिजोरीतून तब्बल नऊशे पन्नास कोटी रुपयांचा (२१०.९ दशलक्ष डॉलर्स) अपहार करण्यात आला होता. राज्यात अनेक

वर्षे सरकारी अधिकारी, विविध सत्तारूढ तसेच स्थानिक विरोधी पक्षांच्या पदाधिकाऱ्यांच्या संगनमताने हा अपहार बिनबोभाट सुरू होता. पशुखाद्य, जनावरांसाठीची औषधे तसेच पशुवैद्यकीय उपकरणे यांची खोटी खरेदी केल्याचे दाखवत हा गैरव्यवहार झाला. हे प्रकरण प्रथम १९९६मध्ये उघडकीला आले. मात्र तपासाअंती याची व्याप्ती दोन दशकांपर्यंत वाढली.

सर्वोच्च न्यायालयात यासंदर्भात जनहित याचिका दाखल झाल्याने या प्रकरणी न्यायालयाने हस्तक्षेप केला. मार्च, १९९६मध्ये सर्वोच्च न्यायालयाच्या निर्देशांनंतर बिहार उच्च न्यायालयाने या प्रकरणाचा तपास सीबीआयकडे सोपविण्याचा आदेश दिला. या गैरव्यवहाराशी बिहारचे मुख्यमंत्री लालूप्रसाद यादव यांचा संबंध असल्याचे सीबीआयने तपासाद्वारे उजेडात आणले आणि १० मे, १९९७ रोजी लालू प्रसादांविरुद्ध खटला चालविण्याची राज्यपालांकडे परवानगी मागितली. त्याच दिवशी या प्रकरणातील एक आरोपी, उद्योगपती हरीश खंडेलवाल याचा मृतदेह रेल्वेमार्गावर आढळला. या खटल्यातील साक्षीदार बनविण्यासाठी सीबीआयने माझ्यावर जबरदस्ती केल्याचा मजकूर असलेली चिठ्ठी खंडेलवालजवळ सापडली. या घटनेने एकच खळबळ उडाली.

१७ जून रोजी राज्यपालांनी लालू प्रसाद यादव आणि अन्य आरोपींवर खटला चालविण्याची परवानगी दिली. २३ जूनला सीबीआयने लालू प्रसाद यादव यांच्यासह आणखी पंचावन्न जणांविरुद्ध आरोपपत्र दाखल केले. या अन्य सहआरोपींमध्ये माजी केंद्रीय मंत्री चंद्रदेव प्रसाद वर्मा, माजी मुख्यमंत्री जगन्नाथ मिश्रा, लालूंच्या मंत्रीमंडळातील भोलाराम तुमानी आणि विद्यासागर निशाद हे दोन मंत्री. बिहार विधानसभेतील आर. के. राणा (जनता दल), जगदीश शर्मा (काँग्रेस), ध्रुव भगत (भाजप) हे तीन आमदार आणि सेवेतील अन्य काही तसेच माजी आयएएस अधिकाऱ्यांचा समावेश होता. यातील चार अधिकारी कोठडीतच होते. जगन्नाथ मिश्रा यांना बिहार उच्च न्यायालयाने अटकपूर्व जामीन मंजूर केला. मात्र याच न्यायालयाने लालूंच्या अटकपूर्व जामिनासाठीची याचिका फेटाळून लावली. याविरुद्ध लालूंनी सर्वोच्च न्यायालयात धाव घेतली. मात्र तेथेही २९ जुलैला त्यांना जामीन नाकारण्यात आला. त्याच दिवशी बिहार पोलिसांनी त्यांच्या अटकेचे आदेश काढले आणि दुसऱ्याच दिवशी लालूप्रसाद यादव कोठडीत जेरबंद झाले.

या गैरव्यवहारात नाव आल्यापासूनच लालूंच्या राजीनाम्याची मागणी होत होती. विरोधकांपुढे नमते घेत लालूंनी २५ जुलैला मुख्यमंत्रिपदाचा राजीनामा दिला. मात्र त्याच वेळी त्यांनी पत्नी राबडीदेवी यांना मुख्यमंत्रिपदी बसवले. २८ जुलैला बिहार विधानसभेत राबडीदेवींच्या नव्या सरकारने १९४ विरुद्ध ११० अशा मतांच्या फरकाने विश्वासदर्शक ठराव जिंकला. ठराव जिंकण्यासाठी सत्तारूढ राष्ट्रीय जनता दलाला काँग्रेस व झारखंड मुक्ती मोर्चा या पक्षांनी मदत केली. या घडामोडी घडत

असतानाच मधल्या काळात ३० जुलैला केंद्र सरकारने सीबीआयचे संचालक जोगिंदरसिंग यांची गृहमंत्रालयाच्या सचिवपदी नेमणूक केली. खरे पाहता तांत्रिकदृष्ट्या जोगिंदरसिंग यांची ती बढती होती. मात्र त्यांना या चौकशीपासून दूर करणे, हा त्यामागील हेतू होता. पाठोपाठ सीबीआयचे स्थानिक संचालक यू. एन. विश्वास यांचीही बदली करण्यात आली. मात्र न्यायालयाने अशा बदल्या न करण्याची तंबी सरकारला दिली.

या प्रकरणात अनेक गुन्हे दाखल झाल्याने लालू प्रसाद यादव, जगन्नाथ मिश्रा आणि अन्य आरोपींना अनेकदा कोठडीची हवा खावी लागली. अखेर २००७मध्ये या गैरव्यवहारात अठ्ठावन्न माजी अधिकारी आणि पुरवठादारांना दोषी ठरवून त्यांना प्रत्येकी पाच ते सहा वर्षांच्या तुरुंगवासाची शिक्षा सुनावण्यात आली. या प्रकरणात दोनशे जणांना दोन ते सात वर्षे तुरुंगवासाची शिक्षा ठोठावण्यात आली.

सुखराम यांचा दूरसंचार घोटाळा (१९९६)

ऑगस्ट, १९९६मध्ये माजी केंद्रीय दूरसंचारमंत्री सुखराम यांच्या नवी दिल्ली आणि हिमाचल प्रदेशातील मंडी येथील निवासस्थानांत नोटांनी भरलेल्या सुटकेसेस जप्त करण्यात आल्या. या प्रकरणी त्यांच्याविरुद्ध दोन गुन्हे दाखल करण्यात आले. मंडी मतदारसंघाचे ते खासदार होते. विधानसभा निवडणूक पाच वेळा, तर लोकसभा निवडणूक तीन वेळा जिंकण्याचा विक्रम त्यांनी केला होता.

नरसिंह राव यांच्या काळात मंत्री असताना चार कोटी रुपयांची बेहिशेबी मालमत्ता बाळगल्याप्रकरणी त्यांना दोषी ठरविण्यात आले. या निर्णयाला त्यांनी २००९मध्ये दिल्ली उच्च न्यायालयात आव्हान दिले. त्याची सुनावणी अजूनही बाकी आहे. दूरसंचार उपकरणे खरेदी करताना ॲडव्हान्स रेडिओ मॅस्ट्स (एआरएम) या कंपनीवर मेहेरनजर दाखविल्याने सरकारी तिजोरीचे १.६६ कोटी रुपयांचे नुकसान झाल्याबद्दल सुखराम यांना दोषी ठरविण्यात आले व तीन वर्षे सक्तमजुरीची शिक्षा सुनावण्यात आली. या प्रकरणी त्यांना दोन लाख रुपयांचा दंडही ठोठावण्यात आला.

बराक क्षेपणास्त्र घोटाळा : २००१

इस्रायलकडून बराक खरेदी करताना झालेल्या या भ्रष्टाचार प्रकरणाने संरक्षण दलांसह सर्वत्र खळबळ उडाली. सध्या या प्रकरणाची सीबीआयकडून चौकशी सुरू असून समता पक्षाचे माजी खजिनदार आर. के. जैन यांच्यासह अनेकांना अटक करण्यात आली आहे. या गैरव्यवहारात दाखल झालेल्या

प्राथमिक तपास-अहवालात माजी संरक्षण मंत्री व ज्येष्ठ समाजवादी नेते जॉर्ज फर्नांडिस, जया जेटली या राजकीय व्यक्तींसह निवृत्त नौदल प्रमुख एस. एम. नंदा यांचे पुत्र व शस्त्रास्त्रांचे व्यापारी सुरेश नंदा यांचे नाव होते.

'इस्रायल एअर क्राफ्ट इंडस्ट्रीज' आणि 'राफेल अर्ममेंट डेव्हलपमेंट ऑथोरिटी, इस्रायल' यांनी संयुक्तरित्या बराक क्षेपणास्त्र प्रणाली विकसित केली आहे. 'बराक' हे जहाजभेदी क्षेपणास्त्र असून ते लढाऊ विमानातून डागण्यात येते.

२३ ऑक्टोबर, २००० रोजी सात बराक क्षेपणास्त्रप्रणाली (किंमत १९९.५० दशलक्ष डॉलर्स) आणि दोनशे क्षेपणास्त्रे (किंमत ६९.१३ दशलक्ष डॉलर्स) खरेदी करण्याच्या करारावर भारत सरकारने स्वाक्षऱ्या केल्या. या क्षेपणास्त्रांची पाहणी करण्यासाठी इस्रायलला गेलेल्या तज्ज्ञांच्या पथकाने तसेच संरक्षण संशोधन व विकास संस्थेने (डीआरडीओ) तत्कालीन प्रमुख डॉ. ए. पी. जे. अब्दुल कलाम यांच्यासह अनेकांनी या क्षेपणास्त्र कामगिरीबाबत शंका व्यक्त करूनही हा करार अखेर करण्यात आला. या तज्ज्ञांच्या शंकांची दखलही घेण्यात आली नाही. यातील काही शंका, आक्षेप हे करार करण्याच्या पद्धतीबाबतही होत्या. या आक्षेपांची खातरजमा न केल्याबद्दल आता नौदलप्रमुख सुशील कुमार यांची चौकशी सुरू आहे.

सरकारने केलेल्या संरक्षणविषयक पंधरा करारांमध्ये कोणत्या ना कोणत्या प्रकारे दलाली दिली गेली असून यामध्ये बराक क्षेपणास्त्र खरेदी कराराचाही समावेश असल्याचा आरोप तहलकाने २००१मध्ये स्टिंग ऑपरेशन करून केला.

तहलकाने केला तहलका

याच दरम्यान तहलकाने भाजपचे अध्यक्ष बंगारू लक्ष्मण लाच स्वरूपात नोटांची बंडले घेत असल्याचे चित्रीकरण केले. एका बनावट कंपनीला सरकारी कंत्राटे मिळवून देण्याच्या बदल्यात लक्ष्मण ही लाच घेत होते. तहलकाने ही व्हिडीओ चित्रफीत प्रदर्शित करताच देशभर तुफान माजले. याच प्रक्रियेदरम्यान तहलकाने समता पक्षाच्या अध्यक्षा आणि जॉर्ज फर्नांडिस यांच्या निकटच्या सहकारी जया जेटली यांचीही चित्रफीत केली. हा संपूर्ण गैरव्यवहार उघड होताच लाच घेतल्याचा आरोप नसूनही संरक्षण मंत्री जॉर्ज फर्नांडिस यांनी राजीनामा दिला. बंगारू लक्ष्मण यांनाही राजीनामा देणे भाग पडले. तहलकाचे पत्रकार पाकिस्तानचे एजंट असल्याचा आरोप करत जया जेटली यांनी व्हिडीओ चित्रफितीच्या वैधतेबद्दल शंका उपस्थित केल्या. ही चित्रफीत नंतर ब्रिटनच्या फॉरेन्सिक लॅबमध्ये तपासणीसाठी पाठविण्यात आली. तेथे ती खरी असल्याचे निष्पन्न झाले.

काही कालावधीनंतर फर्नांडिस पुन्हा सत्तेत आले. न्यायमूर्तींच्या अध्यक्षतेखाली चौकशी समिती नियुक्त करण्यात आली. सरकारने आपला रोख हा गैरव्यवहार बाहेर काढणाऱ्या तहलकाविरुद्ध वळविला. तहलकाला आर्थिक पाठबळ देणाऱ्यांना पोलीस, सीमाशुल्क विभाग तसेच प्राप्तिकर खात्याने लक्ष्य बनविले. याचा परिणाम व्हायचा तोच झाला. २००३पर्यंत तहलकामधील पगारी कर्मचाऱ्यांची संख्या एकशे वीसवरून एकवर आली आणि संस्था अक्षरश: नेस्तनाबूत झाली. २००४मध्ये काँग्रेसच्या नेतृत्वाखालील आघाडी सरकार सत्तेवर आल्यानंतर संरक्षण मंत्रालयाच्या अधिकाऱ्यांविरुद्धच्या चौकशीचा फेरआढावा घेण्यात आला आणि या प्रकरणाचा तपास सीबीआयकडे सोपविण्यात आला.

एकेकाळी देशात खळबळ उडवून देणारे तहलकाचे संपादक व प्रतिष्ठित शोधपत्रकार तरुण तेजपाल हे सध्या बलात्काराच्या प्रकरणात आरोपी बनले आहेत. डिसेंबर, २०१३मध्ये तहलकाने गोव्यात आयोजित केलेल्या 'थिंक फेस्ट' कार्यक्रमाच्या वेळी तेजपाल यांनी आपल्या महिला सहकाऱ्याशी लिफ्टमध्ये गैरवर्तन केल्याचा आरोप त्यांच्यावर ठेवण्यात आला आहे. प्रत्यक्ष त्या महिला सहकारी पत्रकारानेच हे आरोप केल्याने देशातील प्रसारमाध्यमांना हादराच बसला. सध्या या प्रकरणी तेजपाल यांच्यावर गोवा पोलिसांनी खटला दाखल केला असून त्यांची या प्रकरणी चौकशी सुरू आहे. याचा निकाल भविष्यात काय लागेल तो लागेल, पण यामुळे तहलका आणि तरुण तेजपाल यांची विश्वासार्हता मात्र धुळीला मिळाली आहे, हे मात्र नक्की.

मधू कोडा यांचा आर्थिक गैरव्यवहार

झारखंडचे माजी मुख्यमंत्री मधू कोडा यांच्यावर ४००० कोटी रुपयांची गुंतवणूक केल्याचा आरोप करण्यात आला. १० ऑक्टोबर, २००९ रोजी झालेल्या या आरोपाने झारखंडमध्ये जणू भूकंपच झाला. ४००० कोटी म्हणजे थोडीथोडकी रक्कम नव्हती, झारखंडच्या वार्षिक अंदाजपत्रकाचा पाचवा हिस्सा असलेली रक्कम कोडा यांनी गुंतविल्याचे स्पष्ट झाले होते. त्यांच्या या संपत्तीवर अंमलबजावणी संचालनालयाने (ईडी) देशभर छापे टाकले. कोडा यांच्या संपत्तीमध्ये मुंबईमध्ये तीन कंपन्या, हॉटेल्स, कोलकता येथे जमीन, थायलंडमध्ये हॉटेल, लिबियात कोळशाची खाण असल्याचे बोलले जात होते. कोडा यांच्या निकटच्या सहकाऱ्यांपैकी एक विनोद सिन्हा हे सध्या कारागृहात आहेत, तर दुसरे संजय चौधरी दुबईला पळून गेले. सध्या मधू कोडादेखील होटवार येथील निरसा मुंडा मध्यवर्ती कारागृहात इतर

सामान्य कैद्यांप्रमाणे दिवस काढत आहेत.

६ जानेवारी, १९७१ रोजी जन्मलेल्या मधू कोडा यांनी १८ सप्टेंबर, २००६ रोजी झारखंडचे पाचवे मुख्यमंत्री म्हणून शपथ घेतली. २३ ऑगस्ट, २००८ला राजीनामा देईपर्यंत ते या पदावर होते. शिबू सोरेन यांच्यानंतर मुख्यमंत्री झालेल्या कोडा यांनी 'ऑल झारखंड स्टुडंस्ट्स युनियन'द्वारे आपल्या राजकीय कारकिर्दीला प्रारंभ केला. २०००मध्ये त्यांनी भाजपच्या तिकिटावर जगन्नाथपूर मतदारसंघातून विधानसभा निवडणुकीत विजय मिळवला. मुख्यमंत्री बाबुलाल मरांडी यांच्या मंत्रीमंडळात ते पंचायतराज मंत्री बनले. २००३मध्ये अर्जुन मुंडा यांच्या मुख्यमंत्रिपदाच्या काळातही त्यांनी आपले खाते कायम टिकविण्यात यश मिळविले.

२००५मधील विधानसभा निवडणुकीत भाजपने कोडा यांना उमेदवारी नाकारली. कोडा यांनी पुन्हा जगन्नाथपूर येथून अपक्ष म्हणून निवडणूक लढवत काँग्रेसच्या उमेदवाराचा एक हजार मतांनी पराभव करत विजय मिळवला. राज्यात कोणत्याही पक्षाला बहुमत न मिळाल्याने अपक्षांना प्रचंड महत्त्व आले. याच संधीचा लाभ घेत कोडा यांनी अर्जुन मुंडा यांच्या नेतृत्वाखालील भाजपच्या सरकारला पाठिंबा देण्याचे कबूल करत खाण-खाते पदरात पाडून घेतले. सप्टेंबर, २००६मध्ये कोडा आणि तीन अपक्ष आमदारांनी मुंडा सरकारचा पाठिंबा काढून घेतला. त्यामुळे सरकार अल्पमतात आले. या अस्थिर काळात विरोधी संयुक्त पुरोगामी आघाडीने मुख्यमंत्रीपदाचे उमेदवार म्हणून कोडा यांची एकमताने निवड केली.

टू जी स्पेक्ट्रम गैरव्यवहार

देशाच्या इतिहासातील आजपर्यंतचा सर्वांत मोठा घोटाळा म्हणून या गैरव्यवहाराकडे पाहिले जाते. यामध्ये केंद्र सरकारमधील मंत्री आणि वरिष्ठ अधिकारी गुंतले आहेत. मोबाइल कंपन्यांना कमी किमतीत फ्रिक्वेन्सी परवाने विकल्याचा आरोप या सर्वांवर आहे. या फ्रिक्वेन्सीचा वापर मोबाइल कंपन्या मोबाइल ग्राहकांना टू जी तंत्रज्ञान देण्यासाठी करणार होत्या. थ्री जी वाटपातून केंद्राला जेवढे पैसै मिळाले, त्याची तुलना करून महालेखापालांनी (कॅग) आपला अहवाल केंद्र सरकारला सादर केला. या अहवालात सरकारी तिजोरीचे या गैरव्यवहारामुळे तब्बल १,७६,३७९ कोटी रुपयांचे (३९.१६ अब्ज डॉलर्स) नुकसान झाल्याचा निष्कर्ष काढण्यात आला आहे.

२००८मध्ये टू जीचे परवाने वितरित करण्यात आले. मात्र सर्वोच्च न्यायालयाने सुब्रमण्यम स्वामी यांची तक्रार याचिका दाखल करून घेतल्यानंतर आणि प्राप्तिकर खात्याने नीरा राडिया यांची चौकशी केल्यानंतर हा गैरव्यवहार उघडकीला आला.

राष्ट्रीय लोकशाही आघाडी सरकारमधील दूरसंचार मंत्री आणि ज्येष्ठ पत्रकार अरुण शौरी यांनी या प्रकरणी 'व्हिसल-ब्लोअर' (गैरव्यवहारांना वाचा फोडणारे!)ची भूमिका बजावत काँग्रेसप्रणीत सरकारच्या परवाना वाटपातील अनेक त्रुटी निदर्शनास आणल्या.

पंतप्रधान कार्यालय आणि गृहमंत्रालयाच्या आदेशानंतर २००८मध्ये प्राप्तिकर विभागाने नीरा राडिया यांचे दूरध्वनी टॅप करण्यास सुरुवात केली. नीरा राडिया यांची हेरगिरी प्रकरणी चौकशी सुरू असून त्याला मदत करण्याच्या हेतूने दूरध्वनी टॅप करण्यात आले. तीनशेहून अधिक दिवस राडिया यांचे दूरध्वनीवरील संभाषण टॅप करण्यात आले. यातील काही भाग प्रसारमाध्यमांमध्ये फुटला. या फुटलेल्या संभाषणांमुळे प्रचंड वाद निर्माण झाला आणि वादग्रस्त 'राडिया टेप प्रकरण' म्हणून याची ख्याती झाली. यामध्ये राडिया यांनी राजकीय नेते, पत्रकार आणि उद्योजकांशी केलेल्या संभाषणाचा समावेश होता. एम. करुणानिधींसारखे नेते, बरखा दत्त, प्रभू चावला, वीर संघवी यांच्यासारखे वरिष्ठ पत्रकार, टाटा ग्रुपसारखे उद्योग समूह आदींचा या संभाषणात थेट सहभाग तरी होता किंवा त्यांचे नाव तरी घेतले गेले.

टू जी स्पेक्ट्रमचे परवाने बाजारातील मूल्यांपेक्षा कमी किमतीत विक्रीची व्यवस्था तत्कालीन दूरसंचारमंत्री ए. राजा यांनी केली. या वेळी 'स्वान टेलिकॉम' या अगदी नवख्या कंपनीला १,५३७ कोटी रुपयांना परवाना मिळाला. यानंतर अगदी काही दिवसांतच या कंपनीच्या संचालक मंडळाने कंपनीचा ४५ टक्के हिस्सा 'इटिसॅलेट' या कंपनीला तब्बल ४२०० कोटी (९३२.४ दशलक्ष डॉलर्स) रुपयांना विकला. याचप्रमाणे यापूर्वी टेलिकॉमपेक्षा बांधकाम क्षेत्रात गुंतवणूक केलेल्या 'युनिटेक ग्रुप'ने टू जी परवाना १,६६१ कोटी रुपयांना (३६८.७४ दशलक्ष डॉलर्स) खरेदी केला. त्यानंतर थोड्याच दिवसांत कंपनीच्या संचालक मंडळाने साठ टक्के हिस्सा ६२०० कोटी (१.३८ अब्ज डॉलर्स) रुपयांना 'टेलीनॉर' कंपनीला विकला.

या विक्री व्यवहारातून एक बाब स्पष्ट झाली ती म्हणजे, या कंपन्यांनी बाजारभावानुसार परवाने खरेदी केले. त्याचप्रमाणे स्वान आणि युनिटेक या कंपन्यांनी अगदी अल्प काळात परवाने विकून तुफान नफा कमावला. या कंपन्यांना अल्पावधीत इतका नफा मिळाला यावरूनच त्यांना बाजारमूल्यापेक्षा कमी किमतीत परवाने मिळाल्याचे स्पष्ट झाले. एकूण नऊ कंपन्यांनी परवाने खरेदी केले आणि त्यांनी एकत्रितरित्या माहिती व तंत्रज्ञान मंत्रालयाच्या दूरसंचार विभागाला १०,७७२ कोटी रुपये (२.३९ अब्ज अमेरिकी डॉलर्स) दिले. या व्यवहारातून सरकारला तब्बल १,७६,७०० कोटी रुपये (३९.२३ अब्ज डॉलर्स) मिळाले असते, असा कयास केंद्राच्या महालेखापालांनी (कॅग) व्यक्त केला.

नोव्हेंबर, २०१०च्या सुरुवातीलाच राजा यांना पाठीशी घातल्याचा आरोप अण्णा द्रमुकच्या नेत्या जयललिता यांनी तमिळनाडूचे तत्कालीन मुख्यमंत्री एम. करुणानिधी

यांच्यावर केला होता. भ्रष्टाचाराच्या आरोपांवर त्यांनी राजा यांच्या राजीनाम्याचीही मागणी केली होती. नोव्हेंबरच्या मध्यातच राजा यांनी मंत्रिपदाचा राजीनामा दिला. याच वेळी लेखापाल विनोद राय यांनी युनिटेक, लुप मोबाइल, डाटाकॉम (व्हिडिओकॉन), एस टेल आणि इटिसॅलेट या कंपन्यांना कारणे दाखवा नोटीस बजावली. या कंपन्यांना पंच्याऐंशी परवाने वितरित करण्यात आले होते व जेव्हा परवान्यांचे वितरण झाले, त्या वेळी या कंपन्यांकडे पुरेसे भांडवल नव्हते. त्यामुळे एका अर्थी हा व्यवहार बेकायदेशीर असल्याचे या नोटीसमध्ये नमूद केले होते आणि यावर खुलासा मागितला होता. या कंपन्यांना जबरदस्त दंड ठोठावण्यात आला, मात्र त्यांचे परवाने रद्द केले नसल्याचे वृत्त प्रसारमाध्यमांनी दिले होते.

विरोधकांच्या आरोपानंतर राजा यांच्याकडील दूरसंचार खाते राजीनाम्यानंतर कपिल सिब्बल यांच्याकडे देण्यात आले. मनुष्यबळ विकास खात्याबरोबरच दूरसंचार खाते सांभाळणाऱ्या सिब्बल यांनी या प्रकरणात देशाचे जेवढे नुकसान झाले आहे, असे सांगितले जाते तितके ते न झाल्याचा दावा केला.

८ डिसेंबर, २०१० रोजी सीबीआयने ए. राजा यांच्यासह दूरसंचारखात्यातील चार वरिष्ठ अधिकाऱ्यांच्या घरावर छापे घातले. यामध्ये माजी दूरसंचार सचिव सिद्धार्थ बेहुरा, राजा यांचे खासगी सचिव आर. के. चंडोलिया, दूरसंचार खात्यातील अधिकारी के. श्रीधर तसेच उपसंचालक ए. के. श्रीवास्तव आदींचा समावेश होता.

२ फेब्रुवारी, २०११ला ए. राजा, आर. के. चंडोलिया आणि सिद्धार्थ बेहुरा यांना सीबीआयने अटक केली. विशेष म्हणजे नीरा राडिया यांच्या उघड झालेल्या टेपमध्ये राजा आणि चंडोलिया यांचे नाव होते. पाठोपाठ आठ फेब्रुवारीस सीबीआयने मुंबईतील 'डायनॅमिक्स बलवाज' (डीबी) ग्रुपचे कार्यकारी संचालक शाहिद उस्मान बलवा यांना टू जी स्पेक्ट्रम वाटप गैरव्यवहार प्रकरणी अटक केली. बलवा यांचे राजा यांच्याशी निकटचे संबंध होते. तसेच राजा यांना लाच देण्यामध्ये बलवा यांनी महत्त्वाची भूमिका अदा केल्याचे पुरावे सीबीआयला प्राप्तिकर विभागाकडून मिळाले होते. २९ मार्च, २०११ रोजी दिल्लीमध्ये सीबीआयने शाहिद बलवांचे कनिष्ठ बंधू असिम बलवा आणि राजीव अगरवाल यांना द्रविड मुन्नेत्र कळघमच्या (द्रमुक) कलैग्नार टीव्ही वाहिनीस पैसे दिल्याप्रकरणी अटक केली.

टू जी स्पेक्ट्रम गैरव्यवहारप्रकरणी दिल्लीच्या विशेष न्यायालयात २ एप्रिल, २०११ला सीबीआयने ऐंशी हजार पानांचे पहिले आरोपपत्र दाखल केले. यामध्ये नऊ व्यक्ती आणि तीन कंपन्यांचा समावेश होता. या सर्वांच्या बेकायदेशीर वर्तनाने सरकारी तिजोरीचा तीस हजार नऊशे पंच्याऐंशी कोटी रुपयांचा संभाव्य महसूल बुडाल्याचे या आरोपपत्रात म्हटले आहे.

ज्यांचा आरोपपत्रात संशयीत आरोपी म्हणून उल्लेख आहे, त्या नऊ व्यक्तींची

नावे अशी :

ए. राजा : माजी दूरसंचारमंत्री
सिद्धार्थ बेहुरा : माजी दूरसंचार सचिव
आर.के. चंडोलिया : राजा यांचे खासगी सचिव
शाहिद उस्मान बलवा : स्वान टेलिकॉमचे (आता इटिसॅलेट डीबीचे) माजी संचालक
संजय चंद्रा : युनिटेक लिमिटेड कार्यकारी संचालक
गौतम दोशी : रिलायन्स अनिल धीरुभाई अंबानी ग्रुपचे कार्यकारी संचालक
हरि नायर : रिलायन्स अनिल धीरुभाई अंबानी ग्रुपचे वरिष्ठ उपाध्यक्ष
विनोद गोयंका : स्वान टेलिकॉमचे संचालक आणि डीबी रिआलिटीचे कार्यकारी संचालक
सुरेंद्र पिपारा : रिलायन्स अनिल धीरुभाई अंबानी ग्रुप आणि रिलायन्स टेलिकॉमचे वरिष्ठ उपाध्यक्ष

तीन कंपन्यांची नावे अशी : स्वान टेलिकॉम, युनिटेक वायरलेस, रिलायन्स टेलिकॉम

या पहिल्या आरोपपत्रात नीरा राडिया आणि अन्य एकशे चोवीस जणांची साक्षीदार म्हणून नोंद करण्यात आली आहे.

आदर्श गृहनिर्माण संस्थेतील गैरव्यवहार

आदर्श गृहनिर्माण संस्था ही मुंबईतील एक सहकारी संस्था आहे. कारगील युद्धातील ज्येष्ठांना तसेच युद्धात शहीद झालेल्यांच्या विधवा वीरपत्नींसाठी ही गृहनिर्माण संस्था होती. मात्र आदर्श सोसायटीचे बांधकाम करताना अनेक टप्प्यांवर नियम तसेच कायद्यांचे उल्लंघन करण्यात आले. प्रसारमाध्यमांनी हे वृत्त प्रसिद्ध करून हा गैरव्यवहार चव्हाट्यावर आणला. या अपार्टमेंटमधील फ्लॅट ज्या पद्धतीने कारगील युद्धाचा दुरन्वयानेही संबंध नसलेल्या राजकीय व्यक्ती, सनदी अधिकारी आणि लष्करी अधिकाऱ्यांना मंजूर करण्यात आले, त्यावरून प्रचंड गहजब झाला. आदर्श सोसायटीच्या बांधकामासाठी ज्या पद्धतीने परवानगी देण्यात आली, त्याबाबत अनेक प्रश्न उपस्थित करण्यात आले.

नौदलाच्या दृष्टीने अतिशय संवेदनशील असलेल्या जागेवर आदर्श सोसायटीची गगनचुंबी इमारत उभारण्यात आली. मुंबईतील आलिशान समजल्या जाणाऱ्या कुलाबा परिसरात असलेल्या या इमारतीच्या जवळच संरक्षण दलाची अनेक महत्त्वाची कार्यालये आहेत. सोसायटीने केंद्रीय पर्यावरण मंत्रालयाच्या नियमांचेही उल्लंघन केल्याचे आरोप झाले आहेत. सामाजिक कार्यकर्त्या मेधा पाटकर आणि अन्य काहींनी गेल्या अनेक दिवसांपासून हा गैरव्यवहार चव्हाट्यावर आणण्याचा प्रयत्न केला होता. या गैरव्यवहाराच्या रूपाने राजकारणी, सनदी अधिकारी आणि बांधकाम व्यावसायिकांमधील साटेलोटे चव्हाट्यावर आले. अर्थात हा गैरव्यवहार म्हणजे हिमनगाचे केवळ एक टोक आहे. या गैरव्यवहारामुळे महाराष्ट्राचे तत्कालीन मुख्यमंत्री अशोक चव्हाण यांना राजीनामा देणे भाग पडले.

या प्रकरणी आता लष्कर तसेच सरकारकडून अनेक पातळ्यांवर चौकशी सुरू झाली आहे. ज्यांना सोसायटीत फ्लॅट मिळाले आहेत, त्यांपैकी अनेकांनी आता घरे सोडायची तयारी दर्शविली आहे. तसेच सोसायटीस कायदे मोडण्यासाठी मदत केल्यामुळे फ्लॅट मिळाल्याचा आरोपही अनेकांनी नाकारला आहे. तसेच फ्लॅट मिळविण्यासाठी प्रभाव टाकल्याचा ही अनेकांनी इन्कार केला आहे. सनदी अधिकारी प्रदीप व्यास यांनी या प्रकरणी लोकसभेलासुद्धा चुकीची माहिती दिल्याचे प्रसारमाध्यमांनी उघड केले आहे.

आदर्श सोसायटीची इमारत पूर्णपणे पाडून टाकावी आणि 'जैसे थे' स्थिती आणावी, असा आदेश केंद्रीय पर्यावरण आणि वन मंत्रालयाने १६ जानेवारी, २०११ रोजी काढला आहे.

लोकपाल बिल

२ भ्रष्टाचारविरुद्ध तकलादू धोरण

"सत्ता मिळविण्यात मला रस नाही. पण जनतेचे, जनतेकरवी सत्तेवर नियंत्रण असावे, असे मला नेहमीच वाटते."

– जयप्रकाश नारायण

स्वातंत्र्यानंतरच्या प्रत्येक दशकांत नवा भ्रष्टाचार पाहण्याची वेळ देशावर आली आहे. ४०च्या दशकात लष्करासाठी जीप खरेदी प्रकरणात घोटाळा करण्यात आला होता. ५०मध्ये स्टॉक मार्केटमध्ये घोटाळा झाला होता. तेव्हापासून हा प्रवास सुरूच आहे. घोटाळा उघड झाला की, चौकशी समिती नेमायची, त्या चौकशी समितीच्या निष्कर्षांकडे, अहवालाकडे साफ दुर्लक्ष करायचे, असा परिपाठच शासनकर्त्यांनी घालून दिला आहे.

एकूण परिस्थितीचा विचार केल्यास भ्रष्टाचाराचा मुकाबला करण्यासाठी सरकारच नव्हे, तर सर्वच राजकीय पक्ष फारसे कठोर होत नसल्याचे वारंवार स्पष्ट झाले आहे. त्यासाठीच अण्णा हजारे यांना लोकपालसाठी लढा द्यावा लागला. देशातील वाढत्या भ्रष्टाचाराने आणि त्यामुळेच झालेल्या जीवघेण्या महागाईमुळे सामान्य नागरिकांचे जगणे मुश्कील बनले आहे. मात्र प्रशासनव्यवस्था भ्रष्टाचार दूर करण्यासाठी अतिशय धिम्यागतीने पावले टाकत आहे. भ्रष्टाचार थोपविण्यासाठी देशात सध्या कोणती व्यवस्था आहे आणि कोणते कायदे प्रस्तावित आहेत, याचा केलेला हा ऊहापोह!

स्वातंत्र्यानंतरच्या प्रत्येक दशकांत नवा भ्रष्टाचार पाहण्याची वेळ देशावर आली. ४०च्या दशकात लष्करासाठी जीप खरेदी प्रकरणात घोटाळा करण्यात आला. पन्नासमध्ये स्टॉक मार्केटमध्ये घोटाळा झाला. या वेळी उद्योगपती हरिदास मुंदडा यांच्या खोट्या कंपन्यांमध्ये जीवन विमा महामंडळाचे पैसे गुंतविण्यात आले. ६०च्या दशकात प्रतापसिंग कैरान यांचा घोटाळा उघडकीला आला. १९७०मध्ये तेल व्यवहार गैरव्यवहारात हाँगकाँगच्या बोगस कंपनीने सरकारी तेल कंपन्यांची फसवणूक केली. ८०च्या दशकांत महाराष्ट्राचे तत्कालीन मुख्यमंत्री ए. आर. अंतुले यांनी सिमेंट कोट्यातून केलेला घोटाळा गाजला. यातून त्यांना राजीनामाही द्यावा लागला. ९०चे दशक बोफोर्स तोफा आणि बिहारमधील पशुखाद्य घोटाळ्याने गाजले. यामध्ये अनुक्रमे तत्कालीन पंतप्रधान राजीव गांधी व बिहारचे मुख्यमंत्री लालू प्रसाद यादव यांच्यावरच आरोप झाले. त्या वेळी भ्रष्टाचाराला पर्यायी शब्द म्हणून लोक 'बोफोर्स'चे नाव घेत असत. इतकी या गैरव्यवहाराची घराघरांत चर्चा झाली. नंतरच्या दशकांत या सर्व भ्रष्टाचाराच्या प्रकरणांना मागे टाकणारे घोटाळे उघड झाले. यूटीआयमधील केतन पारीख घोटाळा, पेट्रोल पंप वाटप घोटाळ्यापासून ते राष्ट्रकुल स्पर्धा, टू जी स्पेक्ट्रम वाटप ते आदर्श गैरव्यवहारांचा यात समावेश होतो.

देशातील पहिल्याच जीप खरेदी घोटाळ्याने अशा प्रकरणांना कशा प्रकारे सामोरे जायचे याचा जणू परिपाठच पुढील शासनकर्त्यांना घालून दिला. त्याच्या पावलांवर पाऊल ठेवत पुढील सरकारांनी आपले कामकाज केले असे म्हटले तर वावगे ठरणार नाही. घोटाळा उघड झाला की, चौकशी समिती नेमायची, त्या समितीच्या निष्कर्षांकडे, अहवालाकडे साफ दुर्लक्ष करायचे. हे सारे सुरू असताना सरकारसह साऱ्यांचे दैनंदिन व्यवहार सुरूच असतात. २००३मध्ये ज्येष्ठ पत्रकार शंकर अय्यर यांनी बोफोर्स घोटाळ्यापर्यंतच्या राजकीय घोटाळ्यांचा अभ्यास केला होता. त्यांच्या संशोधनातील निष्कर्ष धक्कादायक आहेत. देशात २५ वर्षांच्या राजकीय घोटळ्यांत मिळून तब्बल २५ हजार कोटी रुपयांचा भ्रष्टाचार झाला. हा सारा पैसा जनतेचा होता. आणि या साऱ्या घोटाळ्यात केवळ दोनच प्रकरणांत शिक्षा सुनावली गेली.

अर्थात त्यानंतर अनेक घोटाळ्यांत सर्वोच्च न्यायालयानेच लक्ष घातल्याने अनेक प्रकरणे निकाली निघाली. पशुखाद्य गैरव्यवहारात बिहारचे दोन माजी मुख्यमंत्री

लालूप्रसाद यादव व जगन्नाथ मिश्रा दोषी ठरले असून त्यांना शिक्षा झाली आहे. पण येथे एक बाब लक्षात घ्यावी लागेल, ती म्हणजे या प्रकरणांत तसेच टू जी स्पेक्ट्रम घोटाळा, कोल गेट घोटाळा आदी प्रकरणांची चौकशी थेट सर्वोच्च न्यायालयाच्या देखरेखी खाली झाली आहे.

भ्रष्टाचाराला आळा घालण्यासाठी सरकारने अनेक कायदे केले त्यात वेळोवेळी अनेक दुरुस्त्या केल्या. मात्र भ्रष्टाचाराच्या राक्षसाचे आक्राळ-विक्राळ रूप दिवसेंदिवस वाढतच गेले. भ्रष्टाचाराला आळा घालण्यासाठी सरकारने १९४९मध्ये गोपालस्वामी अय्यंगार यांच्या नेतृत्वाखाली समिती नेमली. ही देशातील पहिली समिती, १९५१मध्ये ए. डी. गोरवाला यांच्या नेतृत्वाखाली दुसरी समिती नेमण्यात आली होती.

भ्रष्टाचाराचा मुकाबला करण्यासाठी १९६२मध्ये सरकारने के. संथानम यांच्या नेतृत्वाखाली समिती नेमली. या समितीने मूलभूत काम केले तसेच शिफारसी केल्या. त्यानुसार १९६४मध्ये केंद्रीय दक्षता आयोगाची स्थापना करण्यात आली. त्याचबरोबर मंत्र्यांसाठी आचारसंहिता देखील निश्चित करण्यात आली. १९६३मध्ये दिल्ली पोलीस कायद्याअन्वये केंद्रीय गुन्हे अन्वेषण विभागाची (सीबीआय) स्थापना करण्यात आली. मात्र त्यामुळे भ्रष्टाचाराला आळा बसला, असे कधी दिसलेच नाही.

भ्रष्टाचाराला वेसण घालणारी पाच महत्त्वाची विधेयके अजूनही संसदेत मंजुरीसाठी प्रलंबित आहेत. प्रलंबित विधेयकांपैकी चार विधेयके लोकसभेत, तर एक विधेयक राज्यसभेत रखडले आहे. ही विधेयके मंजूर झालीतर भ्रष्टाचाराला मोठा आळा बसणार आहे. सध्याचा जनमानसाचा कौल लक्षात घेता, ही विधेयके संमत होणे आवश्यक आहे. या विधेयकांचा थोडक्यात तपशील पाहिला तर आपणांस या विधेयकांचे महत्त्व लक्षात येईल.

संसदेत सध्या प्रलंबित असलेली भ्रष्टाचारविरोधी विधेयके

भ्रष्टाचार प्रतिबंधक (दुरुस्ती विधेयक), २०१३ :

ऑगस्ट, २०१३मध्ये हे विधेयक राज्यसभेत सादर करण्यात आले आहे. जर हे विधेयक मंजूर झालेतर भ्रष्टाचाराविरुद्धचा कायदा संयुक्त राष्टसंघाच्या भ्रष्टाचाराविरोधातील मसुद्याप्रमाणे अतिशय सक्षम होईल. भ्रष्टाचाराला आळा घालण्यासाठी संयुक्त राष्ट्रांनी तयार केलेल्या या मसुद्यावर भारतानेही स्वाक्षरी केली आहे. सध्या हे विधेयक संसदेच्या स्थायी समितीपुढे विचाराधीन आहे. यामुळे लाच घेण्याच्या गुन्ह्याच्या व्याख्येत सध्या असलेल्या अनेक पळवाटा तसेच

कमकुवत बाबी दूर होणार आहेत. सध्याच्या प्रस्ताविक दुरुस्तीसह हे विधेयक संमत झाल्यास लाच देणाऱ्यालासुद्धा शिक्षा होऊ शकेल. त्याचप्रमाणे याचिकेनंतर तीन महिन्यांत दोषी व्यक्तींना शिक्षा करणे बंधनकारक राहणार आहे.

परकी सार्वजनिक अधिकारी तसेच सार्वजनिक आंतरराष्ट्रीय संस्थांतील लाच बंदी विधेयक, २०११ :

परदेशातील संस्थांच्या कामाकाजातील भ्रष्टाचारावर नियंत्रण आणणारे हे अतिशय महत्त्वाचे विधेयक असून मार्च, २०११मध्ये ते लोकसभेत मांडण्यात आले आहे. संयुक्त राष्ट्रांनी २००५मध्ये भ्रष्टाचाराविरुद्ध तयार केलेल्या मसुद्याचाच हा एक भाग आहे. यावर भारताने सही केल्याने हे विधेयक मंजूर करणे गरजेचे आहे. देशात तसेच देशाबाहेर व्यापार करणाऱ्या परदेशी संस्था, अधिकारी यांच्यातील भ्रष्टाचाराला, लाचखोरीला आळा घालण्याच्या हेतूने हे विधेयक तयार करण्यात आले आहे. समजा हे विधेयक मंजूर झाले, तर सरकारला लाच घेणाऱ्या तसेच लाच देणाऱ्या परदेशी अधिकाऱ्याची संपत्ती जप्त करण्याची मुभा मिळेल. या प्रस्तावित विधेयकामध्ये अशा दोषी अधिकाऱ्यांच्या प्रत्यार्पणाचीदेखील तरतूद करण्यात आलेली आहे.

नागरिकांना निर्धारित वेळेत सेवा पुरविण्याचा अधिकार मिळवून देणारे विधेयक, २०११ :

नागरिकांना त्यांच्या हक्काच्या सोयी-सुविधा निर्धारित वेळेत मिळण्याच्या हेतूने हे विधेयक तयार करण्यात आले आहे. डिसेंबर, २०११मध्ये लोकसभेत हे विधेयक मांडण्यात आले आहे. त्यानुसार हा कायदा संमत झाल्यानंतर सहा महिन्यांच्या कालावधीत राज्य सरकारांना नागरिकांची सनद प्रसिद्ध करावी लागणार आहे. त्यात नागरिकांना कोणत्या सेवा सरकार पुरवते आणि त्या पुरविण्याचा नेमका कालावधी किती असेल, याची माहिती असणार आहे. यामुळे एखाद्या सरकारी खात्याच्या अपयशाबद्दल तक्रार करण्याचे अधिकार नागरिकांना प्राप्त होणार आहेत. सध्यादेखील ते आहेतच, पण त्यात आणखी सुधारणा करण्यात आल्या आहेत. या विधेयकात स्थायी समितीने काही सुधारणा सुचविल्या असून सरकार त्या स्वीकारण्याची शक्यता आहे.

सरकारी खरेदीबाबतचे (पब्लिक प्रोक्युअरन्मेंट) विधेयक, २०११ :

लोकसभेत सादर झालेले हे विधेयक सध्या संसदेच्या स्थायी समितीपुढे विचाराधीन आहे. सरकारी पातळीवरून होणारी खरेदीपद्धत पूर्णपणे पारदर्शी असावी, असा या विधेयकामागील मूळ हेतू आहे. त्यामुळे खरेदी प्रकियेत बोली लावणाऱ्या

प्रत्येकाला पारदर्शी पद्धतीने सहभागी होता येईल. ५० लाखांपेक्षा अधिक खरेदी निविदा या प्रस्तावित कायद्यात येतील. या प्रस्तावित विधेयकात खरेदी निविदेशी संबंधित प्रकरणात लाच घेतलेल्या सरकारी कर्मचाऱ्याला पाच वर्षे कारावासाची तरतूद करण्यात आलेली आहे.

न्यायिक सुधारणा आणि उत्तरदायित्व विधेयक, २०११ :

न्याय व्यवस्थेतील सुधारणांच्या दृष्टीने बनविलेले हे विधेयक २०१०पासून संसदेत मंजुरीच्या प्रतीक्षेत आहे. हे विधेयक जर संमत झाले, तर सर्वोच्च तसेच उच्च न्यायालयातील न्यायाधीशांना आपल्या तसेच आपल्या कुटुंबाची संपत्ती, मालमत्ता जाहीर करणे बंधनकारक राहणार आहे. त्याचप्रमाणे न्यायाधीशांविरोधातील तक्रारींचे कसे निवारण करावे, हे देखील या विधेयकात नमूद करण्यात आले आहे. त्यानुसार न्यायाधीशांच्या गैरवर्तणुकीबाबत तसेच त्यांच्या अकार्यक्षमतेबाबत जर कोणी तक्रार केली, तर त्याचे निवारण करण्यासाठी न्यायिक समिती तसेच चौकशी समितीची स्थापना करण्यात आली आहे.

तक्रारदाराला अखेर मिळाले संरक्षण

'व्हिसल-ब्लोअर्स संरक्षण विधेयक' संसदेने फेब्रुवारी, २०१४मध्ये शेवटच्या अधिवेशनात अगदी शेवटच्या क्षणी संमत केले. यामुळे भ्रष्टाराविरोधात तक्रार करणाऱ्या व्यक्तीला कायदेशीर संरक्षण प्राप्त झाले आहे. लोकसभेने हे विधेयक सन २०११च्या डिसेंबरमध्ये संमत केले होते, मात्र अनेक वर्षे ते राज्यसभेत विचाराधीन होते. सध्याचा जनमानसाचा कल लक्षात घेता, सरकारने शेवटच्या दिवशी हे विधेयक संमत केले. तक्रारदाराला संरक्षण देण्याचे तसेच त्याला त्रास झाल्यास संबंधितांवर कारवाई करण्याबाबत निश्चित तरतूदी या विधेयकात करण्यात आल्या आहेत. एखाद्या संस्थेत वरिष्ठांविरोधात एखाद्याने तक्रार केल्यास त्याला संरक्षण पुरविण्याची काळजी या विधेयकात घेण्यात आली आहे. तक्रारदाराचे नाव एखाद्याने उघड केल्यास त्यालाही दंड ठोठावण्याची तरतूद या विधेयकात आहे.

भ्रष्टाचाराला रोखण्यासाठी आतापर्यंत सरकारने वेगवेगळ्या पातळ्यांवर चर्चा केली, काही कायदेदेखील केले आहेत. त्याचा ऊहापोह करणे आवश्यक आहे.

'भारतीय दंडविधान कायदा, १८६०' आणि 'भ्रष्टाचार निर्मूलन कायदा १९८८'नुसार सरकारी कर्मचारी, न्यायाधीश, लष्करी सेवेतील लोक, पोलीस

यांच्यावरही आता भ्रष्टाचाराचा खटला चालविला जाऊ शकतो. मात्र सध्याच्या दंडसंहितेनुसार न्यायालयात असा खटला चालविण्यापूर्वी सीबीआय किंवा अन्य तपाससंस्थेला केंद्र सरकार किंवा संबंधित राज्य सरकारची पूर्वपरवानगी घेणे बंधनकारक आहे.

'भ्रष्टाचार निर्मूलन कायद्याच्या (१९८८)' अंतर्गत असलेल्या 'लोकप्रतिनिधी' या व्याख्येत संसदेच्या सदस्यांचादेखील अंतर्भाव होतो, असा महत्त्वपूर्ण निर्णय सर्वोच्च न्यायालयाने दिला आहे.

१९९८मध्ये सर्वोच्च न्यायालयाने संसद सदस्य (खासदार) हे 'लोकसेवक' या व्याख्येत मोडतात. त्यामुळे १९८८च्या भ्रष्टाचारनिर्मूलन कायद्यानुसार त्यांच्यावर कारवाई करता येते, असा निकाल दिला. पी. व्ही. नरसिंह राव यांच्या लाचखोरी प्रकरणी न्यायालयाने हा निर्णय दिला. याबाबत न्यायाधीशांमध्येच दोन वेगवेगळे मतप्रवाह होते. काहींच्या मते खासदारांवर कारवाई करण्याचा अधिकार असणारी संस्था अस्तित्वात नसल्याने त्यांच्यावर कारवाई करता येणार नाही असे होते, तर काही न्यायाधीशांच्या मते कायद्यात आवश्यक त्या सुधारणा करण्यात आल्या आहेत असे होते. त्यामुळे लोकसभेचे सभापती आणि राज्यसभेचे अध्यक्ष कारवाईला आवश्यक ती परवानगी देऊ शकतात.

लोकपालची कल्पना

प्रशासनातील भ्रष्टाचार निपटून काढण्याच्या हेतूने लोकपाल या संस्थेची निर्मिती करावी, अशी कल्पना सर्वप्रथम १९६३मध्ये कायदा मंत्रालयाच्या मागण्यांवर चर्चा सुरू असताना मांडण्यात आली. केंद्रात व राज्यात अशी स्वतंत्र संस्था निर्माण करण्याची शिफारस सर्वप्रथम १९६६मध्ये पहिल्या प्रशासकीय सुधारणा आयोगाने केली. खासदारांसह सार्वजनिक क्षेत्रातील सर्वांविरुद्धच्या तक्रारींची चौकशी हे करतील, असे यात म्हटले होते.

१९६८मध्ये सर्वप्रथम लोकसभेत लोकपाल विधेयक मांडण्यात आले. मात्र लोकसभाच विसर्जित झाल्याने ते मोडीत निघाले. त्यानंतर सात वेळा ते संसदेत सादर करण्यात आले. २००१मध्ये ते शेवटचे संसदेत मांडण्यात आले, १९८५मध्ये हे विधेयक मागे घेण्यात आले. दरवेळी हे विधेयक लोकसभा विसर्जित झाल्याने रद्द झाले. राज्यांचा विचार केल्यास आतापर्यंत अठरा राज्यांनी लोकायुक्त कायद्यान्वये लोकायुक्तांची निर्मिती केली आहे. या अठरा राज्यांत लोकायुक्त कार्यरत आहेत.

घटनेनुसार लोकपाल व लोकायुक्त यांची नेमणूक करावी, मात्र त्यांच्या अधिकारक्षेत्रातून किंवा कक्षेतून पंतप्रधानांना वगळावे अशी शिफारस २००२मध्ये घटनेच्या कामकाजाचा

आढावा घेण्यासाठी नियुक्त केलेल्या राष्ट्रीय आयोगाने आपल्या अहवालात केली होती. सत्तारूढ संयुक्त पुरोगामी आघाडी (यूपीए) सरकारने आपल्या किमान समान कार्यक्रमात लोकपाल नियुक्त करण्याचे ठोस आश्वासन २००४मध्ये दिले. २००५मध्ये दुसऱ्या प्रशासकीय सुधारणा आयोगाची स्थापना करण्यात आली. या आयोगानेही लोकपालांची तातडीने नियुक्ती करावी, अशी शिफारस केली. जानेवारी, २०११मध्ये तत्कालीन केंद्रीय अर्थमंत्री प्रणव मुखर्जी यांच्या नेतृत्वाखाली सरकारने एका मंत्रिगटाची स्थापना केली. भ्रष्टाचाराशी मुकाबला करण्यासाठी काय उपाययोजना करता येईल, याबाबत शिफारशी देण्यास या गटाला सांगण्यात आले. त्याचप्रमाणे प्रस्तावित लोकपाल विधेयकाचा आढावा घेण्याची जबाबदारीही या गटावर टाकण्यात आली.

लोकपाल या संस्थेच्या तसेच कार्यालयाच्या नियुक्तीबाबत वेगवेगळ्या आयोगांनी आतापर्यंत अनेक शिफारशी केल्या होत्या. त्यामध्ये लोकपालांची नियुक्ती, त्यांच्या चौकशीचे अधिकार काय असावेत, त्यांची कार्यपद्धती कशी असावी, या संदर्भात ऊहापोह करण्यात आला आहे. आतापर्यंत लोकपाल कायद्याबाबत काय विचारमंथन झाले, त्याचा थोडक्यात गोषवारा :

पहिला प्रशासकीय सुधारणा आयोग (१९६६)

१. सरकारी प्रशासनातील चुकीची भरपाई मागण्याचा प्रत्येक नागरिकाला हक्क आहे. एक तर तो न्यायालयात दाद मागू शकतो किंवा त्यांच्या मतदारसंघातील खासदाराला विनंती करू शकतो. मात्र या उपाययोजना पुरेशा नाहीत. कारण यातून या नागरिकांच्या समस्येवर तोडगा निघण्याची शक्यता फार कमी आहे. त्यामुळे प्रशासनाविरुद्धच्या नागरिकांच्या तक्रारींची तड लावण्यासाठी अधिक सक्षम व सोपी कार्यप्रणाली तसेच यंत्रणा अस्तित्वात आणण्याची गरज आहे.

२. नागरिकांच्या तक्रारी स्वीकारण्यासाठी तसेच त्यांच्या चौकशीसाठी सरकारच्या प्रत्येक खात्यात योग्य ती यंत्रणा कार्यरत असावी. या तक्रारींची दखल घेत प्रशासनात आवश्यक त्या उपाययोजनाही या यंत्रणेने करायला हव्यात. या तक्रारींची तड लावण्यासाठी दोन स्वतंत्र, सक्षम संस्थांची निर्मिती करायला हवी –

- लोकपाल : जो केंद्रातील तसेच राज्यातील मंत्री किंवा सचिवांच्या प्रशासकीय निर्णयांविरुद्धच्या तक्रारींची दखल घेईल.
- लोकायुक्त : केंद्रात तसेच प्रत्येक राज्यात लोकायुक्तांची नेमणूक करावी. अन्य अधिकाऱ्यांविरुद्धच्या तक्रारींची दखल तो घेईल.

३. प्रशासकीय व्यवस्था, न्यायव्यवस्था आणि विधिमंडळ किंवा कायदेमंडळ यांच्यापेक्षा ही संस्था स्वतंत्र असेल. पंतप्रधानांच्या सल्ल्यानुसार राष्ट्रपती लोकपालांची नियुक्ती करतील. यासंदर्भात तत्पूर्वी पंतप्रधान, विरोधी पक्षनेते आणि सर्वोच्च न्यायालयाच्या न्यायमूर्तींशी सल्ला-मसलत करतील. लोकपालांचा दर्जा हा भारताच्या सर्वोच्च न्यायालयाच्या सरन्यायाधीशांप्रमाणेच असेल आणि त्यांना त्या पदावरून केवळ महाभियोगाद्वारेच काढता येईल. लोकायुक्तांनाही लोकपालांप्रमाणेच अधिकार असतील आणि त्यांचा दर्जा उच्च न्यायालयाच्या मुख्य न्यायमूर्तीप्रमाणे असेल. त्यांची नियुक्ती शक्यतो अराजकीयच असेल.

४. नागरिकांच्या तक्रारीनंतर किंवा प्रसंगी स्वत:हून लोकपाल कार्यवाही करतील. भ्रष्टाचार, अन्याय, पक्षपातीपणा अशा प्रशासनातील चुकीच्या वृत्तींच्या तक्रारींची ते चौकशी करतील. या चौकशी व कामकाजाचे स्वरूप हे खासगी व अनौपचारिक असेल.

५. तक्रार दाखल झाल्यानंतर ती चौकशी करण्यालायक आहे की नाही, याचा निर्णय लोकपाल घेतील आणि त्यानंतर संबंधित विभागाची त्यावरील मते मागविली जातील. चौकशीत काही आक्षेपार्ह आढळल्यास किंवा अन्याय झाल्याचे स्पष्ट झाल्यास संबंधित विभागाला कारवाई करण्याबाबत ते सूचना करतील. संबंधित खात्याने जर काहीच कारवाई केली नाहीतर लोकपाल आपला अहवाल तयार करून तो पंतप्रधान किंवा मुख्यमंत्र्यांना सादर करतील. हा अहवाल त्यांच्याकडे दोन महिन्यांत परत येणे बंधनकारक असेल. यावरील कार्यवाही जर त्यांना अमान्य असेल तर लोकपाल संसद किंवा विधिमंडळाच्या निदर्शनास ही बाब आणतील. संबंधित सरकारी अधिकाऱ्याविरुद्ध जर फौजदारी गुन्हे किंवा आरोप असतील, तर ही बाब लोकपाल पंतप्रधान किंवा मुख्यमंत्र्यांच्या निदर्शनास आणतील. त्यानुसार ते कायदेशीर कारवाईसाठी कार्यरत करून ही बाब लोकपालांना कळवतील.

राज्यघटना कामकाज आढावा घेण्यासाठी राष्ट्रीय आयोग (२००२)

१. राज्यघटनेनुसार लोकपालांची नियुक्ती करावी. मात्र लोकपालाच्या कक्षेतून पंतप्रधानांना वगळण्यात यावे.

२. घटनेनुसार राज्यांना लोकायुक्तांची नेमणूक करणे बंधनकारक करावे.

३. संसदेतील खासदाराने मतदानासाठी किंवा मतदान न करण्यासाठी जर आर्थिक किंवा इतर पद्धतीने लाभ घेतल्यास खासदारांवर कारवाई करता यावी यासाठी घटनादुरुस्ती करण्यात यावी.

४. राष्ट्रपतींनी नियुक्त केलेल्या समितीच्या पूर्वपरवानगीनंतर खासदारांविरुद्ध तपाससंस्थेला चौकशी करता येईल. लोकसभेचे सभापती व राज्यसभेचे अध्यक्ष यांच्याशी सल्ला-मसलत केल्यानंतर राष्टपती या समितीमध्ये पाच खासदारांची नियुक्ती करतील.

दुसरा प्रशासकीय सुधारणा आयोग (२००७)

लोकपाल

१. देशासाठी लोकपाल नेमता यावा, यासाठी घटनादुरुस्ती करण्यात यावी. राष्ट्रीय लोकायुक्तांचे कार्य व कक्षा याबाबत घटनेत स्पष्ट तरतूद असावी. मात्र त्याची रचना, नियुक्ती कशा प्रकारे करावी, हे संसद कायदा करून ठरवू शकेल.

२. राष्ट्रीय लोकायुक्तांच्या कक्षेत पंतप्रधान वगळता अन्य केंद्रीय मंत्री, मुख्यमंत्री आणि संसद सदस्यांचा अंतर्भाव असेल. चौकशीत एखादा सरकारी नोकर किंवा सनदी सेवेतील कर्मचारी गैरव्यवहारात सहभागी झाल्याचे आढळल्यास त्याची सखोल चौकशी करता येईल.

३. राष्ट्रीय लोकायुक्तांच्या कक्षेतून पंतप्रधानांना बाहेर ठेवण्यात येईल.

४. राष्ट्रीय लोकायुक्त या संस्थेचे अध्यक्ष हे सर्वोच्च न्यायालयाचे सध्याचे किंवा माजी सरन्यायाधीश असतील. ज्येष्ठ विधीज्ञ इतर सदस्य असतील. तर केंद्रीय दक्षता आयुक्त कायम किंवा पदसिद्ध सदस्य असतील.

५. उपराष्ट्रपती, पंतप्रधान, विरोधी पक्षनेते, लोकसभा सभापती आणि सर्वोच्च न्यायालयाचे सरन्यायाधीश यांची समिती राष्ट्रीय लोकायुक्त व अन्य सदस्यांची नियुक्ती करेल. राष्ट्रीय लोकायुक्त किंवा या संस्थेच्या अन्य सदस्यांची मुदत तीन वर्षांची असेल. या पदावर त्यांना एकदाच काम करता येईल. तसेच निवृत्तीनंतर त्यांना कोणतेही सार्वजनिक किंवा सरकारी सेवेतील पद भूषविता येणार नाही. केवळ एकाच पदाचा याला अपवाद असेल. तो म्हणजे त्यांना सर्वोच्च न्यायालयाचे सरन्यायाधीश होता येईल.

लोकायुक्त

१. लोकायुक्तांची नियुक्ती करणे; राज्यांना घटनेनुसार बंधनकारक करावे. तसेच या संस्थेची रचना, अधिकार व कार्यपद्धती याबाबत मूलभूत तत्त्वे आणि अटींचे पालन करणेही राज्यांना बंधनकारक करावे.

२. लोकायुक्त ही संस्था बहुसदस्यीय असावी. अध्यक्षपदी न्यायाधीश असावेत, तर

ज्येष्ठ विधीज्ञ किंवा ज्येष्ठ सनदी अधिकारी सदस्य असावेत. राज्याचे दक्षता आयुक्त पदसिद्ध सदस्य असावेत.

३. मुख्यमंत्री, उच्च न्यायालयाचे मुख्य न्यायाधीश, विधानसभेतील विरोधी पक्षनेते यांची समिती या संस्थेच्या अध्यक्षांची व अन्य सदस्यांची निवड करेल. उपलोकायुक्तांची नेमणूक करण्याची आवश्यकता नाही.

४. लोकायुक्त संस्थेचे अध्यक्ष व अन्य सदस्यांची नियुक्ती केवळ एकदाच करावी. येथून निवृत्त झाल्यावर त्यांना कोणत्याही सरकारी सेवेत काम करता येणार नाही.

५. चौकशी करण्यासाठी लोकायुक्तांची स्वतंत्र यंत्रणा असेल. सुरुवातीच्या टप्प्यात राज्य सरकारच्या सेवेतील अधिकारी तात्पुरते सेवेत घेण्यात यावेत. नंतर साधारण पाच वर्षांच्या काळात स्वतःचा वेगळा कर्मचारिवर्ग भरती करण्यासाठी पावले उचलावीत. त्यांना योग्य पद्धतीने प्रशिक्षण देण्यात यावे.

६. भ्रष्टाचाराची सर्व प्रकरणे राष्ट्रीय लोकायुक्त किंवा राज्य लोकायुक्तांकडे सोपविण्यात यावीत. तपासासाठी ती अन्य कोणत्याही चौकशी आयोगाकडे पाठवू नयेत.

७. भ्रष्टाचाराच्या प्रकरणातच लोकायुक्तांची कार्यदक्षता वाढविण्यात यावी. नागरिकांच्या इतर तक्रारींमध्ये ते लक्ष घालणार नाहीत. मंत्री तसेच आमदारांविरुद्धची भ्रष्टाचाराची प्रकरणे लोकायुक्त हाताळतील.

८. राज्य सरकारी अधिकाऱ्यांविरुद्धच्या भ्रष्टाचाराच्या प्रकरणांचा तपास व चौकशी करण्यासाठी प्रत्येक राज्याने राज्य दक्षता आयोगाची स्थापना करावी. राज्य दक्षता आयोगामध्ये तीन सदस्य असतील आणि त्यांची कार्यपद्धती केंद्रीय दक्षता आयोगाप्रमाणेच असेल. लाचलुचपतविरोधी पथकसुद्धा राज्य दक्षता आयोगाच्या नियंत्रणाखाली आणावे.

स्थानिक पातळीवरही लोकायुक्त

१. स्थानिक स्वराज्य संस्थेतील भ्रष्टाचारांच्या प्रकरणांची चौकशी करण्यासाठी जिल्ह्यांचा गट तयार करून त्यांच्यासाठी स्थानिक स्वराज्य संस्थांचा लोकायुक्त नेमावा. यासाठी राज्याने 'पंचायत राज कायदा' आणि नागरी स्थानिक स्वराज्य संस्था कायद्यात दुरुस्ती करावी.

२. स्थानिक स्वराज्य संस्थांसाठीच्या लोकायुक्ताला स्थानिक संस्थेतील पदाधिकारी व अधिकारी, कर्मचारी आदींविरुद्धच्या भ्रष्टाचाराच्या तक्रारींची चौकशी करण्याचे अधिकार द्यावेत. या लोकायुक्तांनी आपला चौकशी अहवाल संबंधित वरिष्ठांकडे सादर करावा. वरिष्ठांनी शक्यतो या अहवालातील शिफारशींनुसार कार्यवाही करावी. समजा ते या शिफारशींशी सहमत नसतील, तर त्यांनी आपली कारणे लेखी द्यावीत आणि ती त्यांनी सार्वजनिकरित्या जाहीरही करावीत.

चौकशी व खटला

१. भ्रष्टाचार प्रकरणाच्या खटल्यानंतर लोकायुक्त आणि राज्य दक्षता आयोग देखरेख करेल.

२. या तपाससंस्था विविध प्रकारचे कौशल्य आत्मसात करतील, जेणेकरून त्यांना वेगवेगळ्या विभागांशी तपासाबाबत काम करताना अडचणी येणार नाहीत. त्याचप्रमाणे तपासासाठी अत्याधुनिक तंत्रज्ञानाचा वापर वाढवण्यात येईल. यामध्ये इलेक्ट्रॉनिक पद्धतीने हेरगिरी, व्हिडीओ व ऑडिओ रेकॉर्डिंगचा वापर अचानक तपास करण्यासाठी तसेच छापे टाकण्यासाठी करण्यात येईल.

३. वेगवेगळ्या प्रकरणांच्या तपासासाठी निश्चित कालमर्यादा ठरविण्यात येईल.

४. भ्रष्टाचाराच्या कोणत्या प्रकरणांचा आधी तपास करायचा आणि चौकशी करायची याचा प्राधान्यक्रम निश्चित केला जाईल. भ्रष्टाचाराची मोठी प्रकरणे त्वरेने हातावेगळी केली जातील.

५. राष्ट्रीय लोकायुक्त किंवा लोकायुक्तांशी सल्ला-मसलत करून वकिलांची टीम तयार करावी. ॲटर्नी जनरल किंवा ॲडव्होकेट जनरल ही टीम तयार करतील. भ्रष्टाचाराच्या खटल्यांचे कामकाज हीच वकिलांची टीम पाहील.

६. जेथे अधिक भ्रष्टाचार आहे, अशा विभागांचे भ्रष्टाचारविरोधी संस्थांकडून सर्वेक्षण करण्यात येईल. याद्वारे मिळणाऱ्या माहितीच्या आधारे अधिकाऱ्यांची चौकशी करता येईल.

७. भ्रष्टाचारांच्या प्रकरणांची सखोल चौकशी करण्यासाठी राज्यांचा आर्थिक गुन्हे चौकशीविभाग सक्षम करण्याची गरज आहे. त्याचप्रमाणे या विभागाचा अन्य तपाससंस्थांशी उत्तम प्रकारे समन्वय असायला हवा.

सन २०१०पर्यंत अठरा राज्यांनी लोकायुक्तांची नेमणूक केली. यामध्ये आसाम, आंध्र प्रदेश, बिहार, छत्तीसगड, दिल्ली, गुजरात, झारखंड, हरियाणा, हिमाचल प्रदेश, कर्नाटक, केरळ, मध्य प्रदेश, महाराष्ट्र, ओरिसा, पंजाब, राजस्थान, उत्तराखंड आणि उत्तर प्रदेश ही राज्ये होती.

राजकारणाचे गुन्हेगारीकरण : व्होरा समितीचा अहवाल

भारताचे माजी केंद्रीय गृह सचिव एन. एन. व्होरा यांनी ऑक्टोबर, १९९३मध्ये व्होरा समितीचा अहवाल सादर केला. या आयोगाने राजकारणाच्या गुन्हेगारीकरणाच्या गंभीर समस्येचा अभ्यास केला. गुन्हेगार, राजकारणी आणि नोकरशहा यांच्यातील

साट्यालोट्याचा, संबंधांचा या समितीने ऊहापोह केला. गुन्हेगारीचे हे जाळे जणू एक समांतर सरकारच चालवीत होते. अधिकृत संस्थांनी या अभद्र युतीसंदर्भात केलेल्या अनेक निरीक्षणांचा या अहवालात समावेश होता. अहवालात ज्या गुन्हेगारी टोळ्यांना राजकीय नेते, राजकीय पक्ष आणि सरकारी अधिकारी संरक्षण देतात त्याचीही चर्चा करण्यात आली होती. राजकीय नेते या टोळ्यांचे नेतृत्व करतात, असे यात स्पष्टपणे म्हटले होते. त्यांचा लष्कराशीदेखील संबंध होता. गेली अनेक वर्षे हे गुन्हेगार संसद, विधानसभा तसेच स्थानिक स्वराज्य संस्थांवर निवडून येत आहेत. व्होरा समितीच्या प्रसिद्ध न झालेल्या उपभागात आणखी स्फोटक माहिती असल्याचे मानले जाते. एन. एन. व्होरा यांच्या समितीने काढलेल्या निष्कर्षांद्वारे सखोल चौकशी करण्यासाठी आणि यामध्ये गुंतलेल्यांवर खटले दाखल करण्याच्या हेतूने उच्चस्तरीय समिती नेमावी, अशी शिफारस सर्वोच्च न्यायालयाने १९९७मध्ये केली.

नरेंद्र नाथ उर्फ एन. एन. व्होरा हे नंतर जम्मू आणि काश्मीरचे राज्यपाल झाले. २५ जून, २००८ला त्यांनी एस. के. सिन्हा यांच्याकडून राज्यपालाची सूत्रे स्वीकारली. व्होरा यांच्या रूपाने अठरा वर्षांनंतर प्रथमच जम्मू-काश्मीरच्या राज्यपालपदी मुलकी क्षेत्रातील व्यक्तीची नेमणूक झाली. यांच्यापूर्वी जगनमोहन हे मुलकी क्षेत्रातून आलेले राज्यपाल होते.

व्होरा यांचे शिक्षण पंजाब व ऑक्सफर्ड विद्यापीठातून झाले. १९५९ ते १९९४ या कालावधीत त्यांनी आयएएस अधिकारी म्हणून सेवा बजावली. १९९७-९८मध्ये पंतप्रधान इंद्रकुमार गुजराल यांचे मुख्य सचिव म्हणून त्यांनी काम पाहिले. राष्ट्रीय सुरक्षा सल्लागार समितीचे ते सदस्य होते. अंतर्गत सुरक्षेसाठी नेमलेल्या नॅशनल टास्क फोर्सचे ते प्रमुख होते. तसेच २००१मध्ये त्यांनी भारत-युरोपियन युनियन परिषदेचे अध्यक्षस्थान भूषविले. याच दरम्यानच्या काळात त्यांनी 'इंडिया इंटरनॅशनल सेंटर'चे संचालकपद भूषविले. तसेच आयडीएसएच्या आढावा समितीचे ते अध्यक्ष राहिले. २००७मध्ये पद्मविभूषण सन्मान देऊन त्यांना गौरविण्यात आले.

फेब्रुवारी, २००३पासून राज्यपाल बनेपर्यंत श्री. व्होरा हे केंद्र सरकारचे काश्मीरमधील प्रतिनिधी म्हणून संवाद साधण्याचे काम करत होते. या काळात जम्मू-काश्मीरच्या सर्वांगीण विकासासाठी व्होरा यांनी निवडून आलेल्या लोकप्रतिनिधींप्रमाणेच विभाजनवाद्यांशीही व्यापक प्रमाणावर संवाद साधत चर्चा केली. अमरनाथ देवस्थान समितीच्या जमीन हस्तांतरणाचा वादग्रस्त आदेश मागे घेण्याचा पहिला महत्त्वाचा निर्णय त्यांनी घेतला.

व्होरा समितीच्या अहवालातील काही भाग

१. १५ जुलै, १९९३ रोजी समितीच्या झालेल्या पहिल्याच बैठकीमध्ये मी स्पष्ट केले की, आपल्या तपासयंत्रणा व गुप्तहेरसंस्थांनी दिलेल्या गोपनीय माहितीच्या आधारे केंद्र सरकारने कुविख्यात गुन्हेगार दाऊद इब्राहिमच्या टोळीच्या कारवाया तसेच लागेबांधे तपासण्यासाठी समिती नेमली आहे. मार्च, १९९३मध्ये मुंबईत झालेल्या बॉम्बस्फोटांच्या पार्श्वभूमीवर सरकारने हा निर्णय घेतला आहे.

२. मोठ्या शहरांमध्ये जमिनींचा व्यवहार हा उत्पन्नाचा मुख्य स्रोत बनला आहे. बळाचा वापर करून इमारती, जमिनी ताब्यात घेणे, भाडेकरू किंवा मालकाला दमदाटी करून, धमक्या देऊन घरातून हुसकावून लावत, त्या मालमत्ता कमी दरात खरेदी करणे, अशातून प्रचंड आर्थिक उत्पन्न मिळवले जाते. या पैशाचा वापर राजकारणी तसेच नोकरशाहीतील अधिकाऱ्यांशी संबंध प्रस्थापित करण्यासाठी तसेच वाढविण्यासाठी अनेक वर्षे केला जात आहे. या धनशक्तीतूनच मग दहशत माजविणारी टोळी वाढविली जाते. याचाच वापर राजकीय नेते निवडणुकीत करून घेतात.

३. गुन्हेगारी टोळ्या, पोलीस, नोकरशाही आणि राजकारणी यांच्यातील हितसंबंधांचे जाळे, साटेलोटे देशाच्या विविध भागांत स्पष्टपणे दिसून येते. सध्या अस्तित्वात असणारी न्यायव्यवस्था किंवा गुन्हेगारी प्रतिबंधक कायदे हे वैयक्तिक स्वरूपाच्या गुन्ह्यांना आळा घालण्यासाठी किंवा त्यांना शिक्षा करण्याच्या हेतूने बनविण्यात आले आहेत. माफियांच्या कारवायांना आळा घालण्यास आता ते पुरेसे पडत नाहीत. विशेषत: आर्थिक स्वरूपाच्या गुन्ह्यांबाबत कायद्यातील तरतुदी फारच अपुऱ्या आहेत.

४. सुरुवातीच्या काळात माफियांच्या टोळ्यांना रोखण्यात अपयश आल्याने पुढे त्या टोळ्या मोठ्या झाल्याची अनेक उदाहरणे असल्याचे निरीक्षण सीबीआयच्या संचालकांनी नोंदवले आहे. माफिया डॉन इक्बाल मिर्ची याला सुरुवातीला रोखले नाही. पुढे तो एवढा मोठा माफिया बनला की, आता त्याला रोखणे, त्याच्यावर कारवाई करणे कठीण काम झाले आहे.

५. सीबीआयच्या संचालकांप्रमाणेच डीआयबीनेदेखील अशाच प्रकारे मत नोंदवले आहे. त्यांच्या मतानुसार गुन्हेगारी टोळ्या, अमली पदार्थांचे तस्कर, शस्त्रांचे चोरटे व्यापारी, ड्रग्ज माफिया यांचे साम्राज्य दिवसेंदिवस वाढतच आहे. सनदी अधिकारी, नोकरशहांप्रमाणेच स्थानिक पातळीवरील अधिकाऱ्यांशी, राजकीय व्यक्तींशी, पत्रकारांशी त्यांनी संबंध प्रस्थापित केले आहेत. यातील काही टोळ्यांचे आंतरराष्ट्रीय पातळीवर तसेच परदेशातील गुप्तहेर संस्थांशीही निकटचे संबंध आहेत.

६. अनेक गुन्हेगारी टोळ्यांनी जबरदस्त आर्थिक व मनगटशाहीची ताकद निर्माण केली आहे. या माफिया टोळ्यांनी राजकीय नेते, सरकारी यंत्रणा यांच्याशी निकटचे

संबंध प्रस्थापित केले आहेत. या जोरावर ते टोळ्या चालवत आहेत.

७. या पार्श्वभूमीवर देशातील विविध गुप्तचर किंवा अन्वेषण संस्थांनी आपण कोणत्या विभागाच्या नियंत्रणाखाली येतो, याचा विचार न करता आपल्याकडील माहिती तत्काळ दुसऱ्या विभागाला द्यायला हवी. याद्वारे गुन्हेगारी टोळ्यांच्या कारवायांवर नियंत्रण मिळवणे शक्य होईल.

अनेक शक्तिशाली भारतीयांनी परदेशातील बँकांतील गुप्त खात्यांमध्ये ठेवलेला १.४ ट्रिलियन डॉलर्स इतका प्रचंड पैसा परत देशात आणण्याचा सरकारला आदेश द्यावा, अशी मागणी करणारी जनहित याचिका माजी कायदामंत्री राम जेठमलानी, पंजाबचे माजी पोलीस महासंचालक जे. एफ. रिबेरो यांनी सर्वोच्च न्यायालयात दाखल केली आहे. एन. एन. व्होरा समितीच्या शिफारशींची अंमलबजावणी न केल्याने, राजकारणाचे गुन्हेगारीकरण न रोखल्याने काळ्या पैशांचा मोठा प्रश्न निर्माण झाला आहे, असा युक्तिवाद १९ जानेवारी, २०११ रोजी सर्वोच्च न्यायालयात करण्यात आला. बहुतांश काळा पैसा स्वित्झर्लंड आणि जेथे करसवलत मिळते अशा देशांत ठेवण्यात आला आहे.

जनहित याचिकाकर्त्यांच्या बाजूने युक्तिवाद करताना ज्येष्ठ विधिज्ञ अनिल दिवाण यांनी अशा गुन्हेगारी प्रवृत्तींविरुद्ध सरकारने तातडीने कारवाई न केल्यास देशात अराजकता माजेल, असे मत व्होरा यांनी मांडल्याचे नमूद करून त्याकडे लक्ष वेधले. या विषयाची संवेदनशीलता लक्षात घेता, व्होरा यांना मते व्यक्त करताना स्वत:ला अनेक अडचणी आल्या. अंतिम अहवाल तयार करताना समितीतील सर्व सदस्यांनी ही साशंकता एकत्रितपणे व्यक्त केली आहे.

युक्तिवाद करताना विधिज्ञ दिवाण म्हणाले, 'माफियांची संपत्ती जप्त करण्यासाठी कायदेशीर तरतूद असावी', अशी शिफारसही व्होरा समितीने केली आहे. मात्र पुण्याचा घोडे व्यापारी हसन अलीची मालमत्ता जप्त करण्यासाठी सरकारने काहीही केले नाही. वार्षिक उत्पन्न पंधरा लाख रुपये आहे, असे प्राप्तिकर विभागाला कळविलेल्या हसन अलीची परदेशातील बँक खात्यात आठ अब्ज डॉलर्स इतकी प्रचंड संपत्ती असल्याचे आढळले आहे. आंतरराष्ट्रीय स्तरावरील कुविख्यात शस्त्रास्त्र दलाल अदनान खोशोगी याच्याकडून हसन अली याला पैसे मिळाल्याचे चौकशीत निष्पन्न झाले आहे.

केवळ या समितीच्या शिफारशींमुळेच नोव्हेंबर, २००८च्या मुंबईवरील दहशतवादी हल्ल्यानंतर राष्ट्रीय तपाससंस्थेची (एनआयए) केंद्राने निर्मिती केल्याचे सॉलिसिटर जनरल गोपाल सुब्रमण्यम यांनी स्पष्ट केले आहे.

माहिती अधिकाराचा (आरटीआय) कायदा

ब्रिटिशांच्या अमलाखाली देश असताना (आणि नंतरही!) १८८९पासून गोपनीयतेच्या कायद्यान्वये (ऑफिशिअल सिक्रेट ॲक्ट) माहिती प्रसिद्ध करण्यावर सरकारचे नियंत्रण होते. देशाच्या संरक्षणविषयक, सार्वभौमत्वाशी निगडित तसेच मित्रदेशांशी असलेल्या संबंधांबाबतच्या माहितीला या कायद्यानुसार संरक्षण होते. अवर्गिकृत माहिती देण्यास या कायद्यान्वये बंदी होती. 'प्रशासकीय सेवा कायदा' तसेच 'इंडियन इव्हिडन्स ॲक्ट'मुळे जनतेला माहिती उपलब्ध करून देण्याच्या सरकारी अधिकाऱ्यांच्या अधिकारावर आणखी मर्यादा येत होत्या.

या काळात राष्ट्रीय स्तरावरील कायदा संमत करणे याचे कठीण आव्हान होते. अनेक राज्य सरकारांनी मात्र अशा स्वरूपाचा कायदा केला. त्यांचा अनुभव लक्षात घेता, केंद्रानेही अशा स्वरूपाच्या विधेयकाचा मसुदा बनविण्याची जबाबदारी एच. जी. शौरी यांच्या नेतृत्वाखालील कृतिगटावर सोपवली. शौरी यांच्या गटाने सादर केलेला मसुदा अतिशय कुचकामी होता. या मसुद्याच्या आधारेच माहिती अधिकार विधेयक-२००० हे तयार झाले. याचेच नंतर २००२मध्ये कायद्यात रूपांतर करण्यात आले. या कायद्यात अनेक पळवाटा असल्याने त्यावर चौफेर टीका झाली. यामध्ये दंड किती आकारावा याची कमाल पातळी निश्चित करण्यात आलेली नव्हती. तसेच माहिती न देणाऱ्याला काहीही दंडाची, शिक्षेची तरतूद नव्हती. त्यामुळे हा कायदा प्रभावीरीत्या अमलातच येऊ शकला नाही.

त्यामुळे सशक्त व सक्षम माहितीचा अधिकार अस्तित्वात आणावा यासाठी सरकारवर प्रचंड दबाव वाढू लागला आणि अशा प्रकारे माहितीच्या अधिकाराच्या पहिल्या विधेयकाचा मसुदा संसदेत २२ डिसेंबर, २००४ रोजी मांडण्यात आला. डिसेंबर, २००४ ते १५ जून, २००५ या कालावधीत अतिशय साधक-बाधक चर्चा होऊन या विधेयकात तब्बल शंभरहून अधिक दुरुस्त्या सुचविण्यात आल्या. त्यानंतर हे विधेयक या दुरुस्त्यांसह संमत झाले. अखेर १३ ऑक्टोबर, २००५ रोजी हा कायदा अस्तित्वात आला.

यापूर्वीच अनेक राज्य सरकारांनी माहिती अधिकाराच्या कायद्याची यशस्वीरीत्या अंमलबजावणी केली होती : तामिळनाडू (१९९७), गोवा (१९९७), राजस्थान (२०००), कर्नाटक (२०००), दिल्ली (२००१), महाराष्ट्र (२००२), आसाम (२००२), मध्य प्रदेश (२००३) आणि जम्मू-काश्मीर (२००४) या राज्यांचा यामध्ये समावेश होता.

महाराष्ट्र व दिल्लीने केलेले कायदे प्रामुख्याने सर्वांनी वापरले. या राज्यांच्या कायद्याचा अनेकांनी मोठ्या प्रमाणावर आधार घेतला. दिल्लीतील माहिती अधिकाराचा

कायदा आजही अत्यंत प्रभावी मानला जातो. जम्मू-काश्मीरसाठी स्वत:चा असा स्वतंत्र माहिती अधिकाराचा कायदा आहे. २००९मध्ये अस्तित्वात आलेल्या या स्वतंत्र कायद्यासाठी पूर्वीच्या २००४मधील कायद्यात दुरुस्ती करण्यात आली.

केंद्र सरकारचा कायदा जम्मू-काश्मीर वगळता साऱ्या देशात लागू आहे. जम्मू-काश्मीरमध्ये माहितीचा अधिकार कायदा वेगळा आहे. विधिमंडळ, प्रशासन आणि न्यायव्यवस्था या सर्वांना केंद्राचा हा कायदा लागू आहे. त्याचप्रमाणे संसद किंवा विधिमंडळाने कायदा करून बनविलेल्या संस्थेला किंवा एखाद्या मंडळासाठी हा कायदा लागू आहे. त्याचप्रमाणे केंद्र किंवा राज्य सरकारने अध्यादेशाद्वारे एखादी समिती किंवा संस्था स्थापन केली किंवा त्याला अर्थपुरवठा केला, तर त्या संस्थाही या कायद्याच्या कक्षेत येतात. तसेच सरकारच्या संपूर्ण किंवा अंशत: आर्थिक मदतीवर चालणाऱ्या अशासकीय संस्थांनाही हा कायदा लागू होतो.

या कायद्याखाली येणाऱ्या सर्व शासकीय कार्यालयांवर सार्वजनिक माहिती अधिकारी (पीआयओ) नेमणे बंधनकारक आहे. समजा एखाद्या नागरिकाने जर या अधिकाऱ्याकडे लेखी स्वरूपात माहिती मागितली, तर माहिती अधिकार कायद्यानुसार त्या व्यक्तीला संबंधित माहिती देणे, हे या अधिकाऱ्यावर बंधनकारक आहे. जर समजा संबंधित व्यक्तीने मागितलेली माहिती संपूर्ण किंवा अंशत: त्या कार्यालयाशी निगडित नसेल, तर संबंधित खात्यांच्या दुसऱ्या अधिकाऱ्यांकडे ही विनंती पाच दिवसांत सादर करण्याची जबाबदारी या अधिकाऱ्याची आहे. एवढेच नव्हेतर प्रशासकीय अधिकाऱ्याला आपल्याकडे माहिती मागविण्यासाठी येणारे विनंती अर्ज स्वीकारण्यासाठी साहाय्यक सार्वजनिक माहिती अधिकारी (एपीआयओ) नियुक्त करणे बंधनकारक आहे. हा साहाय्यक विनंती अर्ज संबंधित खात्यांच्या माहिती अधिकाऱ्याकडे पाठवेल. एखादी माहिती मागविण्यासाठी अर्जदाराला कोणतीही कारणे किंवा माहिती देणे बंधनकारक नाही. त्याने स्वत:चे केवळ नाव व संपर्क सांगणे अपेक्षित आहे.

विनंती अर्जावर किती कालावधीत उत्तर द्यायचे, हे या कायद्यात स्पष्टपणे नमूद करण्यात आले आहे. जर पीआयओकडे विनंती अर्ज करण्यात आला, तर त्याला त्यावर तीस दिवसांत उत्तर द्यावे लागेल. समजा एपीआयओकडे विनंती अर्ज करण्यात आला, तर त्याला पस्तीस दिवसांत उत्तर देणे बंधनकारक आहे.

समजा जर भ्रष्टाचाराबाबत किंवा मानवाधिकाराच्या उल्लंघनाबाबत एखाद्याने माहिती मागविली असेल, तर उत्तर देण्यासाठी पंचेचाळीस दिवसांचा कालावधी देण्यात आला आहे. मात्र ही माहिती केंद्रीय माहिती आयोगाच्या परवानगीनंतरच देता येईल.

जर एखाद्याचे आयुष्य अथवा स्वातंत्र्यच जर या माहितीवर अवलंबून असेल, तर ती पीआयओने अठ्ठेचाळीस तासांत देणे आवश्यक आहे.

माहिती पुरविण्यासाठी आर्थिक खर्च येतोच. त्यामुळे पीआयओने एखाद्या प्रश्नाची माहिती देणे शक्य नसल्यास ती 'नाही' अशा थोडक्या उत्तरात द्यावी, असेही नमूद करण्यात आले आहे. त्याचप्रमाणे उत्तरासाठी संबंधिताकडे संबंधित व्यक्तीकडून फी घेण्यासही पीआयओला सांगण्यात आले आहे. पीआयओने फीची केलेली मागणी तसेच प्रश्नकर्त्याला ती भरण्यास लागणारा अवधी हा निर्धारित वेळमर्यादेतून वगळण्यात आला आहे. मात्र त्यानंतरही माहिती न दिल्यास मागणी फेटाळली असा त्याचा अर्थ होतो.

२००६पासून केंद्रीय खात्यांसाठी विनंती अर्जासाठी दहा रुपये फी आहे, तर माहितीसाठी प्रत्येक पानामागे दोन रुपये फी आकारली जाते. तसेच ही माहिती पडताळणीसाठी पहिल्या तासानंतर लागणाऱ्या वेळेसाठी प्रतितास पाच रुपये लागतात. अर्जदार जर दारिद्र्यरेषेखालील कार्डधारक असेल, तर मात्र त्याला कोणतीही फी भरावी लागणार नाही; पण यासाठी त्याने अर्जासमवेत दारिद्र्यरेषेखालील कार्डाची प्रत जोडणे आवश्यक आहे. राज्य सरकारांनी तसेच उच्च न्यायालयांनी फीबाबत स्वत:चे वेगवेगळे नियम बनविले आहेत.

केंद्रीय अन्वेषण विभाग आणि सुरक्षा संस्थांना माहितीच्या अधिकारातून वगळण्यात आले आहे. दुसऱ्या परिशिष्टामध्ये समावेश असलेल्या या संस्था आहेत. त्यामध्ये केंद्रीय अन्वेषण विभाग (सीबीआय), रॉ, आयबी, महसूल अन्वेषण संचालनालय, केंद्रीय आर्थिक अन्वेषण विभाग, अंमलबजावणी संचालनालय, अमलीपदार्थ नियंत्रण विभाग, हवाई संशोधन केंद्र, स्पेशल फ्रँटियर फोर्स, सीमा सुरक्षा दल, केंद्रीय राखीव पोलीस दल, आयटीबीपी, सीआयएसएफ, एनएसजी, आसाम रायफल्स, गुन्हे अन्वेषण विभाग (सीआयडी), अंदमान व निकोबार, दादरा व नगर हवेली आणि स्पेशल ब्रँच लक्षद्वीप पोलीस या संस्थांचा समावेश आहे. राज्य सरकारांनी अध्यादेशाद्वारे ज्या संस्था निश्चित केल्या आहेत, त्यासुद्धा यातून वगळण्यात आल्या आहेत.

अर्थात या संस्थांनाही माहिती अधिकार कायद्यातून संपूर्ण सूट देण्यात आलेली नाही. भ्रष्टाचार किंवा मानवाधिकाराच्या उल्लंघनाचे आरोप असतील, तर त्याबाबतची माहिती देणे, या संस्थांवर बंधनकारक आहे. मानवाधिकार उल्लंघनाबाबत आणखी माहिती द्यायची असेल, तर त्यांना केंद्र किंवा राज्य माहिती आयोगाची परवानगी घ्यावी लागेल.

माहिती जाहीर करण्यापासून या बाबींसाठी सूट देण्यात आलेली आहे.

१. जी माहिती दिल्याने देशाच्या एकतेचा तसेच सार्वभौमत्वाचा भंग होतो. देशाची सुरक्षितता तसेच देशाची शास्त्रीय, धोरणात्मक किंवा आर्थिक माहिती दिल्याने नुकसान होऊ शकते. एखादी चिथावणीखोर माहिती ज्यामुळे गुन्हा घडू शकेल. परराष्ट्रांशी संबंधित अशी माहिती.

२. न्यायालय किंवा एखाद्या लवादाने एखादी माहिती प्रसिद्ध करण्यास बंदी घातली असेल तर किंवा जी माहिती प्रसिद्ध केल्याने न्यायालयाचा अवमान होऊ शकेल अशी माहिती.
३. जी माहिती प्रसिद्ध केल्याने संसद किंवा विधिमंडळाच्या विशेषाधिकाराचा भंग होईल, अशी माहिती.
४. व्यापारीदृष्ट्या गोपनीय माहिती किंवा बौद्धिक संपदा, जी जाहीर केल्याने तिसऱ्या पक्षाच्या स्पर्धात्मक स्थानाला धक्का पोहोचू शकतो. ही माहिती जनहितासाठी जाहीर करणे उचित आहे, असे जोपर्यंत स्पर्धक संस्थेला वाटत नाही; तोवर ती जाहीर करता येत नाही.
५. परराष्ट्राकडून विश्वासाने मिळालेली माहिती.
६. ज्या माहितीमुळे एखाद्याच्या जिवाला धोका पोहोचू शकतो किंवा सुरक्षिततेच्या दृष्टीने ज्या व्यक्तीने माहिती दिली असेल आणि त्याचा स्रोत जर उघड होत असेल, अशी माहिती.
७. एखाद्या घटनेच्या चौकशीवर परिणाम होईल किंवा गुन्हेगारांविरुद्धच्या खटल्यावर परिणाम होऊ शकेल, अशी माहिती.
८. मंत्रिमंडळाची कागदपत्रे, मंत्रिमंडळात झालेल्या तसेच मंत्र्यांशी, सचिवांशी व अधिकाऱ्यांशी झालेल्या सल्ला-मसलतीचा तपशील.
९. जी माहिती अगदी वैयक्तिक आहे, जी प्रसिद्ध होण्याचा सार्वजनिक हिताशी काहीही संबंध नाही किंवा ज्यामुळे एखाद्याच्या खासगी आयुष्यात ढवळाढवळ होऊ शकेल. (मात्र जर अशी माहिती संसद व विधिमंडळाला देण्यास नकार देता येत नसेल, तर तो येथेही नाकारता येणार नाही.)

विविध राजकारणी तसेच सनदी अधिकाऱ्यांचा बुरखा फाडून टाकणे, सामाजिक कार्यकर्त्यांना आता शक्य झाले आहे. माहिती अधिकार क्षेत्रात कार्य करणाऱ्या कार्यकर्त्यांनी बाहेर काढलेली माहिती दाबून टाकण्यासाठी अनेक प्रयत्न होत आहेत; झाले आहेत. या कार्यकर्त्यांवर अनेकदा हल्ले झाले आहेत, तर काही प्रकरणात त्यांचा खूनही करण्यात आला आहे. केंद्राचा माहितीचा अधिकार अस्तित्वात आला त्याच्या पहिल्या वर्षी सुमारे ४२,८७६ (अद्याप अधिकृत नाही.) अर्ज केंद्रीय संस्थांकडे दाखल झाले. यातील ८७८ अर्ज वादग्रस्त होते आणि ते निर्णयासाठी दिल्लीतील केंद्रीय माहिती आयोगाकडे पाठविण्यात आले. यातील काही निर्णय वादाच्या भोवऱ्यात सापडले आणि त्याविरुद्ध वेगवेगळ्या उच्च न्यायालयात दाद मागण्यात आली. २००६मध्ये माहिती अधिकाराच्या कायद्यात सुधारणा करण्याचा सरकारचा इरादा होता. मात्र लोकांच्या अस्वस्थतेमुळे हा निर्णय पुढे ढकलण्यात आला. मात्र २००९मध्ये या कायद्याचा फेरआढावा घेण्यात आला.

सध्याच्या भ्रष्टाचारविरोधी व्यवस्थेमधील त्रुटी

केंद्र सरकारच्या पातळीवर केंद्रीय दक्षता आयोग, दक्षता विभाग, सीबीआय आहे. केंद्रीय दक्षता आयोग व विभाग हे भ्रष्टाचाराच्या प्रकरणातील कायदेशीर शिस्तीबाबतचा तपास करते, तर सीबीआय भ्रष्टाचाराच्या प्रकरणाचा गुन्हेगारीच्या अंगाने तपास करते.

केंद्रीय दक्षता आयोग (सीव्हीसी)

१. केंद्र सरकारची भ्रष्टाचारासंदर्भात तपास करणारी ही सर्वोच्च संस्था आहे.

२. या आयोगाकडे जेवढ्या तक्रारी येतात त्यांचा निपटारा करण्यासाठी पुरेसे मनुष्यबळ उपलब्ध नाही. केंद्रीय दक्षता आयोग हा तसे पाहता अतिशय छोटा असून आयोगाकडील कर्मचाऱ्यांची संख्या दोनशेहूनही कमी आहे. आयोगाने मंत्रालये आणि विविध खात्यांची दीड हजारहून अधिक केंद्रीय कार्यालये इत्यादींवर लक्ष ठेवणे अपेक्षित आहे. यामध्ये रेल्वे, प्राप्तिकर विभाग, सीमाशुल्क विभाग अशा आकाराने मोठ्या असलेल्या खात्यांचा समावेश आहे. त्यामुळे दक्षता आयोगाला त्या-त्या विभागाच्या चौकशी विभागावरच अवलंबून राहावे लागते. चौकशीबाबतचे अहवाल व तक्रारी आयोग या विभागाकडे पाठवतो. आयोगाकडून तक्रारींवरील चौकशीवर देखरेख केली जाते. मात्र त्यातही मोठा विलंब होतो. त्यामुळे तक्रारदारांमध्येही नाराजी पसरते. काही तक्रारींमध्येच केवळ आयोग स्वत:हून लक्ष घालून चौकशी करतो. विशेषत: एखाद्या चौकशीत जाणूनबुजून उशीर केला जातोय, असे लक्षात आल्यास किंवा एखाद्या प्रकरणात उच्च स्तरावरील अधिकारी गुंतलेले असल्यास दक्षता आयोग स्वत:हून चौकशी हाती घेतो. मात्र आयोगाकडील मनुष्यबळाची उपलब्धता लक्षात घेता, अशी संख्या अगदीच कमी आहे.

३. केंद्रीय दक्षता आयोग हे केवळ सल्ला देणारे मंडळ किंवा विभाग आहे. विविध भ्रष्टाचारांच्या प्रकरणात केंद्र सरकारचे विभाग दक्षता आयोगाकडून त्यांचा सल्ला मागवतात. अर्थात हा सल्ला स्वीकारण्याचा किंवा डावलण्याचा त्यांना पूर्ण अधिकार असतो. अगदी दक्षता आयोगाने जरी काही प्रकरणांत स्वत:हून चौकशी केली, तरी ते सरकारला केवळ सल्लाच देऊ शकतात. विविध प्रकरणात दिलेला सल्ला शिफारशी ज्यांनी नाकारल्या आहेत, त्याची माहिती केंद्रीय दक्षता आयोगाकडून मासिक तसेच वार्षिक अहवालाद्वारे संसदेला सादर केली जाते. मात्र संसदेतील चर्चेत यावर कधीही प्रकाश टाकला जात नाही किंवा प्रसारमाध्यमेही त्याकडे लक्ष देत नाहीत.

४. एखाद्या प्रकरणात सखोल चौकशी करण्याचा दक्षता आयोगाने दिलेला सल्ला अगदी केव्हातरीच स्वीकारला जातो, असाच आतापर्यंतचा अनुभव आहे. समजा दक्षता आयोगाने मोठा दंड आकारायचा सल्ला दिला, तरी हा दंड खूप कमी केला जातो. त्यामुळे भ्रष्टाचाराला आळा घालण्यामध्ये दक्षता आयोग अगदीच कुचकामी ठरला आहे.

५. सहसचिव दर्जाच्या किंवा त्यांच्या वरील उच्चपदस्थ अधिकाऱ्याची चौकशी करण्याचा थेट आदेश दक्षता आयोग सीबीआयला देऊ शकत नाही. यासाठी सीबीआयला त्या खात्याची परवानगी घ्यावी लागते. भ्रष्टाचाराच्या प्रकरणात जर वरिष्ठ अधिकारी गुंतले असतील, तर चौकशी करण्याची अनुमती दिलीच जात नाही किंवा निर्णय घेण्यास विलंब केला जातो आणि चौकशीची परवानगी शक्यतो दिलीच जाऊ नये, असा प्रयत्न केला जातो.

६. केंद्रीय दक्षता आयोगाला फौजदारी गुन्हा दाखल करण्याचा अधिकार नाही. हा आयोग केवळ चौकशी करू शकतो किंवा शिस्तभंगाची कारवाई सुचवू शकतो.

७. राजकीय नेते किंवा राजकारण्यांवर कारवाई करण्याचे दक्षता आयोगास अजिबात अधिकार नाहीत. समजा एखाद्या प्रकरणात जर राजकीय व्यक्ती गुंतली असेल, तर दक्षता आयोग ही बाब केवळ सरकारच्या निदर्शनाला आणू शकते. अनेक भ्रष्टाचारांच्या गंभीर प्रकरणात अधिकारी आणि राजकीय नेते किंवा पदाधिकारी गुंतलेले असतात, अशा ठिकाणी आयोगाची भूमिकाच राहत नाही.

८. विविध खात्यांच्या चौकशी विभागावर केंद्रीय दक्षता आयोगाचे नियंत्रण नसते. बऱ्याच वेळा दक्षता आयोगाकडून संबंधित विभागाकडे चौकशीसाठी तक्रार पाठविली जाते. त्यानंतर या तक्रारीची चौकशी करावी आणि अहवाल पाठवावा, अशी स्मरणपत्रे त्या विभागाला सतत पाठवली जातात. अनेकदा या स्मरणपत्रांना संबंधित खात्याकडून उत्तर किंवा साधा प्रतिसादही दिला जात नाही. मात्र याचा साधा जाब विचारण्याचे अधिकारदेखील दक्षता आयोगाला नाहीत.

९. केंद्र सरकारच्या विविध खात्यांतील दक्षता विभागांकडे दक्षता आयोगाकडून भ्रष्टाचाराची प्रकरणे चौकशी करण्यासाठी पाठविली जातात. मात्र या विभागातील अधिकाऱ्यांवर दक्षता आयोगाचे नियंत्रण नसते. विविध खात्यांच्या मुख्य दक्षता अधिकाऱ्यांची नियुक्ती करताना सरकार जरी दक्षता आयोगाशी सल्ला-मसलत करत असले, तरी कोणाची नियुक्ती करायची याचा अंतिम निर्णय सरकारच घेते. तसेच मुख्य दक्षता अधिकाऱ्याच्या हाताखालील अधिकाऱ्यांची नियुक्ती अथवा बदली संबंधित खातेप्रमुखच करतात. अगदी अपवादात्मक प्रकरणांत अशा नियुक्त्यांबाबत मुख्य अधिकारी दक्षता आयोगाच्या निदर्शनास ही बाब आणतात. त्यानंतर दक्षता आयोग संबंधित खात्यावर दबाव आणतो. मात्र पुन्हा कोणाला नियुक्त करायचे याच्या केवळ शिफारशीच दक्षता आयोग करू शकतो. त्या अमलात आणणे बंधनकारक नसते.

१०. केंद्रीय दक्षता आयुक्तांच्या नेमणूक करण्याच्या समितीवर जरी विरोधी पक्षनेते असले, तरी केंद्रीय दक्षता आयोगावर कोणाची नियुक्ती करायची हे सर्वस्वी सत्तारूढ पक्षाच्या हातात असते. या समितीपुढे ठेवण्यात आलेल्या नावांमधूनच एकाची नियुक्ती करण्यात येते. अर्थात समितीपुढे कोणाची नावे ठेवायची, हे सरकारच ठरवते. या नियुक्त्या म्हणजे एक गूढच असते.

११. केंद्रीय दक्षता आयोगाच्या कायद्यानुसार केंद्रीय दक्षता आयुक्तांना सीबीआयवर देखरेख करण्याचे अधिकार बहाल करण्यात आले आहेत. या अधिकारांचा काहीही उपयोग होत नाही. सीबीआयकडून एखादी फाइल मागवण्याचा दक्षता आयोगाला अधिकार नाही. तसेच एखाद्या प्रकरणाची याच पद्धतीने चौकशी करावी, असेदेखील आयोग सीबीआयला सांगू शकत नाही. भारत सरकारच्या कार्मिक आणि प्रशिक्षण विभागाच्या (डीओपीटी) नियंत्रणाखाली सीबीआयचे प्रशासन येते. केंद्रीय दक्षता आयोगाच्या नव्हे.

त्यामुळे केंद्रीय दक्षता आयोग ही जरी तुलनेने स्वायत्त, स्वतंत्र संस्था असली तरी भ्रष्टाचाराच्या तक्रारींची दखल घेत कोणतीही कारवाई करण्याचे अधिकार या आयोगाला नाहीत. त्यामुळे भ्रष्टाचाराविरुद्ध या आयोगाने कडक कारवाई करावी, ही लोकांची अपेक्षा पूर्णच होऊ शकत नाही किंवा लोकांच्या अपेक्षांच्या कसोटीला दक्षता आयोग पूर्णत: उतरत नाही, असे म्हटले तर वावगे ठरणार नाही.

खातेअंतर्गत चौकशी विभाग

केंद्राच्या प्रत्येक सरकारी खात्यात चौकशी विभाग असतो. या विभागात त्याच खात्यातील लोक असतात. कधी-कधी मुख्य चौकशी-अधिकारी बाहेरच्या खात्यातीलही असतो. मात्र त्यांच्या हाताखालील इतर सर्व अधिकारी त्याच खात्यातील असतात.

चौकशी-विभागातील अधिकारी त्याच खात्यातील असल्याने आणि त्यांची कधीही, कोठेही त्याच खात्यात नेमणूक होण्याची शक्यता असल्याने आपल्याच इतर सहकाऱ्यांविरोधात तसेच वरिष्ठांविरुद्ध आलेल्या भ्रष्टाचाराच्या तक्रारींची ते निष्पक्षपातीपणे चौकशी करूच शकत नाहीत. समजा वरिष्ठ अधिकाऱ्यांविरुद्ध जर तक्रार आली, तर संबंधित चौकशी करणारा अधिकारी वरिष्ठांची चौकशी करणे केवळ अशक्य असते. कारण भविष्यात कधीही, कोणत्याही क्षणी या वरिष्ठांच्या हाताखाली काम करण्याची वेळ त्यांच्यावर येऊ शकते.

काही खात्यांमध्ये विशेषत: मंत्र्यांशी संबंधित असलेल्या विभागांत काही अधिकाऱ्यांवर चौकशी-अधिकाऱ्याची अतिरिक्त जबाबदारी सोपवली जाते. त्यामुळे समजा एखाद्या नागरिकाने त्या अधिकाऱ्याविरुद्ध तक्रार केली, तर त्याची चौकशी किंवा शहानिशा तोच

अधिकारी करतो. समजा एखाद्याने त्या विभागाच्या प्रमुखांकडे किंवा मुख्य चौकशी-अधिकाऱ्यांकडे थेट तक्रार सादर केली, तरी शेवटी त्या सर्व तक्रारी त्या चौकशी-अधिकाऱ्यापुढेच येतात. म्हणजे ज्याच्यावर आरोप आहे किंवा ज्याच्याविरुद्ध तक्रार आहे, तोच स्वत: याची चौकशी करणार. अगदी समजा हा अधिकारी चौकशी-अधिकारी म्हणून बाजूला झाला, तरी जे हे प्रकरण हाताळणार ते सरतेशेवटी त्या वरिष्ठ अधिकाऱ्यालाच उत्तरदायी असतात. अशा मूर्खपणाची अनेक उदाहरणे सापडतात.

जे अधिकारी भ्रष्टाचारी आहेत, त्यांची चौकशी-विभागात नियुक्ती झाल्याचीदेखील अनेक उदाहरणे आहेत. चौकशी करताना हे लोक आपल्या सहकाऱ्यांविरुद्धची ही प्रकरणे दाबून टाकण्याचाच अधिक प्रयत्न करतात. चौकशी विभागाला ते भ्रष्टाचाराचे आगर बनवून टाकतात. अशा ठिकाणी भ्रष्टाचारांच्या प्रकरणांच्या चौकशीची फाइल बंद होते.

कोणत्याही प्रकरणाच्या गुन्हेगारी अंगाची चौकशी हा विभाग करू शकत नाही. या विभागाला साधा प्राथमिक स्वरूपाचा गुन्हा (एफआयआर) दाखल करण्याचाही अधिकार नसतो.

या चौकशी-विभागास राजकीय नेत्यांविरुद्ध किंवा पदाधिकाऱ्यांविरुद्ध कारवाईचा अधिकार नसतो.

चौकशी किंवा दक्षता विभाग हा थेट त्या खाते विभागप्रमुखांच्या नियंत्रणाखाली असतो. त्यामुळे त्या खात्यातील वरिष्ठ अधिकाऱ्यांविरुद्ध त्यांना चौकशी करताच येत नाही. त्यामुळे कोणत्याही खात्यातील अंतर्गत चौकशी विभाग हा फार्सच असतो. त्यामुळे एखाद्या रास्त तक्रारीचाही उपयोग होत नाही. तर कधी-कधी गैरसोयीच्या ठरणाऱ्या अधिकाऱ्याविरुद्ध वापर म्हणून या विभागाचा उपयोग करून घेतला जातो आणि त्याला खिंडीत पकडण्याचा प्रयत्न होतो.

केंद्रीय अन्वेषण विभाग (सीबीआय)

एखाद्या पोलीस ठाण्याप्रमाणेच सीबीआयला एखाद्याची चौकशी करण्याचा तसेच प्राथमिक गुन्हा (एफआयआर) नोंदविण्याचा अधिकार असतो. केंद्र सरकारच्या खात्याशी संबंधित प्रकरणाची स्वत:हून चौकशी करण्याचा अधिकार सीबीआयला असतो. राज्य सरकार किंवा न्यायालयसुद्धा एखादे प्रकरण सीबीआयकडे चौकशीसाठी सोपवू शकते.

सीबीआयकडे सध्या कामाचा प्रचंड व्याप आहे. एक कोटी रुपयांपेक्षा जादा रकमेचा अपहार केल्याचा आरोप असलेले भ्रष्टाचाराचे प्रकरणच सीबीआय तपासासाठी स्वीकारते.

सीबीआयचे प्रशासन थेट केंद्र सरकारच्या नियंत्रणाखाली असते.

त्यामुळे समजा एखाद्या मंत्र्याविरुद्धचे प्रकरण असेल किंवा सत्तारूढ पक्षाशी संबंधित राजकीय नेत्याचे प्रकरण तपासासाठी असेल किंवा अशा लोकांशी निकटचा संबंध असणाऱ्या सनदी अधिकाऱ्याचे प्रकरण तपासास असेल, तर सीबीआयच्या विश्वासार्हतेबद्दल प्रश्नचिन्ह निर्माण होते. या प्रकरणांमध्ये निष्पक्षपणे चौकशी होत नसल्याचा लोकांचा दृढ समज आहे.

सीबीआय थेट केंद्र सरकारच्या अधिपत्याखाली असल्याने या विभागाचा राजकीय शत्रूविरुद्ध किंवा विरोधी राजकीय नेत्याविरुद्ध सर्रास वापर केला जातो.

त्यामुळे एखाद्या नागरिकाला जर राजकीय नेत्याविरुद्ध किंवा केंद्र सरकारच्या सेवेतील सनदी अधिकाऱ्याविरुद्ध भ्रष्टाचाराबाबत तक्रार द्यायची असेल, तर त्याच्या आरोपांची निष्पक्षपणे चौकशी होण्यासाठी केंद्राकडे एकच सक्षम भ्रष्टाचारविरोधी चौकशी करणारी यंत्रणा नाही. जेणेकरून अशा नेत्यांच्या किंवा अधिकाऱ्यांच्या भ्रष्टाचाराची सखोल चौकशी होईल.

सीबीआयला चौकशी करण्याचे पूर्ण अधिकार आहेत, पण हा विभाग स्वायत्त किंवा स्वतंत्र नाही, तर केंद्रीय दक्षता आयोग हा स्वतंत्र आहे, पण त्याला पुरेसे अधिकार आणि कर्मचारी तपासाचे स्रोत उपलब्ध नाहीत.

पीआरएस विधिमंडळ अभ्यासाचे निष्कर्ष

त्या-त्या ठिकाणच्या सरकारने परवानगी दिल्यानंतरच भ्रष्टाचारप्रकरणी लोकप्रतिनिधींविरुद्ध खटला चालविला जातो. प्रामाणिक अधिकाऱ्यांचा मुद्दाम कोणी जाच करू नये, यासाठी खरेतर ही तरतूद करण्यात आली आहे. मात्र याचा सतत गैरवापर केला जातो. तक्रार अर्जावर परवानगी देण्यात मुद्दाम उशीर केला जातो. सन २०१०च्या अखेरपर्यंत केंद्र सरकाने २३६ अर्जांना प्रतिसादच दिलेला नव्हता. यातील १५५ विनंती अर्जांना (६६ टक्के) तीन महिन्यांहून अधिक काळ लोटला होता. राज्य सरकारांनी ८४ अर्जांना प्रतिसाद दिला नाही. यातील १३ (१५ टक्के) तक्रारींना तीन महिन्यांहून अधिक काळ झाला होता.

'केंद्रीय दक्षता आयोग' हीच केंद्र सरकारमधील भ्रष्टाचाराची प्रकरणे तपासणारी प्रमुख संस्था आहे. २००५ ते २००९ या कालावधीत दक्षता आयोगाच्या शिफारशींनुसार १३,०६१ प्रकरणांत (दरवर्षी साधारणपणे २६१२) आर्थिक दंड ठोठाविण्यात आला. यामध्ये ८४६ प्रकरणे (दरवर्षी सर्वसाधारणपणे १६९) अशी होती की, ज्यामध्ये फौजदारी कारवाई करण्यास मान्यता देण्यात आली. ४९९५ प्रकरणांत दरवर्षी साधारणपणे ९७९ कठोर शिक्षा ठोठावण्यात आली. यामध्ये बडतर्फी, पदावनती, निवृत्तिवेतनात कपात आदींचा समावेश होता. ५३५६ प्रकरणांत (प्रतिवर्षी

साधारणत: १०७१) तुलनेने कमी शिक्षा देण्यात आली. तर १९६४ प्रकरणांमध्ये (दरवर्षी साधारणपणे ३९३) प्रशासकीय कारवाई करण्यात आली.

सरकारी अधिकाऱ्यांचा भ्रष्टाचार तसेच पदाचा गैरवापर केल्याप्रकरणी तपास करण्यासाठी दक्षता आयोग प्रामुख्याने सीबीआयचा उपयोग करून घेतो. डिसेंबर, २०१० अखेरपर्यंत सीबीआयला मंजूर झालेल्या पदांपैकी २१ टक्के पदे रिक्त आहेत. यातील ५२ टक्के जागा कायदेविषयक अधिकाऱ्यांच्या आहेत. ६२ टक्के तांत्रिक अधिकाऱ्यांच्या व २१ टक्के प्रशासकीय जागा रिक्त आहेत.

सीबीआय खटल्यांच्या कामकाजाचा वेगही अतिशय मंद आहे. २०१०अखेरपर्यंत न्यायालयात सीबीआयची ९९२७ प्रकरणे प्रलंबित होती. यातील २२४५ प्रकरणे (एकूण प्रकरणांपैकी २३ टक्के) दहा वर्षांहून अधिक काल प्रलंबित होती.

'व्हिसल-ब्लोअर्स'कडून येणाऱ्या तक्रारींवर कारवाई करण्यासाठी यंत्रणा विकसित करा, असा आदेश सर्वोच्च न्यायालयाने सत्येंद्र दुबे खून प्रकरणी २००४मध्ये निकाल देताना सरकारला दिला होता. त्यानंतर केंद्र सरकारने एप्रिल, २००४मध्ये 'व्हिसल-ब्लोअर्स'कडून येणाऱ्या तक्रारींवर कारवाई करण्याचे अधिकार दक्षता आयोगाला देण्याचा ठराव संमत केला. २००५ ते २००९ या कार्यकाळात दक्षता आयोगाकडे १७३१ तक्रारी आल्या. म्हणजे दरवर्षी सरासरी ३४६ तक्रारी आल्या. केंद्र सरकारने २०१०मध्ये 'पब्लिक इंटररेस्ट डिसक्लोजर' विधेयक मांडले आहे. सध्या ते संसदेच्या स्थायी समितीपुढे छाननीसाठी गेले आहे.

सन २०१०-११ या काळात भारतात अनेक घोटाळे उघड झाले. यामुळे सामान्य लोक चक्रातून गेले. ही प्रकरणे व्हिसल-ब्लोअर्स, नागरी समाजाच्या कार्यकर्त्यांनी, प्रसारमाध्यमांनी आणि सरकारच्या तपाससंस्थांनी उघडकीस आणली होती. यामध्ये टू जी स्पेक्ट्रम घोटाळा, आदर्श गृहनिर्माण संस्थेतील घोटाळा, राष्ट्रकूल स्पर्धेतील घोटाळा आदी गैरव्यवहारांचा समावेश होता. या घोटाळ्यांमध्ये अनेक केंद्रीय मंत्री, मुख्यमंत्री आणि अगदी लष्करातील वरिष्ठही गुंतले होते. यावरून देशात भ्रष्टाचार किती रुजला आहे, हे लक्षात येते. यामुळेच भ्रष्टाचाऱ्यांविरुद्ध कठोर शिक्षा व दंड करण्यासाठी कडक कायदे करावेत, ही मागणी जोर धरू लागली. नागरी समाजाने या मागणीसाठी आपली चळवळ अधिक व्यापक केली आहे. त्याची फळे आता मिळू लागली असून आगामी काळात प्रकरणाच्या सुरुवातीला माहिती दिलेली विधेयके जर संमत झाली, तर भ्रष्टाचार करणाऱ्यांना कायद्याने चांगलीच वेसण बसेल आणि सध्याची व्यवस्थाच भ्रष्टाचाराला आळा घालणारी अशी सक्षम व्यवस्था बनेल यात शंका नाही.

लोकपाल बिल ३

नेतृत्व अण्णांचे... कायापालट राळेगण सिद्धीचा

“खेडी जगली तरच भारत जगेल. अन्यथा तो भारतच नसेल.”

– महात्मा गांधी

‘भारत खेड्यात राहतो,’ असे गांधीजी म्हणत असत. मात्र आजही खेड्यात पुरेसे रस्ते, दळणवळण, वाहतूक व्यवस्था, आरोग्य आणि मलमूत्र विसर्जनाच्या पुरेशा सोयी उपलब्ध नाहीत. १,८०,००० खेड्यांत प्राथमिक शाळाही नाहीत. साडेचार लाख खेड्यांत पिण्याच्या पाण्याची समस्या आहे.

मृत्यूच्या दाढेतून बाहेर आल्यानंतर दिल्लीतील रेल्वे स्थानकावर स्वामी विवेकानंदांचे ‘देशबांधणीसाठी युवकांना आवाहन’ हे पुस्तक अण्णांच्या हाती लागले. विवेकानंदांच्या विचारांमुळे त्यांच्या आयुष्याला एक अर्थ असल्याचे अण्णांना उमगले आणि उर्वरित आयुष्य समाजासाठी समर्पित करण्याचा निर्धार त्यांनी केला. लष्कराची सेवा सोडून ते मूळ गावी परतले. गांधीजींची ‘आदर्श गावाची संकल्पना’ अण्णांनी समर्पित वृत्तीने काम करून राळेगण सिद्धीमध्ये प्रत्यक्षात आणली आहे. १९७५मध्ये अण्णा हजारे या ग्रामस्थाने स्वतःच्याच गावात काम सुरू केले. हे गाव आज महाराष्ट्रातील आदर्श विकसित गाव म्हणून नावारूपाला आले आहे. राळेगणच्या ग्रामस्थांचे दरडोई उत्पन्न दोनशे पंचवीस रुपयांवरून अडीच हजार रुपयांपर्यंत वाढले आहे. यामुळे गावची अर्थव्यवस्थाच बदलून गेली आहे. अण्णांचा लोकपालसाठीचा लढा समजून घेण्यापूर्वी त्यांचे आधीचे जीवनकार्य समजून घेण्याची गरज आहे. ‘आधी केले, मग सांगितले,’ या उक्तीप्रमाणे अण्णांनी स्वतःसह गावाचे व्यक्तिमत्त्व घडविले.

महात्मा गांधीजींची आदर्श गावाची संकल्पना अण्णा हजारे यांनी समर्पित वृत्तीने काम करून राळेगण सिद्धीमध्ये प्रत्यक्षात आणली आहे. १९७५मध्ये अण्णा हजारे या ग्रामस्थाने स्वत:च्याच गावात काम सुरू केले. हे गाव आज महाराष्ट्रातील आदर्श विकसित गाव म्हणून नावारूपाला आले आहे. स्वत: लोकांनी विकास करायचा ठरविल्यास ते नोकरशाहीचा अल्प पाठिंबा असला, तरी उत्तम काम करून दाखवू शकतात, हे राळेगणने जगाला दाखवून दिले आहे.

यामुळेच एरवी खडकाळ, रूक्ष असलेले अहमदनगर जिल्ह्यातील राळेगण सिद्धी हे गाव आज हिरवेगार, टवटवीत दिसत आहे. गोदावरी आणि भीमा नदीच्या खोऱ्यात वसलेला अहमदनगर जिल्हा महाराष्ट्रातील मोठे क्षेत्रफळ असणाऱ्या जिल्ह्यांमधील एक आहे. १७,०३५ चौरस किलोमीटर क्षेत्रफळ असलेल्या या जिल्ह्याची लोकसंख्या ४०,४०,६४२ इतकी असून त्यांपैकी ३२,३६,९४५ इतकी लोकसंख्या ग्रामीण आहे. जिल्ह्यातील घरांची किंवा कुटुंबांची संख्या ७,७६,७८७ आहे. जिल्ह्यात ५००-६०० सेंटिमीटर इतका पाऊस दर वर्षी पडतो. दुष्काळी किंवा अवर्षणग्रस्त भागात मोडणाऱ्या या भागात दर तीन ते आठ वर्षांच्या काळात एकदा तरी अन्नधान्याची तसेच चाऱ्याची टंचाई निर्माण होतेच.

अण्णा हजारे यांच्या नेतृत्वाखाली राळेगणने वेगळी वाट चोखाळली, ती म्हणजे 'पाणलोट क्षेत्र विकास कार्यक्रम' राबवण्याची. ग्रामस्थांनी गावाच्या सभोवताली असलेल्या ३० ते ४५ मीटर उंचीच्या टेकड्यांवर नाला-बंधारे, पाझरतलाव बांधले. जमिनीवर तसेच जमिनीखालील असे वेगवेगळ्या प्रकारचे छोटे व मोठे नाला-बंधारे बांधले. डोंगरावर मोठ्या प्रमाणावर वृक्षारोपण करण्यात आले. थोड्याच कालावधीत टेकड्या आणि आजूबाजूचा परिसर बंधारे, नाले आणि झाडांनी व्यापला गेला. एकंदरीत एकतीस नाला-बंधारे बांधण्यात आले. त्याची साठवण क्षमता २,८२,१८२ क्युबिक मीटर इतकी असून ६०५ हेक्टर क्षेत्र ओलिताखाली येते. आतापर्यंत चार लाख झाडे लावण्यात आली आहेत.

राळेगण सिद्धीने अनेकांचे लक्ष वेधून घेतले आहे. त्यामध्ये नियोजन आयोग तसेच केंद्र सरकारचाही समावेश आहे. आदर्श भारतीय खेडे कसे असते, हे दाखविण्यासाठी चीनमधील मंत्र्यांच्या शिष्टमंडळाला राळेगणला नेण्यात आले

होते. राळेगण सिद्धीला भेट हा आता एमएसडब्ल्यूचे विद्यार्थी, कृषिविद्यापीठे, प्रशिक्षणार्थी मंडल विकास अधिकारी, बँक अधिकारी तसेच महाराष्ट्रातीलच नव्हे, तर अन्य राज्यांच्या आयएएस अधिकाऱ्यांसाठी अनिवार्य भाग झाला आहे. केवळ प्रसिद्धीमुळे लोक राळेगणला येत नाहीत, तर काही आगळ्यावेगळ्या बाबींमुळे राळेगणने महत्त्वाचे स्थान प्राप्त केले आहे.

राळेगणचे मॉडेल हे प्रामुख्याने स्वत:च्या मदतीने विकसित केलेले मॉडेल आहे. केवळ पैशांची गुंतवणूक किंवा सरकारी योजनांची योग्य प्रकारे अंमलबजावणी यातून राळेगणचा विकास झालेला नाही. राळेगणच्या विकासात सर्वांत महत्त्वाचा वाटा आहे, तो म्हणजे राळेगणचे लोक आणि त्यांना लाभलेले अण्णा हजारे यांचे नेतृत्व. त्यामुळे गावाला हे अतुलनीय यश मिळाले आहे.

अण्णांचे प्रारंभिक आयुष्य

किसन बाबूराव हजारे उर्फ अण्णा हजारे यांचा जन्म १५ जानेवारी, १९४० रोजी अहमदनगरजवळील भिंगार या छोट्याशा खेड्यात झाला. भृगू ऋषींनी येथील छोट्या डोंगरावर तपस्या केल्याची आख्यायिका सांगितली जाते. त्यांच्या स्मरणार्थ येथे एक मंदिरही उभारण्यात आले आहे. त्यांच्यावरूनच या गावाला 'भिंगार' हे नाव पडले. अण्णांचे वडील बाबूराव हे आयुर्वेद आश्रम फार्मसीमध्ये कामगार होते. अण्णांचे आजोबा लष्करामध्ये होते. भिंगार येथे त्यांची नियुक्ती झाली असतानाच अण्णांचा जन्म झाला. अण्णांच्या आजोबांचे १९४५मध्ये निधन झाले. मात्र त्यानंतरही अण्णांचे वडील भिंगारमध्ये राहिले.

१९५२मध्ये अण्णांच्या वडिलांनी नोकरीचा राजीनामा दिला आणि ते आपल्या मूळ गावी राळेगण सिद्धीला परतले. याच वेळी अण्णांनी आपले चौथीपर्यंतचे शिक्षण पूर्ण केले. अण्णांना सहा लहान भावंडे होती. हा काळ हजारे कुटुंबासाठी मोठा कसोटीचा होता. दोन वेळची तोंडमिळवणी करताना अण्णांच्या वडिलांची दमछाक होत होती. त्या वेळी वडिलांच्या बहिणीने म्हणजेच अण्णांच्या आत्याने अण्णांना मुंबईला नेले. आत्याला मूलबाळ नव्हते. त्यामुळे अण्णांच्या शिक्षणाची आणि त्यांना वाढविण्याची जबाबदारी त्यांनी घेतली.

मुंबईत अण्णांनी सातवीपर्यंत शिक्षण घेतले. घरची बेताची आर्थिक परिस्थिती लक्षात घेऊन सातवीनंतरच त्यांनी नोकरी पत्करली. राळेगण सिद्धीमध्ये अण्णांचे वडील रोजंदारीवर काम करत होते आणि कुटुंबाचा उदरनिर्वाह करणे त्यांना अवघड जात होते. ते हळूहळू कर्जबाजारी बनले. वाढत्या कर्जामुळेच त्यांनी आपली अर्धी जमीन विकून टाकली आणि अर्धी गहाण ठेवली. इकडे उदरनिर्वाहासाठी अण्णांनी

मुंबईत दादरमध्ये फुलांच्या विक्रीस सुरुवात केली. दुसऱ्याच्या दुकानात काम करताना त्यांना दरमहा चाळीस रुपये मिळत. ते पुरेसे नव्हते. थोडा अनुभव गाठीशी आल्यानंतर अण्णांनी स्वत:चे दुकान सुरू केले आणि आपल्या दोन भावांना मुंबईला आणले. हळूहळू अण्णांचे उत्पन्न दरमहा सातशे ते आठशे रुपयांपर्यंत गेले.

सुरुवातीच्या काही वर्षांत अण्णा वाईट लोकांच्या संपर्कात आले. यामुळे त्यांचा वेळ आणि पैसा दोन्हीही वाया जाऊ लागले. त्यांची काही लोकांशी भांडणे, मारामाऱ्याही झाल्या. काही सामान्य लोकांवर गुंडाकडून होत असलेला अन्याय ते सहन करू शकले नाहीत. आपल्या कुटुंबाला पैसे पाठवून देण्यातही त्यांना व्यत्यय येऊ लागला. त्यांना चांगले वळण लागले नसल्याची चर्चा गावात सुरू झाली. एका प्रसंगात अण्णांकडून एका व्यक्तीला जोरदार मारहाण झाली. अटक होण्याच्या भीतीपोटी ते काहीकाळ कामावर तसेच आपल्या घरीही आले नाहीत.

लष्करातील सहभाग

एप्रिल, १९६०मध्ये लष्कर भरतीसाठी त्यांनी मुलाखत दिली आणि त्यांची भारतीय लष्करासाठी निवड झाली. सुरुवातीच्या प्रशिक्षणासाठी त्यांना औरंगाबादला पाठविण्यात आले. प्रशिक्षणानंतर त्यांची नियुक्ती पंजाबमध्ये ट्रकचालक म्हणून झाली. घरापासून खूप दूर गेल्याने तसेच मित्रांपासून तुटल्यामुळे त्यांना एकटे वाटू लागले. यामुळे त्यांचे मन खिन्न झाले. आयुष्यात काहीच ध्येय नसल्याचे त्यांना वाटू लागले. एकदा त्यांना स्वत:चे जीवन संपवावेसे वाटले आणि त्यांनी आत्महत्या करण्यासाठी म्हणून चिठ्ठीही लिहिली. मात्र आपल्या आत्महत्येमुळे लहान बहिणींच्या लग्नाचा प्रश्न निर्माण होईल, असा दुसरा विचार त्यांच्या मनामध्ये आला. त्यामुळे बहिणींची लग्ने होईपर्यंत हा निर्णय लांबणीवर टाकण्याचे त्यांनी मनाशी ठरविले.

दरम्यानच्या काळात घडलेल्या काही घटनांमुळे त्यांच्या आयुष्याला नवी दिशा मिळाली. १९६५च्या भारत-पाकिस्तान युद्धावेळी पश्चिम सीमेवर ते लष्कराचा ट्रक चालवीत होते. अचानक पाकिस्तानचे विमान अगदी खालून येत असल्याचे त्यांना आढळले. ते आणि त्यांच्या अन्य सहकाऱ्यांनी ट्रकमधून पटापट उड्या टाकल्या आणि जीव वाचविण्यासाठी नजीकच्या झाडांचा आसरा घेत सर्व जण जमिनीवर झोपले. या वेळी ट्रकला मोठी आग लागून तो भस्मसात झाला. अण्णांच्या सर्व सहकाऱ्यांचा मृत्यू झाला, मात्र अण्णांना कोणतीही इजा झाली नाही. ते आश्चर्यकारकरित्या बचावले.

नागालँडमध्ये नियुक्ती असतानाही ते पुन्हा एकदा असेच बचावले. एका रात्री भूमिगत नागांकडून लष्करी ठाण्यावर हल्ला झाला. त्यामध्ये ठाण्यातील सर्व

सहकाऱ्यांचा मृत्यू झाला. त्या वेळी काही कारणामुळे अण्णा बाहेर गेलेले असल्यामुळे त्यांचा एकट्याचाच जीव वाचला. या दोन घटनांचा अण्णांच्या मनावर खोलवर परिणाम झाला. स्वत:चे आयुष्य वाया घालवायचे नाही, हे त्यांना उमगले. देवालाच आपले आयुष्य मौल्यवान असल्याचे वाटते आहे. अन्यथा इतर सहकाऱ्यांप्रमाणे आपलाही मृत्यू झाला असता, असे त्यांना वाटले. हा विचार जेव्हा त्यांच्या मनात फेर धरू लागला तेव्हाच नवी दिल्लीतील रेल्वे स्थानकावर त्यांच्या हाती स्वामी विवेकानंदांचे 'देशबांधणीसाठी युवकांना आवाहन' हे पुस्तक लागले.

विवेकानंदांच्या विचारांमुळे त्यांच्या आयुष्याला एक अर्थ असल्याचे अण्णांना उमगले आणि उर्वरित आयुष्य समाजासाठी समर्पित करण्याचा निर्धार त्यांनी केला. त्यानंतर स्वामी विवेकानंद, महात्मा गांधी आणि आचार्य विनोबा भावे यांची अनेक पुस्तके त्यांनी वाचली. त्यांचे विचार मनात पक्के होऊ लागले आणि १९७०मध्ये त्यांनी ते विवाह करणार नसल्याचे पालकांना ठामपणे सांगितले. आपल्या लहान भावांचे विवाह करण्याविषयी त्यांनी घरच्यांना सुचवले. संकुचित आयुष्य न जगण्याच्या निर्धारानंतर ते लष्कराच्या सेवेतून स्वेच्छानिवृत्ती घेऊन आपल्या मूळ गावी परतले.

राळेगण सिद्धी या मूळ गावाचा विकास करावा, असे त्यांना मनोमन वाटत होते. पण तो कसा करायचा आणि कोठून त्याची सुरुवात करायची, हे त्यांना उमगत नव्हते. सुट्टीच्या काळात ते गावी येत असत आणि गावाबाहेरच्या खडकांवर अनेक दिवस वेळ व्यतीत करत. आयुष्यातील बहुतांश काळ मुंबई आणि लष्करात व्यतीत केल्यामुळे गावात त्यांना फारसे मित्र नव्हते. अनेकांना अण्णांचा परिचय रागीट तरुण असाच होता. दादरच्या स्टेशनबाहेर फुले विक्री करतानाचे अण्णा अनेकांना माहीत होते. त्यांच्या व्यक्तिमत्त्वामध्ये झालेला मूलभूत बदल अनेकांना ठाऊक नव्हता.

१९७१मध्ये अण्णांची बदली मुंबईला झाली. मुंबईहून ते राळेगण सिद्धीला वारंवार भेट देत असत. १९७१ ते १९७४ या काळात ग्रामस्थांशी त्यांचा संवाद वाढला. गावातील पद्मावती मंदिरास ऑइल पेंट देऊन कायापालट करण्यासाठी त्यांनी तीन हजार रुपये खर्च केला. गावातील तरुणांशीही त्यांनी चांगले संबंध प्रस्थापित केले.

मूळ गावाच्या सेवेसाठी परत...

१९७४मध्ये त्यांची जम्मूला बदली झाली. १९७५मध्ये त्यांची लष्करातील सेवेची पंधरा वर्षे पूर्ण झाली. निवृत्तिवेतन मिळण्यासाठी आवश्यक असलेला सेवा कार्यकाळ यामुळे पूर्ण झाला. त्यांनी स्वेच्छानिवृत्तीची मागणी केली. अखेर ऑगस्ट, १९७५मध्ये त्यांना लष्करी

सेवेतून मुक्त करण्यात आले आणि त्यानंतर ते राळेगण सिद्धीला ग्रामविकास करण्यासाठी परतले. त्यांनी यादवबाबा मंदिरात राहण्यास सुरुवात केली आणि वसतिगृहातील मुलांसमवेत जेवण घेऊ लागले.

गावातील लोकांवर नैतिक प्रभाव पडण्यासाठी महात्मा गांधींच्या आत्मकेंद्री पद्धतीचा अवलंब अण्णांनी सुरू केला. जेव्हा राळेगण सिद्धीमध्ये माध्यमिक शाळा सुरू झाली आणि सरकारने त्या शाळेस अनुदान देण्यास नकार दिला, तेव्हा अण्णांनी शांतपणे जिल्हा परिषदेच्या कार्यालयाबाहेर उपोषण सुरू केले. ग्रामस्थांना ही बाब कळताच तेसुद्धा शेकडोंच्या संख्येने अण्णांच्या पाठीशी उभे राहिले. अखेर राज्य सरकारला त्यांची मागणी मान्य करावी लागली. गावातील दुसरी घटनाही पुरेशी बोलकी आहे. गावातील काही कुटुंबे अनेकदा सांगूनही गुरांना चरण्यासाठी मोकाट सोडत असत. असे करू नका तसेच वृक्षारोपणाचे महत्त्व या लोकांना अनेकदा पटवूनही त्यांच्यात फरक पडत नव्हता. अखेर अण्णा आणि काही तरुण यांनी दोन दिवसांचे उपोषण केले. त्यानंतर लोकांना गांभीर्य कळले आणि त्यांनी जनावरे मोकाट सोडणे थांबवले.

आज अण्णांना जणू संतासारखेच महत्त्व मिळाले आहे. त्यांनी स्वत:ची जमीन वसतिगृहाच्या इमारतीसाठी दिली आहे. आपली पेन्शन गावच्या विकास निधीस दिली आहे. ब्रह्मचारी असलेले अण्णा अगदी दररोजच्या मोजक्या आवश्यक वस्तूंसह गावातील देवळात राहतात. वसतिगृहातील मुलांसाठी बनवलेले अन्नच ते खातात. त्यांचे पालक असलेले भाऊ गावातच राहतात. मात्र अन्य ग्रामस्थ आणि कुटुंबीय यांच्यात अण्णा फरक करत नाहीत. या नि:स्वार्थी वृत्तीमुळे त्यांनी मोठा नैतिक अधिकार कमावला असून गावचे नेतृत्व निर्विवादपणे त्यांच्याकडे आले आहे. अण्णांची स्वत:ची नैतिक आचारसंहिताही मोठी कडक आहे. सामाजिक नीतिमत्तेसाठी शिक्षा आवश्यक असते, अशी अण्णांची धारणा आहे. सामाईक जमिनीवरील झाडाचे फळ एका मुलाने तोडल्यानंतर त्याला झाडाला बांधण्याची आणि त्याच्यापुढे फळ ठेवण्याची शिक्षा देण्यात आली. त्याला नैतिक शिकवण मिळवण्यासाठी हा धडा देण्यात आला. आता फळांनी लगडलेल्या झाडांना कोणतीही सुरक्षा द्यावी लागत नाही. आता एकही फळ चोरीला जात नाही. खाली पडलेली फळे बालवाडी किंवा शाळेतील मुलांना देण्यात येतात. चुकीबद्दल सार्वजनिक ठिकाणी मारण्याची शिक्षा दहशत पसरावी यासाठी नव्हे, तर चारचौघात निंदा होऊन त्याने किंवा तिने योग्य वागावे यासाठी केली जाते. लोकांना राळेगणच्या यशाबद्दल गर्व आहे आणि त्यामध्ये प्रत्येकाचा वाटा आहे. त्यामुळे अण्णांना त्रास होईल किंवा गावाचे नाव खराब होईल, असे कृत्य कोणी करत नाही.

अण्णांची दृष्टी आणि तत्त्वज्ञान

अण्णा स्वत: धार्मिक प्रवृत्तीचे आहेत. विवेकानंद, महात्मा गांधी, विनोबा भावे यांच्या विचारांचा त्यांच्यावर पगडा आहे. त्यांची मते तसेच भाषणांत ते नेहमी जे विचार मांडतात ते येथे नमूद केले आहेत. यावरून अण्णांच्या विचारपद्धतीचा अंदाज येतो. त्यांच्या या विचारांचा राळेगण सिद्धीच्या विकासावर थेट परिणाम झाला आहे.

ज्येष्ठ पत्रकार आणि सामाजिक कार्यकर्ते मुकुल शर्मा यांनी अण्णा हजारे यांची दूरदृष्टी व तत्त्वज्ञान याचा सखोल अभ्यास केला आहे. त्यांना पूर्ण श्रेय देत त्यांच्या लेखातील काही तपशील मी येथे देत आहे. सामाजिक पोर्टल 'काफिला' १४ एप्रिल, २००८मध्ये त्यांनी 'द मेकिंग ऑफ ॲन ॲथॉरिटी : अण्णा हजारे इन राळेगण सिद्धी' अशा शीर्षकाचा लेख त्यांनी लिहिला आहे.

बळ आणि शिक्षा

सामाजिक बदलाच्या प्रक्रियेत सल्ला, समुपदेशन कायम उपयोगी पडतेच असे नाही आणि कधी-कधी बळाचाही वापर करावा लागतो, असे अण्णांचे मत आहे. शारीरिक बळाची भीती उपयोगी ठरते. अर्थात अशी शिक्षा कायम उपयोगी पडत नाही किंवा तिचा सतत वापरही योग्य ठरत नाही. तिची जागा नैतिक बळानेच घ्यावी लागते. नैतिक बळाचा वापर हा अधिक टिकतो. 'सामाजिक कार्यकर्ता हा आईप्रमाणेच असतो.' आई लहान मुलाचे सारे हट्ट पुरवते आणि त्याने चूक केली की, त्याला चापटही देते. मुलाला किंवा मुलीला चापट लगावल्याबद्दल किंवा शिक्षा केल्याबद्दल अद्यापपर्यंत कोणी आईला दोषी ठरवलेले नाही किंवा त्याला कोणी आव्हान दिलेले नाही. मुलेसुद्धा आईचा हा अधिकार मान्यच करतात. अगदी त्याचप्रमाणे सामाजिक कार्यकर्तादेखील साऱ्या समाजाची काळजी वाहत असतो आणि समाजविकासासाठी कार्यरत असतो. त्यामुळे तो कधी-कधी बळाचाही वापर करतो आणि सामाजिक कार्यकर्त्यांची अन्य भूमिका ज्याप्रमाणे समाज स्वीकारतो, तशाच तो शिक्षाही स्वीकारतो.

पर्यावरणविषयक संस्थांनी कायद्याची अंमजबजावणी आणि विश्वास दृढ करण्यासाठी बळाचा वापर करायला हवा. सामाजिक, शारीरिक आणि कधी-कधी अगदी साध्या प्रकारे केलेल्या शिक्षेमुळेही समाजाला चांगले वळण लागते. सामाजिक ध्येय आणि एकत्रित इच्छाशक्ती या दोन्ही गोष्टी साध्य होत असल्याने बळाचा सतत होणारा वापर समर्थनीय ठरतो. या बळाची गरज असल्याची भावना ग्रामस्थांमध्येही आहे. ते याची कदरही करतात. त्यामुळे हे बळ म्हणजे समाजात सलोखा व मोकळे

वातावरण राहण्यासाठीचे जणू एक अंगच बनले आहे.

जेव्हा अण्णा हजारे यांनी राळेगणमध्ये काम सुरू केले, तेव्हा ग्रामस्थांमधील दारू सेवन हा गंभीर प्रश्न निर्माण झाला होता. गावात दारूचे अनेक गुत्ते होते. पाणलोट व्यवस्थापन कार्यक्रमाबरोबरच दारूचा हा प्रश्नही हाती घेण्याचे अण्णांनी ठरविले. गावातील मंदिरात त्यांनी सर्व ग्रामस्थांची बैठक घेतली. त्यामध्ये दारूची दुकाने आणि दारू सेवन बंद करण्याचा निर्धार ग्रामस्थांनी केला. यानंतर अनेक दुकाने स्वत:हून बंद केली गेली. त्यामुळे दारूचे सेवन कमी झाले. मात्र काही गावकरी दारू पीतच असत. त्यानंतर जो कोणी दारू सेवन करेल, त्याला थेट शारीरिक शिक्षा करण्याचा निर्णय घेतला गेला. मंदिरासमोर एक खांब आहे. समजा कोणी दारू सेवन केल्यास त्याला त्या खांबाला बांधून चाबकाने मारण्याची शिक्षा देण्याचे अण्णांनी सांगितले. केवळ अण्णांचेच नव्हे, तर इतर अनेक ग्रामस्थांचे असेच मत होते.

ग्रामस्थांनी ठरविलेल्या या शिक्षेला निवडून आलेल्या लोकप्रतिनिधींकडून मान्यता घेऊन कायद्याचे संरक्षणही घेतले गेले. याबाबत बोलताना गावचे उपसरपंच कैलास पोटे म्हणाले, "मीसुद्धा दारू पीत असे. मलाही खांबाला बांधून दोन-तीनदा फटके मारण्यात आले. अण्णा तुम्हाला दोन-तीनदा समजावून सांगतात आणि तरीही न ऐकल्यास मात्र बेदम मारतात." सामाजिक संघटनेत शिक्षा आणि त्याची भीती या अनिवार्य गोष्टी आहेत. अण्णा म्हणतात, "कुटुंबनियोजनाचा केवळ कायदा असून भागत नाही. त्याची कठोर अंमलबजावणी करणेही आवश्यक असते. हा कायदा भारतातील सर्व नागरिकांना लागू असायला हवा. त्यासाठी जात, वंश याचे बंधन नको आणि त्याच्या अंमलबजावणीसाठी प्रसंगी बळाचा वापरही करायला पाहिजे... कुटुंबनियोजन कायद्याबाबत अशी अंमलबजावणी करण्यासाठी बळाचा वापर केल्याचे फायदे राळेगण सिद्धीत अनुभवायला मिळाले आहेत."

धर्म आणि धार्मिक प्रतीके

धर्म आणि धार्मिक प्रतीके हे कोणत्याही सत्तेसाठी मोठे स्रोतच असतात. पर्यावरणपूरक आदर्श गाव असलेल्या राळेगण सिद्धीमध्येदेखील धर्म हा बदलासाठी तसेच शिक्षेच्या अंमलबजावणीसाठी जणू वाहनच बनला आहे. देव किंवा देऊळ सर्वोच्च असून त्याच्यापुढे घेतलेला निर्णय हा आज्ञा म्हणूनच मानायला हवा, अशी सर्वसाधारण धारणा गावात आहे. आदर्श गावाचा प्रारंभ जणू देवळातूनच होतो. देव आणि त्याची सत्ता यांचा अधिकार चालतो.

देवळाचा जीर्णोद्धार करून अण्णा हजारेंनी गावाच्या विकासकामांचा प्रारंभ

केला. देऊळ हेच त्यांच्या विविध कार्याचे केंद्र आहे. गावचे देऊळ हे सामाईक ओळख बनेल, असे मानून अण्णांनी आपल्या भविष्यनिर्वाह निधी, ग्रॅज्युएटी, बँकेतील शिल्लक देवळाच्या जीर्णोद्धारासाठी दिली. यातून गावकऱ्यांमध्ये भावनिकदृष्ट्या एकी निर्माण हाईल, असे अण्णांना वाटले. नंतर गावचे देऊळ एक महत्त्वाचे ठिकाणच बनले. गावातील बैठका, विवाहसमारंभ आणि धार्मिक कार्यक्रम देवळातच होऊ लागले. गावकऱ्यांतील कौटुंबिक जिव्हाळा वाढू लागला. त्यात देवळामुळे या सर्व कार्यक्रमांना पावित्र्य आणि शुद्धतेची जोडही मिळते. देवळात घेतलेल्या निर्णयांना देवाची मान्यता आहे, असे मानून लोक ते पाळण्याचा अधिकाधिक प्रयत्न करतात. देवळाच्या चार भिंतीच्या आत देव असल्याचे आपण मानतो. ही संकल्पना अधिक विस्तृत करण्याची गरज असून गाव आणि देश ही मोठी मंदिरे असल्याचे मानावे, असे अण्णा सांगतात. देवाप्रमाणेच आपण त्यांचीही पूजा करावी. त्यांचा देव केवळ सर्वोच्च नसून त्याच्यापर्यंत सहजपणे पोहोचता येईल असा आहे.

नियम आणि आचारसंहिता

स्वत: अण्णा हजारे नियम आणि कायद्यांबाबत फार काटेकोर आहेत. त्यांच्या मते कार्यकर्त्यांसाठी ते मापदंडच आहेत. त्यासाठी त्यांचे स्वत:चे मॉडेलच आहे. लष्करात असल्याने भल्या पहाटे उठणे, जॉगिंग, व्यायाम, स्वत:ची स्वच्छता, कपडे धुणे, क्वार्टरमध्ये राहणे, शेजारधर्म अशा शिस्तबद्ध आयुष्यामुळे जीवनाचा विकास होतो आणि त्याचे फायदे आजही मिळत असल्याचे अण्णा सांगतात. राळेगण सिद्धीतील विकास कामे ग्रामस्थांनी एकमताने केलेल्या नियम व अटींमुळे साध्य झाल्याची अण्णांची धारणा आहे.

राळेगणमध्ये विकासासाठी पाच नियम करण्यात आले आहेत. ते नियम म्हणजे नसबंदी (कुटुंबाचा आकार मर्यादित), नशाबंदी (दारूबंदी), चाराबंदी (जनावरांना चरण्यास मोकाट सोडण्यास प्रतिबंध), कुऱ्हाडबंदी (वृक्षतोडीला बंदी) आणि श्रमदान (सामाजिक उपक्रमासाठी स्वयंसेवकाप्रमाणे श्रमदान करणे.) हे नियम सर्वांना बंधनकारक आहेत. तसेच हे नियम आपण पाळू अशी शपथ प्रत्येकाला घ्यावी लागते. आणि महत्त्वाचे म्हणजे गावातील प्रत्येक जण या नियमांची काटेकोर अंमलबजावणी करतो. 'हे करायचे' आणि 'हे करायचे नाही' यावरही गावचा विकास बऱ्याच अंशी अवलंबून आहे. राळेगणमध्ये कोणत्याही दुकानात बिडी किंवा सिगारेटची विक्री केली जात नाही. 'विना-हरकत संमती' हा येथील परवलीचा शब्द आहे. या सर्व नियमांना ग्रामस्थ स्वत: आणि एकत्रितपणे 'विना-हरकत संमती' देतात. शिक्षेला ते कधी घाबरत नाहीत. सुरुवातीच्या काळात त्यांचे मन वळवल्याने ते आता मोठ्या

मनाने स्वत:हून नियमांचा स्वीकार करतात. दुकानात बिडी विक्रीस ठेवायची नाही, असे ग्रामस्थांनीच ठरवले आहे.

राळेगणमधील सर्वांत मोठे यश म्हणजे तेथील संस्थांमध्ये त्यांच्या पद्धतीचे प्रशासन आहे. गेल्या चौपन्न वर्षांत गावच्या ग्रामपंचायतीसाठी निवडणूक झालेली नाही. सहकारी सोसायटीमध्येही निवडणूक झालेली नाही. अण्णा म्हणतात, 'ग्रामपंचायत आणि सहकारी संस्थांचे प्रतिनिधी ग्रामसभेद्वारे नामनिर्देशित केले जातात. निवडणुकांना गावात बंदी आहे. निवडणुकीमुळे पक्षीय राजकारण येते आणि लोकांमध्ये मतभेद होतात. निवडणुकीमुळे गावाची एकीसुद्धा उद्ध्वस्त होते.'

निवडणूक पद्धत आणि पक्षीय राजकारणाबाबत संधी मिळेल, तेव्हा अण्णांनी प्रश्नचिन्ह निर्माण केले आहे. 'सत्ता आणि राजकारणामुळे भ्रष्टाचार होतो', असे त्यांचे मत आहे. आमच्या भ्रष्टाचारविरोधी चळवळीत ज्यांना भाग घ्यायचा आहे त्यांना पक्षीय राजकारणात सहभागी होण्यास तसेच निवडणुका लढविण्यास मज्जाव असल्याचे अण्णांचे मत आहे. "येथे नेहमीच्या लोकशाही व्यवस्थेला स्थान नाही. राज्य पातळीवरील किंवा देश पातळीवरील कोणत्याही निवडणुकीवेळी गावात कोणतेही पोस्टर किंवा माहितीपत्र आणू दिले जात नाही. थेट निवडणूक प्रचारही येथे केला जात नाही." असे येथील ग्रामस्थ मच्छिंद्र बळवंत शेंगडे यांनी सांगितले. ते म्हणाले, "आमच्या गावात कोणत्याही राजकीय पक्षाची कार्यालये, झेंडे किंवा फलक नाहीत. आम्ही त्याला कधीच परवानगी दिलेली नाही." अशा योजनांचे यश हे काही तत्त्वांची कठोरपणे अंमलबजावणी केल्यानेच होऊ शकते.

राष्ट्र आणि राष्ट्र उभारणी

'आदर्श गाव, आदर्श देश,' अशा घोषणा असलेली भित्तिपत्रे राळेगणच्या अनेक भागांत दिसतात. सशक्त राष्ट्राची कल्पना अण्णांच्या मनात आणि कामात पूर्णपणे उतरलेली आहे. ही कल्पना प्रत्यक्षात येण्यासाठी गावाचा पर्यावरणदृष्ट्या सर्वांगीण ग्रामविकास होण्याची गरज आहे. अण्णांसाठी देश म्हणजे जीव की प्राण आहे.

१९६२च्या भारत-चीन युद्धावेळी देशाचा अर्थ त्यांच्या मनात रुंजी घालू लागला आणि १९६५च्या भारत-पाक युद्धावेळी त्यांच्या मनात हा अर्थ पूर्णपणे आकाराला आला. राळेगणमधील लोकांशी चर्चा करताना ग्रामविकास तसेच युद्धातील प्रसंग, लष्कर आणि शत्रू याची अनेक उदाहरणे ऐकायला मिळतात. त्यामुळेच गावातील बहुतांश कुटुंबातील एखादा तरी तरुण लष्करात आहे. सध्या गावातील दोनशेहून अधिक तरुण लष्करात आहेत. 'ज्याप्रकारे जवान एकत्रितपणे शत्रूवर

हल्ला करतात आणि त्याच्यावर नियंत्रण मिळवितात अगदी त्याचप्रमाणे आम्ही गावातील प्रश्न सोडवितो,' असे ग्रामस्थ अभिमानाने सांगतात.

नैतिकतेचे मोठे अधिष्ठान

अण्णा हजारेंच्या पर्यावरण आणि ग्रामविकासात सदाचार, नैतिकतेला मोठे अधिष्ठान आहे. आयुष्यात स्वत:ला आलेल्या अनुभवाच्या जोरावर अण्णांनी नैतिकतेच्या कल्पना विकसित केल्या आहेत. याला सातत्याने महत्त्व दिले जाते. सशक्त देशासाठी ते कायम यावर भर देतात. राष्ट्रनिर्मितीसाठी नैतिक मूल्ये आवश्यक असल्याचे त्यांचे मत आहे. गावावर प्रभाव टाकण्यासाठी अण्णांनी सदाचाराचा उपदेश विकसित केला. यामुळे गावात एक नैतिक सत्ता तयार झाली. यामुळे केवळ दारू-सिगारेट-मांसाहार यावरच विजय मिळवता आला नसून सार्वजनिक, खासगी, वैयक्तिक आणि राजकीयदृष्ट्याही नैतिकतेचे नियंत्रण आहे.

अण्णांचा नैतिकतेचा, सदाचाराचा विचार हा मोठा व्यापक आहे. रोजच्या सामाजिक जीवनातही त्याचे प्रतिबिंब उमटते. वेगवेगळ्या मुद्द्यांवर बोलताना ते म्हणतात, "सेवा करण्यासाठी लोकांवर चांगले संस्कार होण्याची गरज आहे. निष्काम कर्मयोगावर त्यांनी विश्वास ठेवावा. गरीब व श्रीमंतांमधील दरी कायम राहणारच; पण गरिबांना सुबत्तेतील काही वाटा मिळायला हवा." शालेय विद्यार्थ्यांसाठी मूल्यशिक्षणाची सोय गावात करण्यात आली आहे. त्यामध्ये शारीरिक शिक्षण, शरीरसौष्ठव, देशभक्ती, संस्कार आणि हिंदू संस्कृतीचा समावेश आहे. विद्यार्थ्यांसाठी सूर्यनमस्कार आणि 'ओम'चा जप रोजच्या दैनंदिनीत आहे.

महिलांनी घरकामात लक्ष घालण्याबरोबरच महिलांचा विकास आणि देश विकासाच्या कार्यातही सहभागी व्हावे, यावर गावात भर देण्यात आला आहे. महिला ही जगाची माता आहे. महिला ही शक्तीची, शुद्धतेची प्रतीक आहे. आदर्श, सुदृढ समाज बनविण्याची तिची क्षमता आहे. अशाप्रकारे नैतिकतेची येथे दैनंदिन जीवनाशी सांगड घातली आहे.

जातीयतेला प्रखर विरोध

जातीवर आधारित अस्पृश्यता आणि भेदभाव दूर करण्यावर अण्णांचा विशेष भर आहे. त्यासाठी अण्णांनी त्यांच्या बाजूने अनेक प्रयत्न केले आहे. हरिजनांना मंदिर प्रवेशास असलेली बंदी उठवणे, तसेच एकाच विहिरीतून इतरांप्रमाणेच हरिजनांनाही पाणी घेऊ देणे, अशा घटनांतून ते सहजपणे दिसते.

गावाचा कारभार चालविण्यासाठी नेमलेल्या अनेक समित्यांवर त्यांची नियुक्ती करण्यात आली आहे. त्याचप्रमाणे गावातील सर्व कार्यक्रमांत, उत्सवांमध्ये ते सहभागी होतात. काही वेळा ते अन्न शिजवतात किंवा गावकऱ्यांना अन्न वाढतात देखील. अगदी काही वेळा त्यांच्या हस्ते पूजासुद्धा करण्यात येते. दलित कुटुंबांनी घेतलेल्या पंचाहत्तर हजार रुपयांच्या बँक कर्जाची एकदा संपूर्ण गावाने परतफेड केली होती. अनेक आर्थिक योजनांमध्ये पहिले लाभार्थी म्हणून त्यांची निवड केली जाते.

आपले गाव म्हणजे एकत्र कुटुंब आहे, तसेच गावातील सर्व लोक हे सर्वशक्तिमान परमेश्वराचीच लेकरे आहेत, या संकल्पना येथे दृढ झाल्या आहेत. त्यामुळेच ग्रामस्थ हरिजनांच्या प्रश्नांमध्येही तेवढ्याच तळमळीने लक्ष घालतात. विजेच्या मागणीसाठी गावात अनेक वर्षांपूर्वी झालेल्या निदर्शनावेळी पोलीस गोळीबार झाला होता. त्या गोळीबारात लक्ष्मण कोंडिबा हा दलित जखमी झाला होता. त्या वेळी अण्णांनी त्याची आईप्रमाणे काळजी कशी घेतली, हे त्याच्या आजदेखील स्मरणात आहे. तो आणि त्याच्या जातीतील अन्य लोक आता सावकाराच्या कर्जातून पूर्ण मुक्त झाले असून ते आता अण्णांचे भक्तच आहेत.

राळेगणमध्ये दलित आपला परंपरागत व्यवसाय आजही करतात. त्याचप्रमाणे त्यांच्याकडे जमिनीची मालकीही आहे. गावातील पाण्याचा वापर ते करतात, जात रोजगारावर पैसे कमावतात. दलितांना ज्या पद्धतीने राळेगणमध्ये सामावून घेतले आहे, ते आदर्शवत आहे. ते त्यांच्या परंपरागत जबाबदाऱ्याही पार पाडतात तसेच सध्याच्या काळात आवश्यक असलेल्या सेवाही पुरवतात.

महात्मा गांधींचा आर्थिक आदर्श

महात्मा गांधींचा आर्थिक आदर्श हा दैनंदिन जीवनात नैतिकतेची कास धरणारा होता. ग्रामीण अर्थव्यवस्थेवर तसेच साध्या राहणीमानावर त्यांनी नेहमी भर दिला. गांधीजींचे आर्थिक आदर्श हे त्यांनी प्रामुख्याने भारतीय परिस्थितीचा अभ्यास करून बनविले होते. भारतातील स्थितीचा त्यांनी साकल्याने विचार केला होता. अर्थात त्यांनी विकसित केलेले हे मॉडेल किंवा आदर्श जागतिक पातळीवरही वापरता येतील यावर गांधीजींचा ठाम विश्वास होता.

गांधीजींचे आर्थिक विचार हे मानवतावादी दृष्टिकोनावर आधारित होते आणि कोणत्याही आर्थिक प्रतिकृतीचा किंवा विकासाचा अंतिम हेतू हा मनुष्यजातीचा विकास करणे, हाच असायला हवा किंबहुना आर्थिक विकासातून मानवतेचा विकास हेच ध्येय असायला हवे, असेच त्यांचे मत होते.

आदर्श गावाचे स्वप्न साकार

"जर खेडी जगली तरच भारत जगेल. अन्यथा तो भारतच नसेल." या शब्दांत गांधीजी भारत आणि खेड्यांबाबतच्या आपल्या दृष्टिकोनाबाबत नेहमी आपल्या भावना व्यक्त करत असत. भारताला स्वातंत्र्य मिळाल्यानंतर गांधीजी फार काळ हयात नव्हते. त्यांचे आदर्श खेड्याबाबतचे स्वप्न मात्र राळेगण सिद्धीसारख्या काही उदाहरणांतून पूर्ण झाले आहे. खरे पाहता गांधीजी राष्ट्रपिता आहेत; मात्र आज त्यांच्या विचारांचा अनुनय करणारे, त्यांचे विचार प्रत्यक्ष कृतीत उतरवणारे कोठेही राहिलेले नाहीत. अण्णा हजारे यांच्यासारखे काही लोक गांधीजींचे स्वराज्य आणि आदर्श शाश्वत विकासाचे स्वप्न जिवंत ठेवत आहेत.

भारताला स्वातंत्र्य मिळून पासष्ठ वर्षांहून अधिक काळ लोटल्यानंतर आज नेमकी काय परिस्थिती आहे? देशातील बहुतांश लोक आजही खेड्यात राहतात. तंत्रज्ञानाने सारे जग आमूलाग्र बदलले. आपण त्या जगात सध्या राहत आहोत. मात्र देशात खेड्यांतील जीवनाचा दर्जा आणि लोक फारसे बदललेले नाहीत. गांधीजींच्या आदर्श गावाबद्दल मोठा, व्यापक दृष्टिकोन होता. गावे किंवा खेडी ही तंत्रज्ञानाचा कुशल वापर करणारी तसेच कुशल कामगार आणि उत्कृष्ट पर्यावरण असणारी उत्पादकतेची केंद्रे असतील, असे स्वप्न गांधीजींनी रंगवले होते. खेड्यातील लोकांची प्रवृत्ती सुदृढ असेल. ती रिकामटेकडी नसतील किंवा चैनीत लोळत नसतील, असे स्वप्न गांधीजींनी पाहिले होते.

गांधीजी म्हणत, "खेडे हे सर्वशक्तिमान असेल. माझ्या कल्पनेतील खेडे हे एक हजार आत्म्यांनी बनलेले असेल. हे पूर्णपणे स्वयंपूर्ण असेल." आजपर्यंत गांधीजींचे हे आदर्श खेडे आपल्या स्वप्ना पलीकडलेच राहिले आहे.

भारताचा सध्याचा विकास पाहिला, तर देशाला स्वातंत्र्य मिळून ६५ वर्षे उलटून गेली तरी निरक्षरता, बेरोजगारी, पूर्ण पायाभूत सुविधा, पूर्ण वैद्यकीय सोयी, उपासमार, प्रचंड लोकसंख्या, बेघर अवस्था, गरिबी अजूनही देशाच्या ग्रामीण व शहरी तसेच आदिवासी भागात आहे तशीच आहे. देशात मोठ्या प्रमाणावर किंवा मुबलक असे नैसर्गिक स्रोत, पशुधन, मनुष्यबळ, शास्त्रज्ञ, तंत्रज्ञ उपलब्ध असतानाही लोकांच्या प्राथमिक गरजा अद्याप पूर्ण झालेल्या नाहीत. आपल्याकडील चाळीस टक्के गावात अद्याप चांगले रस्ते नाहीत. एक लाख ऐंशी हजार खेड्यांत प्राथमिक शाळाही नाहीत. साडेचार लाख खेड्यांत पिण्याच्या पाण्याची समस्या आहे. ग्रामीण भागात एकशे चाळीस लाख घरांची कमतरता आहे. तसेच ग्रामीण भागातील पायाभूत सुविधांचा पुरता बोजवारा उडाला आहे. सुमारे पाचशे दशलक्ष लोक निरक्षर आहेत. ऐंशी टक्के विद्यार्थी आठवीनंतरच गळतात, तर पन्नास टक्के विद्यार्थी

एसएससी परीक्षाच उत्तीर्ण होऊ शकत नाहीत. यामध्ये लोकसंख्येचा वाढता भस्मासूर आणि पर्यावरणाचा ऱ्हास या गंभीर समस्यांची भरच पडली आहे. ग्रामीण भागातील जनता निरक्षरता आणि दुर्लक्षाची शिकार बनली आहे.

आजही खेड्यात पुरेसे रस्ते, दळणवळण, वाहतूक व्यवस्था, आरोग्य आणि मलमूत्र विसर्जनाच्या पुरेशा सोयी उपलब्ध नाहीत. राज्य आणि केंद्र सरकारांनी आतापर्यंत अनेक विकासयोजना राबविल्या. मात्र तरीही अन्न, वस्त्र, निवारा या प्राथमिक गरजाही खेड्यांत पूर्ण होऊ शकत नाहीत.

त्यामुळे आदर्श खेड्याची संकल्पना अजूनही कल्पनेबाहेरच आहे. असे खेडे जेथे गावकरी निर्णायक भूमिकेत असतील, गावच्या विकासात भागीदार असतील. शाश्वत विकासाद्वारे ज्यांची उत्पादन क्षमता वाढली असेल आणि जीवनमानाचा दर्जा उंचावला असेल, असे खेडे आजही स्वप्नवतच आहे. आदर्श खेडे हे धर्मनिरपेक्ष, लोकशाहीवादी, लोकशाही व्यवस्थेमुळे सशक्त झालेले असायला हवे. आदर्श गावातील विकास किंवा वाढ समान आणि सामाजिक न्यायाच्या तत्त्वावर आधारित असायला हवी. विकासाचा केंद्रबिंदू हा नेहमी ग्रामस्थच असायला हवा. तो भागीदारही असतो आणि त्याचप्रमाणे विकासाचा लाभार्थीदेखील असतो.

आता परिस्थितीत थोडाफार बदल झाला आहे. तो म्हणजे गांधीजींच्या स्वप्नातील गाव राळेगण सिद्धीच्या रूपाने प्रत्यक्षात एक उदाहरण म्हणून पुढे आले आहे. अण्णा हजारे यांच्या चार दशकांच्या अथक लढ्यानंतर आशेचा किरण शिल्लक सापडल्याची भावना भारतीयांच्या मनात निर्माण झाली आहे. भारत काहीतरी चांगले करू शकतो, ही भावना वाढीला लागली आहे.

अण्णांचे प्रेरणास्थान

भारताला स्वातंत्र्य मिळण्यापूर्वी आणि नंतर अनेक महापुरुषांनी शक्तिमान प्रबळ देशाचे स्वप्न पाहिले होते. स्वातंत्र्यापूर्वी नवा भारत घडविण्यासाठी स्वामी विवेकानंदांनी त्यांचे सारे जीवन समर्पित केले होते. देश आणि देशाचा धर्म सक्षम करण्यावर त्यांचा सारा भर होता. हिंदू, मुस्लीम, शीख किंवा जैन अशा संकुचित भावनेतून त्यांनी कधीही धर्माची मांडणी केली नाही. त्यांच्यासाठी 'मानवतावाद' हाच खरा धर्म होता. विवेकानंदांच्या मते, 'आपल्या शेजाऱ्यापासूनच धर्माची खऱ्या अर्थाने सुरुवात होते. एखादा आपल्या शेजाऱ्याबरोबर सुख तसेच दुःख जर वाटून घेऊ शकत नसेल, तर कोणत्याही धर्माला काही अर्थच नाही. जो धर्म अनुकंपेचे महत्त्व अधोरेखित करत नसेल; उदाहरणार्थ भुकेल्या व्यक्तीला अन्न देणे, विधवांचे अश्रू पुसणे, तर तो खरा धर्म नाही, असे विवेकानंद

मानत असत. डॉ. रमेश अवस्थी आणि दशरथ के. पानमंद यांनी लिहिलेल्या 'राळेगण सिद्धी : ए मॉडेल फॉर व्हिलेज डेव्हलपमेंट' या पुस्तकात अण्णा हजारे यांनी लिहिलेल्या प्रस्तावनेत या ओळी उद्धृत केल्या आहेत. राळेगण सिद्धीचा विकास आणि यातील अण्णा हजारे यांचा वाटा यावर 'द फाउन्डेशन फॉर रिसर्च इन कम्युनिटी हेल्थ, मुंबई' या संस्थेने केलेल्या अभ्यासावर बेतलेले हे पुस्तक आहे.

यामध्ये अण्णा लिहितात, 'भारताला स्वातंत्र्य मिळाले आणि स्वातंत्र्यानंतर महात्मा गांधी, विनोबा भावे अशांनी ताकदवान स्वयंपूर्ण देशाचे स्वप्न पाहिले. तुम्हाला जर सक्षमपणे देशाची बांधणी करायची असेल, तर भारताची खेडी प्रथम बदलायला हवीत. कारण भारत हा खेड्यांमध्ये पसरलेला देश आहे, यावर त्यांनी सातत्याने भर दिला होता. त्यामुळे नव्या भारताच्या उभारणीसाठी आपल्याला देशातील खेडी बदलण्याचे आव्हान स्वीकारावे लागणार आहे. खेड्यांचा विकास केल्याशिवाय नव्या भारताच्या उभारणीचे स्वप्न साकारले जाणार नाही, हे स्वामी विवेकानंद, म. गांधी आणि विनोबा भावे यांना उमगले होते. त्यामुळे त्यांनी आपल्या आयुष्यातील प्रत्येक क्षण नवा समाज घडविण्यासाठी समर्पित केला.

कायदे करून किंवा सरकारने कारवाई केल्याने खरी लोकशाही आणता येत नाही. त्यासाठी तुम्हाला समाजाच्या सर्व थरांत तसेच लोकांच्या मनात बदल घडवून आणावा लागतो. 'प्रत्येक माणसामध्ये देव पाहावा आणि मानवाची सेवा हाच खरा धर्म आहे, अशी शिकवण संतांनी आपल्याला कायम दिली आहे. आपल्यातील दुर्गुण नाहीसे होण्यासाठी आपल्या विचारात आणि कृतीत शुद्धता आणि नैतिकता असावी, अशी शिकवणही संतांनी आपणास दिली आहे.'

अण्णा सांगतात, ''याच आदर्श कल्पना डोक्यात घेऊन १९७५मध्ये राळेगण सिद्धीच्या ग्रामीण विकासाचे काम हाती घेण्यात आले. देशातील खेड्यांच्या विकासासाठी किमान एखादे तरी खेडे असे असायला हवे की, जेथे विकासाचा जीवनाच्या सर्व अंगांना स्पर्श झालेला असेल. जर असे खेडे तयार केले तर तरुणांना, लोकांना आणि सामाजिक कार्यकर्त्यांना विकासाच्या मार्गावर जाण्यासाठी स्फूर्ती तसेच दिशा मिळेल. विकास करायचा असे ठरवले तरी नेमके काय करायचे, असा सध्या अनेक गावांपुढील मोठा प्रश्न आहे. आपल्याला आयुष्यात काहीतरी करायचे आहे, असे अनेक तरुण-तरुणी सांगतात, पण काय करावे असा त्यांना प्रश्न पडतो. योग्य दिशेच्या शोधात ते असतात. ग्रामपंचायतीची चांगली इमारत, गावाच्या विकास सोसायटीची दुमजली इमारत, गावात चांगले रस्ते आणि नळाद्वारे पाणी पुरवठा म्हणजे गावाचा विकास, असे आमच्या गावातील अनेक लोकांना वाटते. मात्र हे सर्व म्हणजे खरा विकास नव्हे. गावातील ज्या लोकांसाठी आपण या इमारती बांधत आहोत; त्यांच्यामध्ये बदल घडायला हवा. त्यांचे विचार आणि कृती योग्य मार्गावर

आणायला हवेत. स्वत:साठी केवळ जगण्यापेक्षा शेजाऱ्यासाठी, आपल्या गावासाठी, आपल्या समाजासाठी, आपल्या देशासाठी जगणे महत्त्वाचे आहे. जोपर्यंत लोकांना हे समजत नाही, तोवर गावातील लोकांचा, गावाचा किंवा देशाचा खराखुरा विकास होणार नाही.''

ते म्हणतात, ''राळेगण सिद्धीमध्ये अशा खऱ्या विकासासाठी लोकांनी एकत्रीतरित्या प्रयत्न केले. सामुदायिकरित्या प्रयत्न केले. दारूबंदी, अस्पृश्यता निवारण, कुटुंबनियोजन, वृक्षारोपण, जलसिंचन, कृषिविकास, गोबर गॅस प्रकल्प, तुषार सिंचन, ठिबक सिंचन, सौरदिवे, सौरऊर्जा, सौरपंप, पवनचक्की, सहकारी विहीर सिंचन योजना, सामुदायिक विवाह, धान्य बँक, श्रमदानातून पंधरा ते वीस लाख रुपयांच्या इमारतीचे बांधकाम या आणि अशा अनेक योजना राळेगणमध्ये यशस्वीपणे राबविण्यात आल्या आहेत.''

हे असे घडले कसे?

राळेगणच्या यशाने अनेक प्रश्न उपस्थित केले आहेत. या यशातील महत्त्वाचे मुद्दे कोणते? याची इतर ठिकाणी अगदी अशाच पद्धतीने अंमलबजावणी करता येणे शक्य आहे का?

डॉ. रमेश अवस्थी आणि दशरथ के. पानमंद यांनी केलेल्या अभ्यासानुसार, '१९७५-८५ या दहा वर्षांत राळेगण सिद्धीमध्ये राबविलेल्या विकास प्रकल्पांमध्ये दरवर्षी दरडोई पाचशे रुपयांप्रमाणे गुंतवणूक करण्यात आली. यातील ११.७ टक्के रक्कम गावाने दिली. सरकारी अनुदानातून ४१.५ टक्के, तर बँकेकडून दीर्घ व अल्प मुदतीच्या कर्जाद्वारे ३७ टक्के रक्कम उभारण्यात आली. अभ्यास होईपर्यंत बँकांची बहुतांश कर्जांची परतफेड झाली होती. यामुळे १९७५मध्ये राळेगणचे दोनशे सत्तर रुपये असलेले दरडोई उत्पन्न १९८६मध्ये दोन हजार दोनशे सत्तावन्न रुपयांपर्यंत वाढले. म्हणजे अवघ्या दहा वर्षांच्या कालावधीत दर वर्षी २४ टक्के या दराने वाढ झाली.'

विकासाच्या मुद्द्यावर कसे काम करायचे याबाबत अण्णा हजारे यांच्याकडे काही विशेष शिक्षण किंवा पूर्वानुभवदेखील नव्हता. त्यांचे नि:स्वार्थी नेतृत्व आणि नैतिक आवाहन यांमुळे गावातील तरुण एक झाले. काही कालावधीतच गावातील अन्य लोकही त्यांच्याबरोबर आले. सर्वांत महत्त्वाचे म्हणजे राळेगणच्या या आर्थिक विकासात एखाद्या बड्या उद्योगसमूहाची, भारतातील एखाद्या धर्मादाय संस्थेची किंवा परदेशातील वित्तीय संस्थेची मोठी आर्थिक गुंतवणूक नाही. संपूर्ण विकासकामांसाठी

सरकारी योजनांतून तसेच बँकाकडून कर्जे घेऊन निधी मिळवण्यात आला आहे. या योजना तसेच बँकांची कर्जे इतर कोणत्याही गावाला सहज मिळू शकतातच. स्थानिक गावकऱ्यांचे एकत्रीकरण, गावाच्या कामासाठी श्रमदाने, तसेच विकास योजना स्वीकारताना स्थानिक पातळीवर लोकांनी दाखवलेली एकी या सर्वांत महत्त्वाच्या गोष्टी आहेत.

या अभ्यासात म्हटले आहे की, 'श्रमदान हा गावातील प्रत्येक कार्यक्रमाच्या अंमलबजावणीसाठी महत्त्वाचा हिस्सा मानला गेला. गावात विहीर खोदायची असेल, बंधारा बांधायचा असेल, वृक्षारोपण करायचे असेल किंवा वसतिगृह बांधायचे असेल प्रत्येक काम श्रमदानातून केले गेले आणि या श्रमदानात प्रत्येक घरातील एक पुरुष किंवा महिला मजूर म्हणून मोफत, विनामोबदला काम करत असे. सरकारकडून या कामांसाठी शंभर रुपये अनुदान मिळत असेल, तर त्यातील तीस रुपये श्रमदानास खर्च होणे अपेक्षित होते. मात्र येथे ग्रामस्थ मोफत श्रमदान करत असल्याने या प्रकल्पांवरील निधी १३० टक्के खर्च होत असे. सरकारी निधीतील तीस ते साठ टक्के रक्कम प्रत्यक्ष योजनांपर्यंत पोहोचतच नाही, असा देशात सर्वत्र सारखा अनुभव आहे. या निधीत भ्रष्टाचार होतो किंवा प्रकल्पासाठी वापरण्यात येणारे मटेरियल वैयक्तिक लाभासाठी वापरले जाते. पण राळेगणमध्ये हे सारे टाळले आहे. विकासप्रकल्पांमधून होणाऱ्या जादा निधीचे कसे वाटप करायचे याबाबतही गावाने एक नियम केला आहे. निधीतील पन्नास टक्के रक्कम लाभार्थींना परत दिली जाते, पंचवीस टक्के रक्कम कर्जफेडीसाठी वापरली जाते, तर भविष्यातील समाजोपयोगी कामासाठी पंचवीस टक्के निधी भागभांडवल म्हणून राखून ठेवला जातो.''

गावच्या सार्वजनिक आरोग्याच्या क्षेत्रात पिण्याच्या पाण्याचा स्वच्छ पुरवठा, गोबरगॅस प्रकल्प, विनाधूर चूल, सार्वजनिक स्वच्छतागृहे, बालवाड्यांसाठी सकस आहार, शाळेत जाणाऱ्या लहान मुलांसाठी सकस आहार असे उपक्रम राळेगणमध्ये फारसा गाजावाजा न करता अमलात आणण्यात आले आहेत. यामुळे कोणतीही मोठी मोहीम न राबवितादेखील गावचे आरोग्य विशेषत: महिला आणि मुलांच्या आरोग्यात कमालीची सुधारणा झाली आहे.

वैयक्तिक नैतिकता आणि गावाची नैतिक बांधणी यांची नितांत आवश्यकता आहे. गावाच्या सामाजिक आर्थिक निवासासाठी हे महत्त्वाचे असल्याचे अण्णा हजारे यांना मनोमन वाटते. गावातील या चांगल्या बदलांमुळे महिलांचे आयुष्यही बदलून गेले आहे. बायकोला मारहाण, तरुणींची छेडछाड या गोष्टी गावात दहा वर्षांपूर्वी सातत्याने घडत असत. आता मात्र हे सारे बंद झाले आहे. बायकोला मारहाण केल्याचे निदर्शनास आले किंवा नुसते कळले, तरी त्या पतीला सार्वजनिक ठिकाणी मारले जाते. दारूचे व्यसन बंद झाल्याने पुरुष आता आपल्या मुलांकडे तसेच

कुटुंबाकडे अधिक लक्ष देत आहेत. शेतीचे काम वाढल्याने पुरुष व महिलांच्या हाताला काम मिळाले आहे. पहिल्यापेक्षा आता गावातील पुरुष व महिला कामात अधिक व्यग्र आहेत. कौटुंबिक आयुष्य सुखकर झाले असून मुले, महिला अधिक निरोगी, सुदृढ झाले आहेत.

अणणांची विकासाची पद्धत

जेव्हा अण्णा हजारे यांनी राळेगण सिद्धीमध्ये विकासकामे सुरू केली, तेव्हा त्यांच्यापुढे कोणत्याही आदर्श गावाचे उदाहरण किंवा मॉडेल नव्हते. राळेगणचा सर्वांगीण विकास हा गावकऱ्यांनी स्वत:हून विचारमंथनातून केला. स्थानिक लोकांची कुशलता, लोकांची प्रश्नाचे मूळ समजावून घेण्याची वृत्ती, आत्मसात करण्याची वृत्ती, सर्व माहितीतून कल्पना स्वीकारण्याचा मोकळेपणा, अण्णांचा प्रामाणिकपणा, विविध योजनांच्या अंमलबजावणीसाठी लोकांकडून मिळणारा सामूहिक प्रतिसाद आणि सर्वांत महत्त्वाचे म्हणजे कोणत्याही संकटवेळी असलेले अण्णांचे नेतृत्व या सर्व गोष्टींमुळे गावाचे रूपडे पूर्ण बदलले आहे.

'त्यामुळेच राळेगणचा हा चमत्कारिक बदल विकासाच्या पुस्तकात बंदिस्त करता येणार नाही. दुसऱ्या भाषेत सांगायचे झाल्यास कोणत्याही पुस्तकातील मॉडेल किंवा विकासपद्धती पाहून राळेगणचा बदल झालेला नाही. कोणताही बदल आपल्या आतून व्हायला हवा असे गांधीजींचे वचन आहे. जर प्रत्येकात बदल घडला तर गावातही बदल घडेल आणि जर खेडी बदलली तर देशही बदलेल. राळेगण सिद्धीच्या विकासात हाच दृष्टिकोन बाळगण्यात आला आहे. व्यक्तिगत नीतिमत्तेवर भर, दारू, सिगारेट, मांसाहार वर्ज्य अशी वैयक्तिक बंधने किंवा नियम राळेगणमध्ये बंधनकारक करण्यात आले आहेत.'

सामाजिक विकासासाठी या आवश्यक अटी असल्याचे मान्य करून ही वस्तुस्थिती स्वीकारण्यात आलेली आहे. व्यक्तिगत नैतिकतेचे येथे सामाजिक नैतिकतेत रूपांतर करण्यात आले आहे. त्यातूनच सामाजिक समानता साध्य झाली आहे. विकासाची फळे सर्वांना समान पद्धतीने वाटली जातात. सामाजिक जबाबदारीचे भान आणि विकासात्मक वाढीचा उत्साह या दृष्टीने दारूमुक्ती हे मूलभूत पाऊल असल्याचे मानले जाते. राळेगणमध्ये वैयक्तिक नीतिमत्ता आणि सामाजिक नीतिमत्ता यांची अतिशय सुंदर पद्धतीने सांगड घालण्यात आली असून नव्या समाजव्यवस्थेचा पाया घालण्यात आला आहे. येथील समाजजीवनात जात आणि संपत्तीवरून होणारी अस्पृश्यता आणि विषमता पूर्ण नाहीशी करण्यात यश आलेले आहे.

हरिजनांना कर्जाच्या विळख्यातून बाहेर काढण्यासाठी त्यांची जमीन त्यांच्यापेक्षा

श्रीमंत किंवा मोठे शेतकरीही कसतात ही एकमेव घटनाच सामाजिक नीतिमत्तेचे मूर्तिमंत उदाहरण मानायला हरकत नाही. म्हणून वेगाने आर्थिक विकास होत असतानादेखील विषमतेची दरी वाढण्याऐवजी ती कमी झाली आहे.'

राळेगणच्या विकासाचे सारे श्रेय अण्णा हजारे गावातील लोकांना देतात. मात्र असे असले, तरी अण्णांच्या प्रेरणादायी नेतृत्वामुळेच हे साध्य झाले आहे, यात काही शंका नाही. आज अण्णांच्या नेतृत्वाचा करिश्माच इतका मोठा आहे की, त्यांनी सुचविलेल्या एखाद्या योजनेला राजकारणी तसेच नोकरशाहीकडून शक्यतो लगेच पाठिंबा मिळतो. अण्णांना बाहेर नाव मिळण्यापूर्वी फार आधीच राळेगणच्या लोकांनी त्यांचे नेतृत्व स्वीकारले आहे.

सामाजिक कार्य सुरू करण्याबाबत अण्णांकडे कोणतीही पूर्वपरंपरा नव्हती की पूर्वानुभव नव्हता. लोकांमध्येही ते काही राजकीय कार्यकर्त्यांप्रमाणे राजकीय विचारधारा घेऊन किंवा कामगार नेत्याप्रमाणे आर्थिक फायद्याचे आश्वासन देत गेले नव्हते किंवा त्यांनी सत्तेत असणाऱ्या लोकांचा प्रभाव वापरून त्यांनी कोणाला काही वाटपही केले नव्हते. लोकांना एकत्र आणण्यासाठी त्यांनी हे काहीही केले नव्हते. अण्णांच्या नेतृत्वात एकच असामान्य गुण होता, तो म्हणजे त्यांचे असलेले नैतिक नेतृत्व. नैतिक नेतृत्व आजही उपयुक्त असल्याचे राळेगणच्या उदाहरणावरून स्पष्ट होते.

हिंदू तत्त्वज्ञानात त्यागाला कायमच मोठे स्थान देण्यात आले आहे. त्यागामुळे आजही त्या व्यक्तीचा नैतिक अधिकार प्रस्थापित होतो. अण्णांनी त्यांचा सारा स्वार्थ, पैसा, जमीन, संपत्ती आणि कुटुंबीय आदी साऱ्या गोष्टींचा त्याग केला आहे. त्यामुळे गावात इतरांपेक्षा त्यांचे स्थान वरचे झाले आहे. अण्णा जे काही करतात किंवा सांगतात ते लोकांच्या हितासाठीच हा विश्वास लोकांमध्ये निर्माण झाल्याने ते जणू संतच झाले आहेत. अण्णा अविवाहित आहेत. त्यांच्या नैतिक आवाहन आणि अधिकारात या गोष्टींमुळेही भर पडते. निवृत्तीनंतर ग्रॅच्युएटीतून मिळालेले सारे पैसे त्यांनी गावातील देवळासाठी खर्च केले. त्यामुळे त्यांच्या नैतिक नेतृत्वाचा पाया रचला गेला. सर्वांच्या हितासाठी अण्णा स्वतःच्या स्वार्थाचा त्याग करतात हे जसजसे स्पष्ट होऊ लागले, तसतसे त्यांचे नेतृत्वसुद्धा प्रस्थापित झाले.

गावात नेतृत्वाची दुसरी फळी निर्माण व्हावी म्हणून अण्णा गेली अनेक वर्षे सातत्याने प्रयत्न करत आहेत. वेगवेगळ्या गावातील तरुण कार्यकर्त्यांसाठीही त्यांनी प्रशिक्षण कार्यक्रम सुरू केले आहेत. गावातील बैठकीत प्रत्येक नव्या योजनेवर सांगोपांग चर्चा करण्यात येते. या योजनेचे फायदे व तोटे यावर चर्चा होते. या योजनेची अंमलबजावणी कशी करायची तसेच त्यासाठीची आचारसंहिता हेसुद्धा गावकरीच ठरवतात. प्रत्येक कार्यक्रमाच्या अंमलबजावणीसाठी स्वतंत्र समितीची नेमणूक लोकांकडून केली जाते.

गावातील पंचवीस टक्के महिलांनी जर दारूबंदीची मागणी केली, तर गावात तत्काळ दारूबंदी करावी, असा कायदा करण्याची मागणी अण्णा हजारे यांनी महाराष्ट्र सरकारला केली. ते म्हणाले, "आजारी मुलाला आई कडू औषधही देते. लहान मुलास हे औषध अजिबात आवडत नाही, पण मुलाची काळजी असल्याने आई त्याला हे औषध देते. त्यामुळे दारूच्या आहारी गेलेल्यांना शिक्षा अशासाठीच केली जाते की, त्यामुळे त्यांची कुटुंबे उद्ध्वस्त होण्यापासून वाचतील."

राज्य सरकारने बॉम्बे दारूबंदी कायदा १९४९मध्ये सुधारणा करणारा अध्यादेश जुलै, २००९मध्ये जारी केला. त्यानुसार गावातील पंचवीस टक्के महिला मतदारांनी गावात दारूबंदी करण्याची मागणी करणारा लेखी अर्ज राज्याच्या अबकारी विभागाकडे केल्यास गावात गुप्त पद्धतीने मतदान घेण्यात येईल. दारूविक्रीला समजा पनास टक्के मतदारांनी विरोध दर्शविला, तर गावात दारूबंदी लागू करण्यात येईल आणि गावात दारूविक्रीस बंदी घालण्यात येईल. पालिका क्षेत्रात अशाच प्रकारची कार्यवाही वॉर्ड क्षेत्रात करण्यात येईल. त्यानंतर आणखी एक आदेश सरकारने जारी केला. त्यानुसार गावात दारू विक्रीचा नवा परवाना घेण्यासाठी ग्रामसभेची परवानगी आवश्यक करण्यात आली. दारूविक्रीविरुद्ध आंदोलन करणाऱ्या महिलांवर गुन्हे दाखल करण्याच्या घटना काही ठिकाणी घडल्या. अण्णा हजारे यांनी पुन्हा हा मुद्दा उपस्थित केला. ऑगस्ट, २००९मध्ये सरकारने आणखी एक परिपत्रक काढून दारूविक्रीवर बंदीसाठी लढणाऱ्या महिलांवरील गुन्हे मागे घेण्याचा आदेश दिला.

पाणलोटक्षेत्र विकास कार्यक्रम

रिकाम्या पोटी लोक तात्त्विक सिद्धान्तांच्या गोष्टी ऐकत नाहीत, हे स्वामी विवेकानंदांचे शब्द त्यांच्या मनात घर करून राहिले होते. रोज दोन वेळच्या जेवणाची भ्रांत असल्यानंतर लोकांकडून सामाजिक बदलाची अपेक्षा ठेवणे चुकीचे आहे. किंबहुना असा विकास होणारच नाही, याची त्यांना खातरी होती. हा महत्त्वाचा प्रश्न कसा मार्गी लावायचा यावर त्यांनी बराच विचार केला. यातूनच त्यांनी ग्रामस्थांना श्रमदान करण्यास उद्युक्त केले. श्रमदानातून कालवे, छोटे बंधारे आणि पाझरतलाव बांधण्याची कल्पना त्यांनी मांडली. त्यामुळे गावातील पाण्याच्या दुष्काळाचा प्रश्न निकालात निघाला आणि जलसिंचनदेखील होऊ लागले. यातून शेतीसाठीच्या पाण्याचा प्रश्न मार्गी लागण्याची चिन्हे दिसू लागली. श्रमदानातून बांधलेल्या पहिल्या तलावास भोक पडून त्यातून पाणी वाया जाऊ लागले. त्याची तत्काळ दुरुस्ती करण्यात आली. या वेळी मात्र

सरकारचा निधी त्यासाठी वापरण्यात आला.

अधिकृत संकेतस्थळावर दिलेल्या माहितीनुसार १९७२मध्ये पुणे जिल्ह्यातील सासवडनजीकच्या काही गावांमध्ये दिवंगत विलासराव साळुंखे यांनी पाणलोटक्षेत्र विकासाचे तसेच पाण्याच्या नियोजनाचे काही प्रयोग सुरू केल्याचे अण्णांना माहिती होते. श्री. साळुंखे यांच्या या कामाची त्या वेळी सर्वत्र चर्चा होती. त्यामुळे त्यांच्या प्रकल्पांना अण्णांनी भेट दिली आणि त्यांचे काम पाहून ते भारावून गेले; यातून त्यांना स्फूर्ती मिळाली. यानंतर अण्णा हजारे यांनी कृषिसंचालकांची त्यांच्या कार्यालयात जाऊन भेट घेतली. ग्रामस्थांच्या हितासाठी काम करण्याचे ठरविल्याचे त्यांनी कृषिसंचालकांना सांगितले. राळेगण सिद्धीमध्ये आपल्या मार्गदर्शनाखाली पाणी वाचविण्याची मोहीम राबविण्याची इच्छा असल्याचे अण्णांनी कृषिसंचालकांना सांगितले. काही दिवसांनी कृषिसंचालकांनी त्यांच्या सहकाऱ्यांसह राळेगण सिद्धीला भेट दिली. भौगोलिकदृष्ट्या गावचे सर्वेक्षण केले. गावची स्थिती व रचना पाणलोट विकास कार्यक्रम हाती घेण्यास योग्य असल्याचा निर्वाळा त्यांनी दिला आणि त्याची अंमलबजावणी करण्याचा निर्णय घेतला. त्यानंतर आतापर्यंत गावात अठ्ठेचाळीस नाला-बंधारे, सिमेंटची छोटी धरणे आणि सोळा गॅबिअन स्ट्रक्चर्स बांधण्यात आले.

गावातील दुसरा मोठा प्रश्न होता, तो म्हणजे जमिनीची होणारी धूप. जमिनीची होणारी धूप रोखण्यासाठी तसेच पाणी जमिनीत जिरवण्यासाठी डोंगर उतारावर चर पाडण्यात आले. तसेच अडथळे निर्माण करण्यात आले. डोंगरामध्ये तसेच गावात गवत, झुडपे आणि तब्बल तीन लाख झाडे लावण्यात आली. यामुळे सारे गाव हिरवेगार तर झालेच; पण जमिनीची धूपही थांबली. हजारे यांच्या नेतृत्वाखाली मग गावकऱ्यांनी पाचशे एकर जमिनीवर सातत्याने चर खुदाईचा आणि दगड-गोट्यांचे बंधारे उभारण्याचा कार्यक्रम हाती घेतला. गावात चारा किंवा गवताची कुरणे विकसित करण्याचा कार्यक्रमही ग्रामस्थांनी हाती घेतला.

पाणलोट विकास कार्यक्रमाचे लाभ लगेच दिसू लागले. पाण्याचा प्रत्येक थेंब जिरवल्यामुळे जमिनीखालील पाण्याची पातळी झपाट्याने वाढू लागली. ज्या गावात पूर्वी तीनशे ते तीनशे-पन्नास एकर जमीनसुद्धा पीक घेण्यालायक नव्हती; तेथेच आता तब्बल पंधराशे एकर जमिनीवर गावकरी वर्षातून दोन पिके घेऊ लागली. पाण्याच्या उपलब्धतेमुळे कृषिउत्पादनही वाढले. कृषी क्षेत्रातील विकासामुळे गावातच रोजगारनिर्मिती होऊ लागली. गावातून रोजगार मिळविण्यासाठी होणारे स्थलांतर केवळ थांबलेच नाहीतर शेतीची कामे वेळेत पूर्ण करून घेण्यासाठी शेजारच्या गावातील मजूरांना रोजंदारीवर ठेवण्याची स्थिती निर्माण झाली.

राळेगण सिद्धीमध्ये ठिबक सिंचनाचा प्रयोगही यशस्वीरीत्या राबवण्यात आला. ऐंशी एकर जमिनीवर ठिबक सिंचनाद्वारे लिंबू, पपई आणि मिरचीची लागवड

करण्यात आली आहे. अधिक पाणी पिणारे उसासारखे पीक घेण्यास बंदी करण्यात आली आहे. त्यापेक्षा कमी पाण्यात येणारी पिके उदाहरणार्थ डाळी, तेलबिया तसेच जास्त पैसे मिळवून देणारी पिके घेण्यास प्राधान्य देण्यात आले आहे. जादा उत्पन्न देणारी पिके घेण्यास गावकऱ्यांनी सुरुवात केली आणि त्यामुळे राळेगण सिद्धीतील पीकपद्धतही बदलून गेली. १९७५पासून आतापर्यंत अण्णांनी सुमारे सत्तर टक्के दुष्काळग्रस्त गावांतील शेतकऱ्यांना मदत केली आहे.

राळेगण सिद्धीमध्ये पाणलोट क्षेत्र विकासाचा कार्यक्रम यशस्वीपणे राबविल्यानंतर अण्णांनी शेजारच्या चार गावांतही हा कार्यक्रम राबवला. तेथेही उत्साहवर्धक बदल घडून आला. आता महाराष्ट्रातील ऐंशी ते पंच्याऐंशी गावांत याच पद्धतीचा प्रकार राबविण्यात येत आहे. राळेगण सिद्धीचा ग्रामविकास समजून घेण्यासाठी तत्कालीन केंद्रीय मंत्री सी. पी. जोशी यांनी ३ जुलै, २०१० रोजी राळेगण सिद्धीला भेट दिली.

शिक्षणाच्या सुविधांमध्ये वाढ

१९३२मध्ये राळेगण सिद्धीमध्ये पहिली अधिकृत शाळा सुरू झाली. एका खोलीची ही प्राथमिक शाळा होती. १९६२मध्ये ग्रामस्थांनी वर्गणी गोळा करून शाळेच्या आणखी खोल्या वाढविल्या. १९७१मध्ये गावातील अंदाजे १२०९ लोकसंख्येपैकी केवळ ३०.४३ टक्के लोकसंख्या (७२ महिला आणि २९० पुरुष) साक्षर होती. उच्च शिक्षण घेण्यासाठी गावातील मुले शेजारच्या पारनेर व शिरूर येथे जात असत. मात्र सामाजिक व आर्थिक परिस्थितीमुळे मुलींना हे शिक्षण मिळत नव्हते. त्यामुळे मुलींचे शिक्षण प्राथमिक शाळेपर्यंत मर्यादित राहत होते. अण्णा हजारे यांनी गावातील तरुणांच्या सहकाऱ्याने साक्षरतेचे प्रमाण आणि शिक्षणाचा स्तर उंचावण्याचे कसोशीने प्रयत्न केले. १९७६मध्ये त्यांनी प्राथमिक शाळेसाठी पूर्व प्राथमिक शाळा सुरू केली. १९७९मध्ये त्यांनी माध्यमिक शाळा सुरू केली. याच वेळी ग्रामस्थांनी शाळेच्या विकासात कृतिशील सहभाग घेण्यास सुरुवात केली आणि १९७९मध्ये त्यांनी संत यादवबाबा शिक्षण प्रसारक मंडळाची स्थापना केली. धर्मादाय संस्था म्हणूनही तिची नोंद केली. सरकारच्या दुर्लक्षामुळे शाळेची दुरवस्था झाली होती. हा प्रश्नही हाती घेण्याचे संस्थेने ठरविले.

'राष्ट्रीय ग्रामशिक्षण कार्यक्रमांतर्गत' शाळेची इमारत बांधण्यासाठी संस्थेला सरकारकडून चार लाख रुपयांचे अनुदान मिळाले. या अनुदानाला श्रमदानाची जोड देऊन दोन महिन्यांत शाळेची नवी इमारत बांधण्यात आली. समाजातील गरीब

विद्यार्थ्यांच्या राहण्याची सोय व्हावी, या हेतूने दोनशे मुलांची सोय होईल, असे वसतिगृह बांधण्यात आले. गावात शाळा सुरू झाल्यानंतर १९८२मध्ये गावातील पहिली मुलगी दहावी झाली. राळेगण सिद्धीसाठी हा कौतुकाचा आणि अभिमानाचा असा क्षण होता. त्यानंतर गावात अनेक बदल घडवून आणण्यात शाळेचा मोठा सहभाग, वाटा राहिला. शाळेच्या वसतिगृहात सध्या दीडशे विद्यार्थी राहतात. शालेय अभ्यासक्रमाबरोबरच शाळेत परंपरागत शेतीचे धडे देण्यात येतात.

अधिकृत संकेतस्थळानुसार ग्रामस्थांचे दरडोई उत्पन्न दोनशे पंचवीस रुपयांवरून अडीच हजार रुपयांपर्यंत वाढले आहे. यामुळे गावची अर्थव्यवस्थाच पूर्णपणे बदलून गेली आहे. गावकऱ्यांचे राहणीमान झपाट्याने सुधारले असून 'आहे रे' आणि 'नाही रे' यांच्यातील दरी कमी झाली आहे. गावची अर्थव्यवस्था सुदृढ झाल्यानंतर गावाने तसेच गावकऱ्यांनी एक कोटी रुपयांच्या इमारती बांधल्या. यातून शाळा, वसतिगृह, व्यायामशाळा इत्यादी बांधण्यात आले तसेच गावातील जुन्या मंदिराचे नूतनीकरणही करण्यात आले. या सर्व कामांसाठी गावकऱ्यांनी केवळ अर्थसाहाय्य केले नाहीतर श्रमदानही केले.

अस्पृश्यतानिवारणाचे कार्य

देशातील इतर अनेक गावांप्रमाणेच राळेगण सिद्धीमध्येदेखील अस्पृश्यतेची समस्या होती. आज गावातील सर्व जाती-जमातीचे लोक एकाच कुटुंबाचे सदस्य असल्याप्रमाणे गुण्यागोविंदाने शांततेत राहतात. सततच्या दुष्काळामुळे दलित समाजाच्या लोकांना शेतीसाठी बँकेकडून घेतलेले कर्ज फेडणे दुरापास्त झाले. कर्जवसुलीसाठी बँकेने त्यांची गहाण ठेवून घेतलेली जमीन विकण्याचा निर्णय घेतला. या मोक्याच्या क्षणी सारा गाव पुढे आला. उर्वरित गावकऱ्यांनी दलितांची जमीन स्वकष्टाने कसण्याचा आणि सुगीत येणाऱ्या धान्यातून बँकेचे कर्ज फेडण्याचा ऐतिहासिक निर्णय घेतला. १९८३-८४ आणि १९८४-८५मध्ये ग्रामस्थांनी त्यांची जमीन श्रमदानातून कसली आणि त्यांचे कर्ज फेडले. अशा रीतीने सर्वांनी मिळून त्यांची जमीन वाचवली.

ग्रामसभेत सारे निर्णय

देशातील खेड्यांमध्ये सामूहिक निर्णय घेण्यासाठी ग्रामसभा महत्त्वाचे व्यासपीठ मानले जाते. ग्रामसभेत सर्व ग्रामस्थ नियोजन तसेच निर्णयप्रक्रियेत प्रत्यक्ष सहभागी होतात. तसेच गावात होणाऱ्या बदलासाठी ते अधिक मोकळेपणाने व्यक्त होतात. आपल्या गावात होणाऱ्या विकासकामांचा निर्णय

घेण्याचा अधिकार ग्रामस्थांना मिळावा यासाठी 'ग्रामसभा कायद्या'त सुधारणा करावी, या मागणीसाठी अण्णा हजारे यांनी १९९८ ते २००६ या काळात मोठा प्रचार केला. त्यांच्या मागणीपुढे झुकण्यास राज्य सरकारने नकार दिला. मात्र लोकांच्या दबावामुळे सरकारला अखेर माघार घ्यावी लागली. सरकारने केलेल्या कायद्यातील दुरुस्तीमुळे गावातील विकासकामांच्या खर्चासाठी ग्रामसभेची परवानगी घेणे बंधनकारक झाले. त्यामुळे खर्चाबाबतचा निर्णय केवळ ग्रामपंचायतीवर निवडून आलेल्या मोजक्या सदस्यांच्या हाती राहिला नाही. ग्रामसभेच्या परवानगीशिवाय जर खर्च करण्यात आला, तर जिल्हा परिषदेच्या मुख्य कार्यकारिणीवर अधिकाऱ्यांकडे ग्रामसभेतील वीस टक्के लोक आपल्या सह्यांसह तक्रार नोंदवू शकत होते. कायद्यातील सुधारणेनुसार अशी तक्रार आल्यास त्या गावाला भेट देणे मुख्य कार्यकारी अधिकाऱ्यास बंधनकारक होते. तीस दिवसांत आपला अहवाल विभागीय आयुक्तांकडे सादर करणे, त्यांच्यावर बंधनकारक होते. यामध्ये दोषी असणाऱ्या सरपंच, उपसरपंच तसेच ग्रामसेवकाला बडतर्फ करण्याचे अधिकार या दुरुस्तीद्वारे देण्यात न आल्याने अण्णा हजारे समाधानी नव्हते.

राळेगण सिद्धीमध्ये दर पंधरा दिवसांनी ग्रामसभा होते. यामध्ये गावासाठी हितकारक असणाऱ्या मुद्द्यांची साधकबाधक चर्चा होते. ग्रामसभेत चर्चा झाल्यानंतरच पाणलोट क्षेत्र विकासाचा कार्यक्रम राबविण्याचा निर्णय घेण्यात आला. 'नसबंदी', 'नशाबंदी' (दारूबंदी), 'कुऱ्हाडबंदी', 'चराईबंदी' आणि 'श्रमदान' असे दूरगामी परिणाम करणारे सर्व निर्णय एकत्रितपणे बहुमताने घेण्यात आले. प्रसंगी काही वेळा मतांमध्ये भिन्नता येई. अनेकांची मते वेगवेगळी असत. मात्र नंतर बहुमताने घेतलेला निर्णय सर्व जण स्वीकारतात. ग्रामसभेचा निर्णय हा अंतिम निर्णय म्हणून सर्व जण स्वीकारतात.'

आदर्श गाव योजना

गांधीजींच्या स्वप्नातील आदर्श खेड्याची संकल्पना आपल्या समर्पित कार्याद्वारे अण्णा हजारे यांनी राळेगण सिद्धीमध्ये प्रत्यक्षात आणली. भारत छोडो आंदोलनाच्या सुवर्णमहोत्सवी वर्षाचे निमित्त साधून राज्यातील प्रत्येक तालुक्यात राळेगण सिद्धीसारखे आदर्श गाव विकसित करावे, असे ज्येष्ठ स्वातंत्र्यसैनिक दिवंगत अच्युतराव पटवर्धन यांनी सुचविले. सरकारने त्यांची ही सूचना तत्काळ स्वीकारली आणि 'आदर्श गाव योजना' अमलात आणण्याची घोषणा केली. त्यांच्याच नेतृत्वाखाली या योजनेचा प्रारंभ झाला. त्यांनी संपूर्ण महाराष्ट्राचा दौरा केला आणि या योजनेसाठी तीनशे गावांची निवड केली.

पा ला बि रा
४
अण्णांचे भ्रष्टाचार विरोधी लढे

"सभा, निदर्शने, बंद, धरणे, मोर्चे, उपोषण आदी लोकशाहीतील आयुधे असून, त्याचा वापर केलाच पाहिजे."

– जयप्रकाश नारायण

राळेगण सिद्धीचा विकास करतानाच अण्णांच्या लक्षात एक बाब आली, ती म्हणजे भ्रष्टाचार हाच विकासातील मोठा अडसर बनला आहे. त्यामुळे त्यांनी भ्रष्टाचाराच्या विरोधात आवाज उठविण्यास प्रारंभ केला. सत्तेच्या गल्ल्या या भ्रष्टाचारावरच पोसल्या गेल्या आहेत. मात्र यावर केवळ अरण्यरुदन करून भागणार नाहीतर त्याविरुद्ध लोकशाही मार्गाने आवाज उठवला तर परिस्थितीत बदल घडू शकतो हे अण्णा हजारे यांनी साऱ्या जगाला दाखवून दिले आहे. लोकपालच्या मागणीसाठी दिल्लीत केलेल्या उपोषणामुळे अण्णांचे नाव देशाच्या कानाकोपऱ्यांत पोहोचले. पण भ्रष्टाचाराविरुद्ध अण्णा गेली अनेक वर्षे सातत्याने एकांड्या शिलेदाराप्रमाणे लढत आहेत. अण्णा हजारे यांनी १९९१मध्ये राळेगण सिद्धी येथे भ्रष्टाचारविरोधी जनआंदोलनाची सुरुवात केली. तेव्हापासून त्यांचा हा लढा अजूनही सुरूच आहे. अण्णांनी धरणे, मोर्चे, मौन, उपोषण अशा विविध प्रकारे अनेकदा आंदोलने केली. यामुळे महाराष्ट्रात अनेक भ्रष्ट मंत्र्यांना, सनदी अधिकाऱ्यांना घरी जावे लागले. माहिती अधिकारासारखा महत्त्वपूर्ण कायदा राज्याला अण्णा हजारे यांच्या उपोषणानंतरच मिळाला.

नव्वदच्या दशकांत अण्णा हजारे यांचे पहिले मोठे राज्यव्यापी आंदोलन झाले. १९८५-८६मध्ये महाराष्ट्रातील विजेची स्थिती अतिशय गंभीर बनली होती. विहिरीत पुरेसे पाणी असतानाही केवळ पंप चालविण्यासाठी पुरेसे व्होल्टेज नसल्याने शेतकरी विहिरीतून पाणी उपसा करू शकत नव्हते. अनियमित वीजपुरवठ्यामुळे मोटारी जळत होत्या आणि पिकांवर विपरीत परिणाम होत होता. सततचा पाठपुरावा करूनही सरकारकडून अजिबात प्रतिसाद मिळत नव्हता.

२८ नोव्हेंबर, १९८९ रोजी भरपाईच्या मागणीसाठी अण्णा हजारे यांनी उपोषण सुरू केले. आठ दिवसांच्या उपोषणानंतर अण्णांची प्रकृती चिंताजनक बनली आणि त्यांना अहमदनगरच्या सरकारी रुग्णालयात दाखल करण्यात आले. यानंतरही उपोषणाला कोणताही प्रतिसाद मिळत नसल्याचे पाहून आजूबाजूचे शेतकरी प्रक्षुब्ध झाले. तीन तहसील क्षेत्रातील शेतकऱ्यांनी रास्ता रोको आंदोलन सुरू केले. आंदोलनाने चुकीचे वळण होऊ नये, यासाठी हजारे यांनी रुग्णालयातूनच शांततेचे आवाहन केले. आंदोलनकर्त्यांनी राष्ट्रीय संपत्तीचे नुकसान करू नये, प्रवाशांना कोणतीही इजा पोहोचवू नये आणि शांततेत आंदोलन करावे, असे आवाहन केले.

शेतकऱ्यांनी पुकारलेल्या आंदोलनाला तुफान प्रतिसाद मिळाला. एवढा प्रतिसाद मिळेल अशी अपेक्षा पोलिसांना तसेच खुद्द सरकारलाही नव्हती. निदर्शनामध्ये दहा हजारांहून अधिक पुरुष तर सुमारे बाराशे महिला सहभागी झाल्या. आंदोलनकर्त्यांना आवरण्यासाठी पुरेसा पोलीस बंदोबस्त नव्हता. पोलिसांनी आम्हाला अटक करून कारागृहात न्यावे, अशी भूमिका आंदोलनकर्त्यांनी घेतली. मात्र पोलिसांकडे त्यांना नेण्यासाठी पुरेशी व्यवस्थाही नव्हती. पोलिसांनी रस्त्यावरील अडथळे दूर करण्याचा प्रयत्न सुरू केला. वाहतुकीसाठी रस्ता रिकामा करण्याच्या प्रयत्नात पोलीस व आंदोलनकर्त्यांमध्ये झटापट सुरू झाली. पोलिसांनी निदर्शकांवर लाठीमार केला.

यामुळे चिडलेल्या आंदोलनकर्त्यांनी पोलिसांवर दगडफेक केली. परिस्थिती नियंत्रणाबाहेर गेली. पोलिसांची अतिरिक्त कुमक मागविण्यात आली. पोलिसांनी निदर्शकांवर गोळीबार केला. यामध्ये चार शेतकऱ्यांचा जागीच मृत्यू झाला, तर सात शेतकरी गंभीर जखमी झाले. रुग्णालयात हे वृत्त ऐकून अण्णा अतिशय व्यथित

झाले. सरकारला जागे करण्यासाठी हे आंदोलन केल्याने कोणाला बाधा येता कामा नये, असे त्यांचे मत होते. या उपोषणातच आपले जीवन संपविण्याचा निर्णय त्यांनी घेतला. मात्र सरकारमधील ज्येष्ठ अधिकारी आणि मंत्र्यांनी त्यांचे मन वळविण्याचा कसोशीने प्रयत्न केला. आंदोलन जर पुढे सुरू राहिले, तर यात आणखी शेतकऱ्यांचा बळी जाईल, अशी त्यांना भीती होती. अखेर निष्पाप शेतकऱ्यांचे जीव वाचविण्यासाठी अण्णांनी आपले उपोषण मागे घेतले.

भ्रष्टाचारविरोधी चळवळ

भ्रष्टाचाराविरुद्ध लढा देण्यासाठी अण्णा हजारे यांनी १९९१मध्ये राळेगण सिद्धी येथे भ्रष्टाचारविरोधी जनआंदोलनाची सुरुवात केली. याच वर्षी टिंबर मार्केटमधील व्यापाऱ्यांशी संगनमत केल्याच्या आरोपावरून चाळीस वनाधिकाऱ्यांविरुद्ध अण्णांनी आंदोलन सुरू केले. यामुळे या अधिकाऱ्यांच्या बदल्या झाल्या. काहींना निलंबित करण्यात आले.

'वसंतराव नाईक भटक्या-विमुक्त जमाती विकास मंच' आणि 'महात्मा फुले मागासवर्गीय विकास मंडळ' यांच्याकडून यंत्रमाग खरेदी करताना अपहार झाल्याचा आरोप करून अण्णा हजारे यांनी मे, १९९७मध्ये आंदोलन केले. या संस्था राज्याचे तेव्हाचे समाजकल्याणमंत्री शिवसेनेचे बबनराव घोलप यांच्या थेट अधिपत्याखाली होत्या. १९९५मध्ये राज्यात शिवसेना-भाजप युतीची सत्ता आल्यानंतर या संस्थांचे संचालक मंडळ बरखास्त करण्यात आले होते. घोलप यांच्या पत्नी शशिकला यांनी नाशिकमध्ये एप्रिल ते सप्टेंबर १९९६ या काळात मोठ्या प्रमाणावर खरेदी केलेल्या जमिनीचा मुद्दाही हजारे यांनी उपस्थित केला. त्यांनी आपल्या आरोपाच्या पुष्ट्यर्थ उपलब्ध असलेले कागदोपत्री पुरावे महाराष्ट्राचे तत्कालीन राज्यपाल पी. सी. अ‍ॅलेक्झांडर यांच्याकडे सुपूर्द केले.

भ्रष्टाचाराचे आरोप केल्याप्रकरणी घोलप यांनी ४ नोव्हेंबर, १९९७ ला हजारे यांच्याविरुद्ध अब्रुनुकसानीचा दावा दाखल केला. यावरून त्यांना एप्रिल, १९९८मध्ये अटक करण्यात आली आणि पाच हजार रुपयांच्या जामिनावर त्यांची मुक्तता करण्यात आली. मुंबईच्या न्यायालयाने तीन महिन्यांच्या साध्या कैदेची शिक्षा सुनावल्यानंतर ९ सप्टेंबर, १९९८ रोजी अण्णांची रवानगी येरवडा कारागृहात करण्यात आली. या शिक्षेमुळे राज्यातील सामाजिक क्षेत्रातील सर्व कार्यकर्त्यांना त्या वेळी फार मोठा धक्काच बसला. भाजप, शिवसेना वगळता सर्व राजकीय पक्षांचे नेते अण्णांच्या पाठीशी उभे राहिले. त्यानंतर जनमताच्या रेट्यामुळे तसेच लोकांच्या विरोधामुळे महाराष्ट्र सरकारने तुरुंगातून त्यांची सुटका करावी, असा आदेश काढला.

सुटकेनंतर अण्णांनी तत्कालीन मुख्यमंत्री मनोहर जोशी यांना पत्र पाठविले आणि आवामी मर्चंट बँकेतील गैरव्यवहारातील सहभागाबद्दल घोलप यांना मंत्रिपदावरून काढावे अशी मागणी केली. अखेर २७ एप्रिल, १९९९ रोजी घोलप यांनी मंत्रिपदाचा राजीनामा दिला.

२००३मध्ये हजारे यांनी काँग्रेस-राष्ट्रवादी काँग्रेस आघाडीच्या सरकारमधील चार मंत्र्यांविरुद्ध भ्रष्टाचाराचे आरोप केले. हे चारही मंत्री राष्ट्रवादी काँग्रेसचेच होते. ९ ऑगस्ट, २००३ रोजी अण्णांनी आमरण उपोषण सुरू केले. हजारे यांनी केलेल्या आरोपांची चौकशी करण्यासाठी तत्कालीन मुख्यमंत्री सुशीलकुमार शिंदे यांनी माजी न्यायाधीश पी. बी. सावंत यांच्या नेतृत्वाखाली एक सदस्यीय आयोगाची स्थापना केली. त्यानंतर १७ ऑगस्ट, २००३ रोजी अण्णांनी उपोषण सोडले. २३ फेब्रुवारी, २००५ रोजी पी. बी. सावंत यांच्या आयोगाने आपला अहवाल सादर केला. यामध्ये त्यांनी सुरेश जैन, पद्मसिंह पाटील आणि नबाब मलिक यांची नावे होती. विजयकुमार गावीत यांना अहवालात दोषमुक्त ठरविण्यात आले. मार्च, २००५मध्ये सुरेश जैन व नबाब मलिक यांनी मंत्रिपदाचे राजीनामे दिले.

माहितीच्या अधिकारासाठी चळवळ

सन २०००च्या प्रारंभी अण्णा हजारे यांनी महाराष्ट्रात केलेल्या आंदोलनामुळे आधीचा कुचकामी कायदा रद्द करून नवीन प्रभावी असा माहितीच्या अधिकाराचा कायदा करणे, महाराष्ट्र सरकारला भाग पडले. पुढे केंद्र सरकारने जेव्हा २००५मध्ये माहितीच्या अधिकाराचा कायदा (आरटीआय) केला, तेव्हा महाराष्ट्रातील कायद्याचाच मूळ आधार घेण्यात आला. इतका महाराष्ट्रातील कायदा प्रभावी होता.

नागरिकांना माहितीचा अधिकार मिळावा, यासाठी अण्णा हजारे यांनी सलग अकरा वर्षे लढा दिला. ग्रामसभांना जादा अधिकार द्यावेत, शासकीय अधिकाऱ्यांच्या बदल्यांचे नियमितीकरण करावे, लाल फितीचा कारभार संपुष्टात आणावा यासाठी अण्णांनी हा लढा दिला.

महाराष्ट्रात ११ मार्च, १९९५ला शिवसेना-भाजप युतीचे सरकार सत्तेवर आले. त्यानंतर अण्णांनी भ्रष्टाचार निपटून काढण्यासाठी काय पावले उचलता येतील, यासाठी सरकारशी चर्चा सुरू केली. त्यांनी सरकारला जवळ-जवळ पंधरा वेळा पत्रे लिहिली आणि अनेकदा बैठका घेतल्या.

भ्रष्टाचाराला आळा घालण्यासाठी माहितीच्या अधिकाराचा कायदा करावा अशी मागणी करणारे पत्र त्यांनी सरकारला १२ जानेवारी, १९९८ला लिहिले.

अनेकदा पत्रे लिहून, चर्चा करूनही सरकारने त्यांच्या मागण्यांकडे साफ दुर्लक्ष केले. त्यामुळे अण्णांनी मुंबईच्या आझाद मैदानावर ६ एप्रिल, १९९५ रोजी धरणे धरले.

त्यांनी पुन्हा ६ एप्रिल, १९९८ ते २ ऑगस्ट, १९९९ या काळात माहितीच्या अधिकाराचा कायदा करावा, यासाठी सरकारला दहा वेळा पत्रे पाठविली. दरम्यानच्या काळात राज्यात काँग्रेस-राष्ट्रवादी काँग्रेसचे सरकार सत्तेवर आले.

या कायद्याच्या आग्रही मागणीसाठी त्यांनी नव्या सरकारशी पाच वेळा संवाद साधला. त्यांना स्मरण करून दिले. सरकारकडून प्रतिसाद न मिळाल्याने ६ एप्रिल, २००० रोजी सरकारला पत्र पाठवून इशारा दिला. १ मेपासून राज्यात सर्व जिल्हाधिकारी कार्यालयांपुढे धरणे धरण्यात येईल, तसेच २० मेपासून आपण उपोषणाला बसू असे या पत्रात नमूद करण्यात आले होते.

ठरल्यानुसार २ मेपासून राज्यातील सर्व जिल्हाधिकारी कार्यालयांपुढे धरणे आंदोलन सुरू झाले. केंद्र सरकारने लोकसभेत माहिती तंत्रज्ञान विधेयक संमत केल्याने उपोषण पुढे ढकलण्यात आले.

सरकारशी त्यांनी सतत संपर्क कायम ठेवला. सरकारला तब्बल चौदा पत्रे लिहिली आणि अनेक बैठका घेतल्या. यामध्ये एक वर्ष निघून गेले.

सरकारने हा कायदा न केल्यास १ मेपासून मौनव्रत आंदोलन सुरू करणार असल्याचा इशारा त्यांनी १ मार्च, २००१ला पत्राद्वारे सरकारला दिला. तत्कालीन मुख्यमंत्र्यांनी आपल्या सहकारी मंत्र्यांशी चर्चा करून विधिमंडळाच्या येत्या अधिवेशनात विधेयक संमत करू, असे आश्वासन दिले. मुख्यमंत्र्यांच्या आश्वासनानंतर ८१ दिवस तसेच गेले. अण्णांचा सरकारशी संवाद सुरूच होता. त्यांनी पुन्हा सरकारला पत्र लिहिले आणि राळेगण सिद्धीत ९ ऑगस्ट, २००१पासून मौनव्रत आंदोलन सुरू करणार असल्याचे स्पष्ट केले. इशाऱ्याप्रमाणे ९ ऑगस्टला त्यांनी मौन आंदोलन सुरू केले. त्याच दिवशी साऱ्या राज्यभर लोकांनी निदर्शने सुरू केली. चार दिवसांच्या मौनानंतर तत्कालीन कायदा व न्यायमंत्री विलासकाका उंडाळकर अण्णांशी चर्चा करण्यासाठी राळेगण सिद्धीत दाखल झाले. त्यांनी मुख्यमंत्री व मुख्य सचिवांशी दूरध्वनीवरून रुजवात घालून दिली. त्यांच्या आश्वासनानंतर अण्णांनी मौन सोडले.

त्यानंतर एक वर्ष एक महिना उलटून गेला. सरकारला पंधरा पत्रे लिहून झाली. तरीही सरकारने कोणतीच कृती केली नाही. त्यामुळे अण्णांनी पुन्हा २१ सप्टेंबर, २००२पासून मौन सुरू केले. पाच दिवसानंतर आर. आर. पाटील, दिलीप वळसेपाटील, शिवाजीराव मोघे, शिवाजीराव कर्डिले हे सरकारचे चार मंत्री अण्णांशी चर्चा करण्यासाठी राळेगणमध्ये दाखल झाले. मुख्यमंत्री व मुख्य सचिवांकडून लेखी आश्वासन मिळाल्यानंतर त्यांनी आपले आंदोलन थांबविले.

मुंबईत ३० ऑक्टोबर, २००२ रोजी सरकार व अण्णा हजारे यांची बैठक झाली. बैठकीत स्वत: मुख्यमंत्री, मुख्य सचिव, अन्य मंत्री व वरिष्ठ अधिकारी सहभागी झाले. पुन्हा आश्वासन देण्यात आले. मात्र सरकारने आपले आश्वासन पाळले नाही. अण्णांनी पुन्हा २० फेब्रुवारीस मुंबईत आंदोलन करण्याचा इशारा २१ जानेवारीस दिला.

दरम्यानच्या काळात राज्याचे मुख्यमंत्री बदलले. यावर इतर मंत्री व अधिकाऱ्यांशी चर्चा करून निश्चित कालमर्यादेत तोडगा काढण्यात येईल, असे आश्वासन नवे मुख्यमंत्री सुशीलकुमार शिंदे यांनी हजारे यांना दिले. त्यामुळे अण्णांनी आंदोलन पुढे ढकलले. १७ फेब्रुवारीला मंत्रालयात उच्चस्तरीय बैठक झाली. त्यात मुख्यमंत्र्यांनी योग्य ती पावले उचलण्याचे आश्वासन दिले. आपला शब्द पाळण्यात सरकारला अपयश आल्यानंतर अण्णांनी ९ ऑगस्ट, २००३पासून मुंबईत उपोषण करण्याची घोषणा केली. अखेर ९ ऑगस्ट, २००३ रोजी अण्णा मुंबईतील आझाद मैदानावर उपोषणास बसले. त्यांना पाठिंबा देण्यासाठी राज्यभरातून हजारो लोक आझाद मैदानावर गोळा झाले. त्याच वेळी जिल्ह्याच्या ठिकाणी जिल्हाधिकारी कार्यालयासमोर निदर्शने सुरू झाली. या सर्वांमुळे सरकारवर प्रचंड दबाव वाढला. हा कायदा संमत न झाल्यास सरकार पडेल की काय, अशी भीती निर्माण झाली. सरतेशेवटी अण्णांच्या उपोषणाच्या बाराव्या दिवशी भारताच्या राष्ट्रपतींनी या विधेयकावर स्वाक्षरी केली आणि २००२पासून कायदा लागू होईल अशी घोषणा केली. ज्येष्ठ सामाजिक कार्यकर्ते तुकारामदादा गीताचार्य यांच्या हस्ते सरबत घेऊन अण्णांनी आपले उपोषण सोडले. महाराष्ट्रात २००२पासून माहितीच्या अधिकाराचा कायदा अस्तित्वात आला. अण्णांच्या प्रभावामुळेच हाच कायदा पुढे साऱ्या देशभर अमलात आला.

याचप्रमाणे ग्रामसभांना जादा अधिकार देणारा कायदा तसेच लाल फितीला आळा घालणारा कायदाही पुढे सरकारने संमत केला.

माहिती मिळविण्याचा अधिकार असायलाच हवा या मागणीसाठीची मोहीम सर्वप्रथम महाराष्ट्रात सुरू झाली. लोकप्रतिनिधी आणि सनदी किंवा सरकारी अधिकारी हे जनतेचे सेवक आहेत. महाराष्ट्रातील जनताच जनतेच्या पैशाची खरी मालक आहे. त्यामुळे हा सार्वजनिक पैसा किती व कशाप्रकारे खर्च केला जातो, हे लोकप्रतिनिधी व अधिकाऱ्यांना विचारण्याचा नागरिकांना हक्कच आहे. माहितीच्या अधिकाराचा कायदा असायला हवा, असे अण्णा हजारे यांनी निक्षून सांगितले. यासदंर्भात १९९७मध्ये आझाद मैदानावर पहिला मेळावा घेण्यात आला. राज्य सरकार केवळ आश्वासने देत राहिले मात्र विधानसभांच्या अनेक अधिवेशनांत कोणतीही कृती करण्यात आली नाही. अण्णांनी धरणे, मोर्चे, मौन, उपोषण अशा विविध प्रकारे अनेकदा आंदोलने केली. लोकांमध्ये जागरुकता निर्माण करण्यासाठी त्यांनी राज्यभर दौरे केले. अनेक गावांत जाहीर सभांचे आयोजन करण्यात आले. महाविद्यालयीन

भ्रष्टाचार विरोधातील पहिला लढा : गुजरातचे तत्कालीन मुख्यमंत्री चिमणभाई पटेल यांच्या भ्रष्ट कारभाराविरुद्ध तरुणांनी नवनिर्माण आंदोलन उभारले. देशातील भ्रष्टाचाराविरोधातील हा पहिला लढा मानला जातो. या नवनिर्माण आंदोलनात लाखोंच्या जनसागराला संबोधित करताना लोकनायक जयप्रकाश नारायण

आणीबाणीला विरोध : देशावर लादलेल्या आणीबाणीला विरोध करण्यासाठी दिल्लीमध्ये प्रचंड मोर्चा काढण्यात आला. लोकनायक जयप्रकाश नारायण यांनी या ऐतिहासिक मोर्चाचे नेतृत्व केले होते.

टीम अण्णा : भ्रष्टाचाराचा बिमोड करण्यासाठी सशक्त लोकपाल असायलाच हवा. या मागणीसाठी आंदोलनाचा निर्धार करताना 'टीम अण्णा'मधील खंबीर सदस्य (डावीकडून) किरण बेदी, अरविंद केजरीवाल, अण्णा हजारे, शांती भूषण आणि प्रशांत भूषण

बिनीचे शिलेदार : अण्णा हजारे, अरविंद केजरीवाल आणि किरण बेदी या तीन मॅगसेसे पुरस्कार विजेत्या समाजसेवकांमुळे लोकपाल लढ्याला मोठे नैतिक अधिष्ठान प्राप्त झाले. शेजारी स्वामी अग्निवेश

उपोषणाचे अस्त्र : अनेक आंदोलने करूनही सरकार बधत नसल्याने; अखेर १० डिसेंबर, २०१३ रोजी अण्णा हजारे यांनी राळेगण सिद्धी या आपल्या मूळ गावी उपोषण सुरू केले. संसदेत लोकपाल विधेयक संमत करावे, अशी त्यांची प्रमुख मागणी होती.

अफाट जनसागर : दिल्लीच्या तिहार तुरुंगातून मुक्तता झाल्यानंतर अण्णा हजारे यांच्या स्वागतासाठी उसळलेला जनसागर

बॉलीवुडही सरसावले : उपोषणाला बसलेल्या अण्णा हजारे यांना पाठिंबा देण्यासाठी
हिंदी चित्रपटसृष्टीतील कलाकारही पुढे सरसावले.
सुपरस्टार अमिर खान आंदोलनस्थळी अण्णांशी चर्चा करताना.

हितगूज : उपोषणादरम्यान समाजसेविका मेधा पाटकर यांचे म्हणणे समजावून घेताना अण्णा हजारे

परदेशातूनही प्रतिसाद : अण्णा हजारे यांनी सुरू केलेल्या भ्रष्टाचारविरोधी आंदोलनामुळे परदेशातील भारतीयही प्रभावित झाले.
अमेरिकेत इंडिया परेडमध्ये भारतीयांपुढे विचार मांडताना अण्णा हजारे

राजधानी रस्त्यावर : अण्णा हजारे यांच्या आंदोलनास पाठिंबा देण्यासाठी तमाम दिल्लीकर रस्त्यावर उतरले. इंडिया गेट परिसरातील हे बोलके दृश्य!

तरुणाई रस्त्यावर : अण्णा हजारे यांनी लोकपालसाठी आंदोलन सुरू केल्यानंतर त्यांना पाठिंबा देण्यासाठी ठिकठिकाणी तरुण-तरुणी रस्त्यावर उतरले, त्याचे हे प्रातिनिधिक छायाचित्र. भ्रष्टाचाराविरोधातील राग त्यांच्या निदर्शनातून व्यक्त होत होता.

देशभर प्रतिसाद : लोकपालच्या मागणीसाठी अण्णांचे उपोषण सुरू झाल्यानंतर त्यांना पाठिंबा देण्यासाठी संपूर्ण देशात मिरवणुका निघाल्या. इंदोरमध्ये निघालेली सहा किलोमीटर लांबीची रॅली

विजयोत्सव : अफाट संघर्षानंतर अखेर संसदेत लोकपाल विधयेक संमत झाले, तेव्हा आनंदोत्सव साजरा करताना कार्यकर्ते

माध्यमांचा प्रतिसाद : लोकपालसाठी देशात आंदोलन सुरू झाल्यानंतर मुद्रित तसेच इलेक्ट्रॉनिक माध्यमांनी या लढ्याला अभूतपूर्व प्रसिद्धी देत; लोकपाल विधेयक संमत होण्यात कळीची भूमिका बजावली.

विजय तुमचाच : दिल्ली विधानसभा निवडणुकीत विजय मिळविल्यानंतर मिरवणुकीत मतदारांकडून आणि पक्षाच्या कार्यकर्त्यांकडून होणाऱ्या अभिनंदनाचा नम्रपणे स्वीकार करताना आम आदमी पक्षाचे नेते अरविंद केजरीवाल

ऐतिहासिक क्षण : रामलीला मैदानावर जेथे लोकपालसाठी लढा उभारला गेला; त्याच ठिकाणी अरविंद केजरीवाल यांनी सामान्य नागरिकांच्या साक्षीने दिल्लीच्या मुख्यमंत्रीपदाची शपथ घेतली. शपथविधीनंतर भाषण करताना केजरीवाल

विद्यार्थ्यांसाठी विशेष कार्यक्रम आयोजण्यात आले. पोस्टर, बॅनर्स छापून ती हजारो लोकांना वाटण्यात आली. यामुळे माहिती मिळविण्याच्या मूलभूत अधिकारांबाबत लोकांमध्ये कमालीची जागरूकता निर्माण झाली.

सरकारने अनेकदा आश्वासने दिली, पण ती कधीच पाळली नाहीत. आपल्या सत्तेचे विकेंद्रीकरण व्हावे आणि लोकांच्या हाती सत्ता द्यावी असे कोणत्याही सरकारला मुळीच वाटत नाही. सत्तेच्या विकेंद्रीकरणामुळे आपले महत्त्व कमी होईल, प्रतिष्ठा व आदरही यामुळे कमी होईल, असे अनेक राजकीय नेत्यांना वाटत असते. त्यामुळे माहितीच्या अधिकाराचा कायदा करण्याबाबत सरकार नाखूशच होते.

अखेर 'करो या मरो'च्या उत्साहाने, प्रेरणेने मुंबईतील आझाद मैदानात ९ ऑगस्ट, २००३ रोजी अण्णा हजारे यांनी आमरण उपोषण सुरू केले. सरकारने कायदा संमत करेपर्यंत उपोषण न सोडण्याचा निश्चय त्यांनी केला. प्रसंगी जनतेच्या हक्कासाठी जीवनाचा त्याग करू मात्र उपोषण सोडणार नाही, असे त्यांनी ठरवले. अण्णांचा मनोरथ पक्का आहे आणि ते आपल्या 'करो या मरो' या हट्टापासून मागे हटणार नाहीत, हे सरकारला उमगले. उपोषणाच्या बाराव्या दिवशी महाराष्ट्र सरकारने राष्ट्रपतींच्या स्वाक्षरीने विधेयक आणले आणि महाराष्ट्रात माहितीच्या अधिकाराचा कायदा अस्तित्वात आला. लोकशाही सुदृढ करण्याच्या दृष्टीने 'माहितीच्या अधिकाराचा कायदा' हे क्रांतिकारी पाऊल असल्याचे मानले जाते.

या कायद्यामुळे प्रशासनात पारदर्शकता आली. आता सामान्य माणसाला अगदी नाममात्र दरात दहा ते वीस रुपये आकारून माहिती मिळू शकते. यामुळे चांगला प्रशासकीय कारभार व सुदृढ लोकशाहीचा मार्ग खऱ्या अर्थाने मोकळा झाला.

जर हा कायदा प्रत्येक गावात आणि घराघरांत जाऊन पोहोचला, तर भ्रष्टाचाराला ऐंशी ते पंच्याऐंशी टक्क्यांपर्यंत आळा घालण्याची क्षमता या कायद्यामध्ये आहे. यापूर्वी भ्रष्टाचारामुळे दारिद्र निर्मूलन कार्यक्रमातील केवळ दहा टक्के रक्कम प्रत्यक्ष लाभार्थींपर्यंत पोहोचत असे. उर्वरित रक्कम भ्रष्ट अधिकारी आणि राजकारण्यांच्या खिशात जात असे. आता माहितीच्या अधिकार कायद्यामुळे गरीब ग्रामस्थांना विकासप्रक्रियेतील त्यांचा वाटा मिळू लागला आहे. या कायद्यानंतर प्रकल्पांच्या कामाचा दर्जा सुधारण्यास प्रारंभ झाला आहे.

माहितीच्या अधिकार कायद्यातील दुरुस्ती केंद्र सरकारने थांबवली

माहिती अधिकाराचा कायदा करून सरकारने ५८ वर्षांच्या स्वातंत्र्यानंतर सकारात्मक पाऊल उचलले. मात्र या कायद्यामध्ये भ्रष्टाचाराला लगाम घालण्याची ताकद असल्याचे लक्षात येताच काही राजकीय

नेते सावध झाले. आपल्या भ्रष्टाचाराच्या मार्गात हा कायदा अडसर ठरणार अशी भीती त्यांना सतावू लागली. पंतप्रधान मनमोहनसिंग यांच्या सरकारने पूर्वीच्या कायद्यात दुरुस्ती करण्यासाठी संसदेसमोर विधेयक ठेवले. जनतेला एका मोठ्या लढ्यानंतर या कायद्याद्वारे अधिकार प्राप्त झाले होते. प्रस्तावित दुरुस्तीमुळे कायद्याचा मूळ हेतूच नाहीसा होत होता. या प्रस्तावित दुरुस्तींच्या निषेधार्थ अण्णा हजारे यांनी आळंदी येथे आमरण उपोषण सुरू केले.

त्यांचे उपोषण सुरू होताच केवळ दोन दिवसांत महाराष्ट्राच्या विविध भागातील लोकांनी त्यांना पाठिंबा देण्यासाठी निदर्शने सुरू केली. ही निदर्शने त्यांनी स्वत:हून उत्फूर्तपणे सुरू केली होती. लोकांनी नऊ ठिकाणी रेल रोको आंदोलन केले. हळूहळू आंदोलनाचे लोण देशाच्या इतर भागात पसरू लागले. अमेरिकेत स्थायिक झालेल्या भारतीयांनीही लाक्षणिक उपोषण करून पाठिंबा दिला. देशात आणि देशाबाहेरही अण्णांना वाढता पाठिंबा मिळत असल्याचे पाहून पंतप्रधान मनमोहन सिंग यांनी आपल्या एका मंत्र्याला विशेष दूत म्हणून आळंदीला पाठविले. सध्याच्या माहिती अधिकाराच्या कायद्यात केंद्र सरकार दुरुस्ती करणार नाही, असे आश्वासन देत पंतप्रधानांनी अण्णांना उपोषण सोडण्याचे आवाहन केले. त्यांच्या आवाहनानंतर अण्णांनी नवव्या दिवशी आपले उपोषण सोडले. सुदैवाने माहिती अधिकाराच्या कायद्यातील प्रस्तावित दुरुस्त्या करण्याची कल्पना सरकारने सोडून दिली.

बदल्यांच्या नियमनाचा कायदा

सरकारी अधिकाऱ्यांच्या बदल्यांबाबत सरकारचे कोणतेही निश्चित असे धोरण नव्हते. राजकीय नेते किंवा लोकप्रतिनिधी आणि वरिष्ठ सनदी अधिकारी सरकारी नोकरांची बदली मनाप्रमाणे करत असत. बदली करण्याच्या अधिकाराचा मोठ्या प्रमाणात गैरवापर केला जात असे. या बदल्या करताना कायम मोठ्या प्रमाणात पैशांची देवाण-घेवाण होत असे. त्यामुळे बदल्या हा लाच देण्या-घेण्याचा मूळ स्रोतच बनला होता.

समजा लोकप्रतिनिधी आपल्या नातेवाइकांना किंवा विश्वासू व्यक्तीला एखाद्या महत्त्वाच्या पदावर बसवू इच्छित असेल आणि समजा त्या पदावर कोणीतरी प्रामाणिक अधिकारी असेल, तर राजकारणी आपल्या अधिकाराचा दुरुपयोग करत असे. लोकप्रतिनिधी प्रामाणिक अधिकाऱ्याची कारण नसताना त्या पदावरून बदली करत असे. तेथे रिक्त जागा निर्माण झाली की, त्या पदावर आपल्या माणसाची नियुक्ती केली जात असे. प्रामाणिक अधिकाऱ्यावर यामुळे घोर अन्याय होत असे.

या प्रकारच्या अन्यायाला आळा घालण्यासाठी अण्णांनी चळवळ सुरू केली.

कोणत्याही लोकप्रतिनिधीला तसेच वरिष्ठाला कोणाचीही किमान तीन वर्षे त्या पदावर काम होईपर्यंत बदली करता येणार नाही अशा प्रकारचा कायदा करावा, अशी मागणी अण्णांनी केली. त्याचप्रमाणे कोणताही अधिकारी एकाच पदावर तीन वर्षांहून अधिक काळ राहणार नाही. स्थानिक खासदार, आमदार, मंत्री तसेच वरिष्ठ सनदी अधिकाऱ्यांनी या कायद्याला कडाडून विरोध केला. कारण त्यामुळे या सर्वांच्या स्वार्थाला आडकाठी येत होती. मात्र अखेर हा कायदा झालाच. या कायद्यामुळे प्रामाणिक अधिकाऱ्यांना थोडेसे हायसे वाटू लागले आणि बदल्यांमुळे होणारा भ्रष्टाचारही प्रचंड प्रमाणात कमी झाला.

ग्रामसभांना जादा अधिकार

भारतीय लोकशाही व्यवस्थेत ज्याप्रमाणे केंद्रात लोकसभा व राज्यात विधानसभा आहे, तशी गावात ग्रामसभा ही जणू संसदच असते. लोकशाही व्यवस्थेत ग्रामसभा हीच सर्वोच्च आहे. भारतीय राज्यघटनेनुसार कोणतीही अठरा वर्षांवरील व्यक्ती ग्रामसभेची आपोआप सदस्य होते. अठरा वर्षांवरील गावचे नागरिक जे मतदार आहेत, ते ग्रामसभेचे सदस्य असतात. लोकसभा किंवा विधानसभेप्रमाणे ग्रामसभा निवडण्यासाठी निवडणूक होत नाही. त्या अर्थाने ग्रामसभा ही स्वतंत्र व सार्वभौम असते. ग्रामसभेचे सदस्य मतदार या नात्याने लोकसभा व विधानसभा निवडणुकीत आपले खासदार व आमदार निवडतात. अशाप्रमाणे ग्रामसभा ही लोकसभा व विधानसभेची जणू माताच आहे. केंद्रात किंवा राज्यात कोठेही सरकारच्या मंत्र्यांना कोणताही विकासकार्यक्रम आखताना लोकसभेला अथवा विधानसभेला विश्वासात घ्यावेच लागते. त्याचप्रमाणे गावपातळीवर निवडून आलेल्या सदस्यांनी म्हणजेच ग्रामपंचायतीने गावातील विकासयोजनांबाबत ग्रामसभेला विश्वासात घेण्याची आवश्यकता आहे.

ग्रामसभेला जादा अधिकार द्यावेत, या मागणीसाठी सात वर्षे जनआंदोलन करण्यात आले. अखेर महाराष्ट्र सरकारने ग्रामसभेला जादा अधिकार देण्याचा कायदा संमत केला. सरकारकडून विविध योजनांसाठी मिळणारा निधी खर्च करण्यापूर्वी आता ग्रामपंचायतीला ग्रामसभेची परवानगी घेणे, आता बंधनकारक करण्यात आले आहे. ग्रामसभेला अंधारात ठेवून ग्रामपंचायतीने पैसे खर्च केल्यास ग्रामस्थ (किमान वीस टक्के मतदार!) या खर्चाच्या चौकशीसाठी जिल्हा परिषदेच्या मुख्य कार्यकारिणी अधिकाऱ्याकडे दाद मागू शकतात. या तक्रारीची चौकशी मुख्य कार्यकारी अधिकाऱ्याने महिन्याभरात करणे आवश्यक आहे. या चौकशीत ग्रामपंचायतीने ग्रामसभेच्या परवानगीशिवाय निधी खर्च केल्याचे निष्पन्न झाल्यास कायदेशीर कारवाई करण्याची

शिफारस ते विभागीय आयुक्तांकडे करू शकतात. त्यानुसार गावचे सरपंच, उपसरपंच आणि ग्रामसेवकांना बडतर्फ करण्याचे अधिकार विभागीय आयुक्तांना या कायद्यानुसार बहाल करण्यात आले आहेत.

या कायद्यामुळे ग्रामविकास योजनांच्या अंमलबजावणीत मोठ्या प्रमाणावर पारदर्शकता आली आहे आणि भ्रष्टाचारालासुद्धा मोठ्या प्रमाणवर चाप बसला. प्रत्येक नागरिकाला आपला लोकप्रतिनिधी निवडण्याचा अधिकार आहे. त्याचप्रमाणे प्रत्येक नागरिकाला निवडून गेलेल्या लोकप्रतिनिधीला परत बोलाविण्याचा अधिकार असायला हवा. या कायद्याने ग्रामस्थांना हा अधिकार मिळाला आहे. अधिक खुल्या व लोकाभिमुख लोकशाहीचे हे लक्षण आहे. विकासयोजनांत आणखी पारदर्शकता आणण्यासाठी या कायद्याचा कसा उपयोग करता येईल, याचे मार्गदर्शन लोकांना व पुढील पिढीला करण्याची नितांत आवश्यकता आहे. याद्वारे त्यांच्यात जागरूकता निर्माण करायला हवी.

विविध पुरस्कारांनी सन्मानित

अण्णा हजारे अतिशय साधे असून त्यांचे आयुष्याबाबतचे तत्त्वज्ञानही साधे आहे. मात्र त्यांनी मिळवलेले यश साधे नाही. त्यांचे कामच इतके बोलते की, आणखी खुलासा करण्याची गरजच पडत नाही. समाजसेवी कार्याबद्दल अण्णांना अनेक पुरस्कारांनी सन्मानित करण्यात आले आहे. यामध्ये 'रॅमन मॅगसेसे पुरस्कार', 'पद्मश्री', 'पद्मभूषण', 'कृषिभूषण' तसेच 'इंदिरा प्रियदर्शनी वृक्षमित्र पुरस्कारा'चा समावेश आहे. अमेरिकेतील 'केअर इंटरनॅशनल' आणि दक्षिण कोरियातील 'ट्रान्स्फरन्सी इंटरनॅशनल' या मानाच्या संस्थांनीही अण्णांचा गौरव केला आहे.

अण्णांचे व्यक्तिगत स्पष्टीकरण

वेगवेगळ्या वेळी प्रसारमाध्यमांशी बोलताना अण्णांनी स्वत:विषयी केलेले स्पष्टीकरण थोडक्यात येथे उद्धृत केले आहे :

'माझ्यासाठी काहीही काळे आणि गोरे नाही. एकतर ते काळे आहे किंवा गोरे. भ्रष्टाचाराविरुद्ध मी दिलेल्या लढ्यामुळे महाराष्ट्रातील हजारो नागरिकांच्या हृदयात मला स्थान मिळाले आहे. देशातही अन्यत्र हे स्थान मला लाभले आहे.'

'अलेक्झांडर द ग्रेटसारखा जगज्जेतासुद्धा मृत्यूनंतर स्वर्गात जाताना स्वत:समवेत काही घेऊन जाऊ शकला नाही. असे असताना संपत्ती मिळविण्याची एवढी लालसा

कशासाठी? शेवटी जीवन म्हणजे तरी नक्की काय? दुसऱ्यांशी चांगले वागणे. त्यांच्या कामी येणे. खरे पाहता सेवेतही मोठा आनंद आहे. साठच्या दशकात हा संदेश माझ्या मनात खोलवर रुजला गेला आणि मला सतत प्रेरणा देत गेला. मी कधीही माघार घेणार नाही. देशवासियांसाठी कोणताही त्याग करण्यासाठी मी केव्हाही तयार आहे. माझे जीवन देशवासियांसाठी समर्पित आहे. भ्रष्टाचाराशी मुकाबला करणे, हेच माझे ध्येय आहे. हाच माझा मुख्य कार्यक्रम आहे. माझे ध्येय निश्चित आहे आणि भ्रष्टाचाराशी लढा देण्यासाठी योग्य प्रकारे कार्यक्रमाची आखणीही केलेली आहे.'

'भ्रष्टाचाराच्या मुद्द्यांमुळे राजकीय धुरीणांशी कायम संघर्ष करताना आपण मला पाहिले. असे असूनही मला आणखी बदल घडवायचे आहेत. शिक्षण व्यवस्थेत बदल झाल्यास मुलाला आपोआपच चांगल्या वातावरणात वाढण्यासाठी, फुलण्यासाठी मदत होईल. डोनेशनच्या माध्यमातून शाळा व महाविद्यालये लाच स्वीकारत असतील, तर मुलांकडून तुम्ही कशाची अपेक्षा ठेवणार? कोणत्या मार्गाचा ते अवलंब करतील? गोपनीय कायद्याचे हत्यार देशात कायम वापरले गेले. सरकारला जे काही लपवायचे आहे, ते याच्या नावाखाली लपविण्यात आले. माझी हा कायदा मोडीत काढण्याची इच्छा आहे. माहिती मिळविण्याचा अधिकार हा प्रत्येक नागरिकाचा मूलभूत अधिकार आहे. मात्र हा केवळ कागदावरच राहिला आहे. का? माहिती मिळवण्यासाठी आपल्याला निश्चित कालमर्यादा आखावी लागेल. गावपातळीवर आणखी अधिकार बहाल करावेत, या मताचा मी आहे.'

सत्तेच्या गल्ल्या या भ्रष्टाचारावरच पोसल्या गेल्या आहेत. देशाची राजधानी दिल्ली यात अग्रक्रमावर आहे. भ्रष्टाचाराविरुद्ध लढ्यासाठी लोकांना एकत्र करण्यास वेळ लागेल. मात्र आम्ही त्या दिशेने काम करत आहोत. देशाचे माजी निवडणूक आयुक्त टी. एन. शेषन यांनी मोठ्या प्रमाणावर हे काम केले. मात्र मध्येच त्यांचे नियंत्रण सुटले. राजकारणात गेल्याने त्यांच्या आधीच्या उत्तुंग प्रतिमेला तडा गेला. मी राजकारणात प्रवेश करावा यासाठी काँग्रेस, भाजप, शिवसेना आणि राजकीय पक्षांनी अनेकदा माझ्याशी संपर्क साधून मला आवाहन केले. मी मात्र माझ्या भूमिकेवर खंबीर राहिलो. अनेक वर्षांपूर्वीच मी राजकारणात प्रवेश न करण्याबाबत माझे मन तयार केले होते. आताची स्थिती आणखी बिकट आहे. स्वच्छ प्रतिमेच्या लोकांनी राजकारणात प्रवेश करण्याची गरज आहे.'

'प्रसिद्धिलोलूप असल्याचा माझ्यावर आरोप करण्यात येतो. माझ्यावर विश्वास ठेवा, असा जर मी असतो तर मलाच वेदना झाल्या असत्या. गीतेची शिकवण मी आचरणात आणतो आणि कमी काळात मिळालेली गोष्ट कधीही टिकत नाही. उपयोगाला येत नाही, हे मला चांगले ठाऊक आहे. जातींबाबत मी विशेष जागरूक

असतो, असाही माझ्यावर आरोप होतो. हा आरोपसुद्धा चुकीचा आहे.'

'भ्रष्टाचाराबाबत सध्याच एवढे का बोलले जातेय, असे लोक मला कायम विचारतात. मला वाटते, प्रत्येक गोष्टीला एक मर्यादा असते. लोकांनी पुरेसे सहन केले आहे आणि त्यांचा संयम आता सुटत चालला आहे. सामान्य माणसाचे जगणे दिवसेंदिवस कठीण बनत चालले आहे.'

प्रजासत्ताक देशात खरी सत्ता ही लोकांकडे असते हेच लोकांना का समजत नाही, याचेच मला आश्चर्य वाटते. मात्र सत्ता ही राजकारणी आणि नोकरशहांकडे गेली आहे. खरे तर ते जनतेचे सेवक आहेत. हा किती मोठा विरोधाभास आहे! त्यामुळे आमच्यातील शत्रूशी मुकाबला करण्यासाठी आम्ही काय करतो? मला वाटते, आणखी एका स्वातंत्र्यलढ्याची देशाला गरज आहे आणि या लढ्यात सहभागी होताना लोकांना प्रसंगी कारागृहात जाण्याची तयारी ठेवावी लागेल, स्वत:चे जीवन समर्पित करावे लागेल. ब्रिटिशांना हुसकावून लावण्यासाठी जे केले तेच आता पुन्हा करावे लागेल.'

५ अण्णांची दिल्ली स्वारी

“मत मांडण्याचा माझा हक्क मी कधीही गहाण टाकणार नाही.”

– अमर्त्य सेन

भ्रष्टाचार निपटून काढण्यासाठी महाराष्ट्रात अविरत संघर्ष करणाऱ्या अण्णांनी थेट दिल्लीवर स्वारी केली. या वेळी प्रथमच अण्णांनी आंदोलनासाठी महाराष्ट्राची वेस ओलांडली. सक्षम लोकपाल देशाला मिळालाच पाहिजे या मागणीसाठी त्यांनी सरकारला ‘सळो की पळो’ करून सोडण्याचा निर्धार केला. लोकपाल सक्षम हवा असेल, तर त्याचे विधेयकही तसेच हवे यासाठी ते बनविण्यासाठी सरकार आणि जनतेचे प्रतिनिधी यांची संयुक्त समिती नेमावी, अशी मागणी हजारे यांनी केली. त्यांची ही मागणी पंतप्रधान मनमोहनसिंग यांनी फेटाळली. त्यानंतर याच मागणीसाठी अण्णांनी ५ एप्रिल, २०११ रोजी दिल्लीतील जंतरमंतर येथे आमरण उपोषण सुरू केले. त्यांच्या या दिल्ली स्वारीला कसा प्रतिसाद लाभेल याची उत्कंठा होती. देशाच्या राजधानीचे शहर असलेल्या महानगरांत आंदोलन केल्याने हे आंदोलन एखाद्या प्रदेशापुरते न राहता ते राष्ट्रीय आंदोलन बनले. त्यांच्या उपोषणात दीडशे लोक थेट सहभागी झाले. साऱ्या देशातील वातावरण त्यामुळे बदलून गेले. बदलत्या सामाजिक वातावरणाची ही नांदीच होती. अखेर सरकारला नमते घेत हजारे यांच्या मागण्या मान्यच कराव्या लागल्या. लोकपालच्या आंदोलनाचा हा पहिला टप्पा मानला जातो.

गेली ४५ वर्षे संसदेत मान्यतेसाठी भिजत पडलेल्या लोकपाल विधेयकासाठी आणि सक्षम लोकपालच्या मागणीसाठी अखेर अण्णा हजारेच मैदानात उतरले. यापूर्वी अण्णा हजारे यांनी आपली सारी आंदोलने राळेगण सिद्धी या छोट्याशा गावात बसूनच केली होती. काही वेळा ती राज्याच्या इतर शहरांतूनही करण्यात आली. मात्र या वेळी प्रथमच अण्णांनी आंदोलनासाठी महाराष्ट्राची वेस ओलांडली. या वेळी त्यांनी थेट देशाची राजधानी दिल्लीच गाठली. त्यामुळे त्यांच्या या दिल्ली स्वारीला कसा प्रतिसाद लाभेल; याची त्यांच्या पाठीराख्यांना धाकधुक होतीच. कारण दिल्लीची हवा या साऱ्यांनाच नवी होती. मात्र दिल्लीकरांनी पहिल्या दिवसांपासून अण्णांना आपले मानले.

अण्णा हजारे यांनी आमरण उपोषण सुरू केल्याने सामान्य जनतेच्या आशा पल्लवित झाल्या आणि अलीकडच्या काळातील देशातील सर्वांत मोठ्या जनआंदोलनाने जन्म घेतला. त्यांच्या आंदोलनात सामान्य दिल्लीकर खांद्याला खांदा देत उतरले. देशाच्या राजकारणात, समाजजीवनात दिल्लीला एक वेगळे महत्त्व आहे. अशा या देशाच्या राजधानीचे शहर असलेल्या महानगरांत आंदोलन केल्याने हे आंदोलन एखाद्या प्रदेशापुरते न राहता ते राष्ट्रीय आंदोलन बनले.

लोकपालच कशासाठी

देशात सध्या भ्रष्टाचाराचा बिमोड करण्यासाठी अनेक कायदे असताना लोकपालच कशाला हवा? असा प्रश्न सामान्यांना पडू शकतो. लोकपालमध्ये असे काय आहे की तो येऊ नये म्हणून राजकीय पक्ष आकाश-पाताळ एक करतात. हे जाणून घ्यायचे असल्यास लोकपालचा इतिहास थोडक्यात समजावून घ्यायला हवा. 'लोकपाल' हा शब्द मूळ संस्कृत भाषेतून जन्माला आला आहे. 'लोक' याचा अर्थ जनता आणि 'पाल' याचा अर्थ रक्षणकर्ता. याचाच अर्थ 'लोकपाल' म्हणजे 'जनतेचा रक्षणकर्ता.' भारतीय राजकारणातील उच्चस्तरावरील भ्रष्टाचार निपटून काढण्याच्या गरजेतून 'लोकपाल' या कल्पनेचा जन्म झाला.

भारतात लोकपाल या संस्थेची निर्मिती करण्याची मूळ कल्पना फिनलंड, नॉर्वे,

डेन्मार्क, स्वीडन, ब्रिटन, न्यूझीलंड या देशांत असलेल्या लोकायुक्तांच्या धर्तीवर सर्वप्रथम मांडण्यात आली. युरोपियन युनियनने १९९५मध्ये युरोपियन लोकायुक्तांची जागा निर्माण केली. सध्या जगात एकशेचाळीस देशांत लोकायुक्तांचे कार्यालय अस्तित्वात आहे. 'लोकपाल' ही संस्था न्यायव्यवस्था, विधिमंडळ आणि प्रशासन या संस्थांपेक्षा स्वतंत्र असते. बऱ्याच अंशी ती सर्वोच्च न्यायव्यवस्थेप्रमाणे कार्यरत राहते. लोकपालला स्वत:ची चौकशीपद्धत आणि संस्था निवडण्याचा अधिकार असतो. या कार्यालयासाठीच्या खर्चाची तरतूद संसद करते. स्वीडन, डेन्मार्क आणि फिनलंडमध्ये लोकायुक्तांकडे नागरिक थेट तक्रार दाखल करू शकतात किंवा लोकायुक्त नागरिकांच्या हितासाठी 'सुमोटो' (स्वत:हून) बजावू शकतात. ब्रिटनमध्ये संसदीय आयुक्तांचे कार्यालयात केवळ संसद सदस्याकडून तक्रारी स्वीकारल्या जातात. नागरिक आपल्या तक्रारी संसद सदस्यांकडे करू शकतात. स्वीडन व फिनलंडमध्ये लोकप्रतिनिधी देखील लोकपालच्या कक्षेत आहेत.

लोकपालला विरोध कशासाठी?

भारतात गेल्या ४५ वर्षांपासून लोकपाल विधेयक प्रलंबित होते. सर्वच राजकीय पक्ष आपापसातील मतभेद विसरून लोकपाल विधेयकाला एकमुखाने विरोध करत असत. यामागचे गौडबंगाल यातील तरतुदीमध्ये दडले होते. १९६९मध्ये पहिल्या लोकपाल विधेयकाला चौथ्या लोकसभेने मंजुरी दिली. मात्र राज्यसभेत ते मंजूर होऊ शकले नाही. त्यानंतर १९७१, १९७७, १९८५, १९८९, १९९६, १९९८, २००१, २००५ आणि त्यांनतर २००८ असे तब्बल नऊ वेळा लोकपाल विधेयक संसदेत मांडण्यात आले.

भ्रष्टाचारप्रकरणी पंतप्रधान, अन्य मंत्री आणि खासदारांविरुद्ध लोकायुक्तांकडे तक्रार करता येईल, अशी तरतूद लोकपाल विधेयकात करण्यात आल्याने त्याला सातत्याने विरोध होत होता, असे मानले जाते. प्रशासन सुधारणा आयोगानेही (एआरसी) याबाबतची शिफारस केली होती. आयोगाने ही शिफारस करताना म्हटले आहे की, यामुळे केवळ लोकांच्या मनातील अन्यायाची भावना दूर होण्यास मदत होणार नाही, तर प्रशासन यंत्रणेच्या कार्यक्षमतेवर लोकांचा विश्वास वाढण्यासाठी याची नितांत आवश्यकता आहे. यानंतर लोकपाल विधेयक पहिल्यांदा चौथ्या लोकसभेत १९६८मध्ये मांडण्यात आले आणि तेथेच १९६९मध्ये या विधेयकाला मंजुरीही मिळाली. दरम्यान राज्यसभेत हे विधेयक प्रलंबित असतानाच लोकसभा विसर्जित झाली. अशाप्रकारे या पहिल्या लोकपाल विधेयकाचा बळी गेला. त्यानंतर

या विधेयकाचे पुनरुज्जीवन करण्यात आले आणि संसदेत ते पुन्हा अनुक्रमे १९७१, १९७७, १९८५, १९८९, १९९६, १९९८, २००१, २००५ आणि त्यांनतर अगदी अलीकडे म्हणजे २००८मध्ये मांडण्यात आले. ज्या-ज्या वेळी हे विधेयक संसदेत मांडण्यात आले, त्या-त्या वेळी त्यात सुधारणा करण्याच्या हेतूने ते कोणत्या ना कोणत्या समितीकडे पाठविण्यात आले. कधी संयुक्त संसदीय समितीपुढे, तर कधी गृहमंत्रालयाच्या स्थायी समितीपुढे. यावर सरकार अंतिम निर्णय घेण्यापूर्वीच लोकसभा विसर्जित झाली. प्रत्येक वेळी हेच घडले.

सक्षम लोकपाल आला तर वरिष्ठ पातळीवरील भ्रष्टाचाराला मोठ्या प्रमाणात आळा बसेल, याची खातरी पटल्याने अखेर अण्णा हजारे यांनी या प्रश्नी आंदोलन करण्याचा निर्धार केला. भ्रष्टाचारविरोधी कठोर कायदा असणारे लोकपाल विधेयक संसदेत मंजूर व्हावे, या मागणीसाठी हजारे यांनी ५ एप्रिल, २०११ रोजी चळवळ सुरू केली. या चळवळीचाच एक भाग म्हणून सर्वोच्च न्यायालयातील माजी न्यायाधीश आणि कर्नाटकचे तत्कालीन लोकायुक्त संतोष हेगडे, सर्वोच्च न्यायालयातील ज्येष्ठ वकील प्रशांत भूषण आणि 'इंडिया अगेन्स्ट करप्शन' या चळवळीतील कार्यकर्त्यांनी मिळून एक समांतर विधेयक तयार केले. त्याला 'जनलोकपाल विधेयक' असे नाव दिले. या जनलोकपाल विधेयकामध्ये कठोर तरतूदी होत्या, तसेच लोकपालला अधिक अधिकार दिलेले होते. लोकपाल आणि लोकायुक्तांना अधिक स्वायत्तता तसेच भ्रष्टाचाराविरुद्ध कठोर कायदेशीर तरतुदी असणारे विधेयक बनविण्याच्या उद्देशाने सरकार आणि जनतेचे प्रतिनिधी यांची संयुक्त समिती नेमावी, अशी मागणी अण्णा हजारे यांनी केली. त्यांची ही मागणी पंतप्रधान डॉ. मनमोहनसिंग यांनी फेटाळली. त्यानंतर याच मागणीसाठी अण्णा हजारे यांनी ५ एप्रिल, २०११ रोजी दिल्लीतील जंतरमंतर येथे आमरण उपोषण सुरू केले. जनलोकपाल विधेयक मंजूर होईपर्यंत मी उपोषण सुरू ठेवेन, असे त्यांनी या वेळी जाहीर केले.

हजारे यांच्या या आंदोलनाने सर्व प्रसारमाध्यमांचे लक्ष त्वरित वेधून घेतले. हजारे यांच्या प्रयत्नांना हजारो लोकांनी पाठिंबा दिला. त्यांच्या उपोषणात दीडशे लोक थेट सहभागी झाले. या आंदोलनात कोणत्या राजकीय व्यक्तीला बसण्यास मी परवानगी देणार नाही, असे त्यांनी जाहीर केले. आंदोलनस्थळी भेट देण्यास आलेल्या उमा भारती आणि ओमप्रकाश चौताला या राजकीय नेत्यांना आंदोलनकर्त्यांनी अक्षरश: हुसकून लावले. हजारे यांच्या उपोषणाला तसेच भ्रष्टाचारविरोधी लढ्याला अनेक सामाजिक कार्यकर्त्यांनी पाठिंबा दर्शविला. यामध्ये मेधा पाटकर, अरविंद केजरीवाल, माजी आयपीएस अधिकारी किरण बेदी, लोकसत्ता पक्षाचे जयप्रकाश नारायण आदींचा समावेश होता.

या आंदोलनाच्या थेट बातम्या देणाऱ्या दूरचित्रवाहिन्यांनी हातचे न राखता

पाठबळ दिले. चोवीस तास बातम्यांच्या शोधात असलेल्या या दूरचित्रवाहिन्यांना अण्णांचे उपोषण काहीतरी वेगळीच घटना वाटली. कारण दिल्लीला मोर्चे, निदर्शने नवी नव्हती. पण उपोषण मात्र दिल्ली प्रथमच अनुभवत होती. या दूरचित्रवाहिन्यांनी जंतरमंतरवरून थेट प्रक्षेपण करत हे आंदोलन कोट्यवधी भारतीयांच्या घराघरांत पोहोचविले. एवढेच करून या वाहिन्या थांबल्या नाहीत, तर सर्व राजकीय पक्षांच्या प्रवक्त्यांना त्यांची प्रतिक्रिया विचारून भांडवून सोडले. त्यांना जनलोकपालसाठीच्या आंदोलनावर या पक्षांना भूमिका घ्यायला भाग पाडले.

आंदोलनाला सामान्यांचा मनातून पाठिंबा होताच. पण पुढे पाठिंबा देण्यासाठी बॉलिवुडदेखील सरसावले. अभिनेते, संगीतकार, दिग्दर्शकांनी हजारे यांना पाठिंबा व्यक्त केला. दिग्दर्शक फराह खान, अभिनेते अनुपम खेर, टॉम अल्टर, संगीतकार विशाल, कवी व निर्माते प्रीतिश नंदी आदींनी जंतरमंतरला भेट दिली. दरम्यानच्या काळात सुप्रसिद्ध चित्रपट अभिनेते आमीर खान, हृतिक रोशन, अमिताभ बच्चन यांनी हजारे यांच्या आंदोलनाला सोशल मीडियाच्या माध्यमातून पाठिंबा जाहीर केला. ऑस्कर पारितोषिक विजेते संगीतकार ए. आर. रहमान यांनीही आंदोलनाला पाठिंबा दिला. करिना कपूर, शबाना आझमी, शेखर कपूर, सुश्मिता सेन, बिपाशा बसू, शाहीद कपूर, रितेश देशमुख, विवेक ओबेरॉय, नेहा धुपिया, जॅकी भगनानी, शिरीष कुंदेर, कैलाश खेर, पुनित मल्होत्रा अशा अनेक नामांकित अभिनेत्यांनी ट्विटरवरून आंदोलनाला पाठिंबा जाहीर करत यामध्ये सहभागी होण्याचे आवाहन केले. आंतरराष्ट्रीय ख्यातीचे दिवंगत चित्रकार एम. एफ. हुसेन यांनी हजारे यांचे व्यंगचित्र रेखाटून आपला पाठिंबा दर्शविला होता. केंब्रिज विद्यापीठातील भारतीय विद्यार्थ्यांनीही या आंदोलनाला पाठिंबा दिला.

आध्यात्मिक गुरू श्री श्री रवी शंकर, स्वामी रामदेवबाबा, स्वामी अग्निवेश तसेच माजी क्रिकेटपटू कपिल देव आदींनी या आंदोलनाला जाहीर पाठिंबा व्यक्त केला. या आंदोलनाला पाठिंबा देण्यासाठी बंगळुरू, मुंबई, चेन्नई, अहमदाबाद यांसह देशांतील अनेक शहरांत निदर्शने झाली. आंदोलन सुरू झाल्यानंतर केवळ एका दिवसात तीस हजारांहून अधिक लोकांनी लोकपाल विधेयकाला पाठिंबा दर्शविला.

सरकारचे एक पाऊल मागे

८ एप्रिल, २०११ला सरकारने आंदोलकांची एक महत्त्वाची मागणी अंशत: मान्य केली. जनलोकपाल विधेयकाचा मसुदा ठरविण्यासाठी नागरिकांच्या प्रतिनिधींच्या नेतृत्वाखाली समिती स्थापन करण्याची आंदोलकांची मागणी होती. मात्र सरकारने ती पूर्ण मान्य केली नाही. त्याऐवजी राजकीय नेते हे या

समितीचे अध्यक्ष असतील आणि जनतेचे प्रतिनिधी सहअध्यक्ष असतील, असा सहमतीचा तोडगा काढण्यात आला. त्यानुसार तत्कालीन केंद्रीय अर्थमंत्री प्रणव मुखर्जी या समितीचे अध्यक्ष बनले, तर शांती भूषण सहअध्यक्ष झाले.

पंतप्रधानांना पत्र : जंतरमंतर येथे आमरण उपोषण सुरू करण्यामागची भूमिका आपली ज्येष्ठ समाजसेवक अण्णा हजारे यांनी पंतप्रधानांना पत्र लिहून विषद केली होती. या पाच मुद्द्यांच्या पत्रात त्यांनी सारी मते मांडली आहेत.

अण्णा हजारे यांनी पाठविलेले पत्र याप्रमाणे :

प्रिय डॉ. सिंग,

जंतरमंतरवर मी माझे बेमुदत उपोषण सुरू केले आहे. ५ एप्रिलला उपोषणासाठी मी आपणासही निमंत्रण दिले होते आणि भ्रष्टाचारमुक्त भारतासाठी प्रार्थना करण्यासाठी येण्याचे आवाहन केले होते. आपणाकडून याला कोणताही प्रतिसाद मिळाला नाही. आपण हे केले असेल, याची मला नक्की खातरी आहे.

माझ्या उपोषणाबाबत सरकारची प्रतिक्रिया वाचून आणि ऐकून मला अतिशय खेद झाला. सरकार व काँग्रेस पक्षाच्यावतीने उपस्थित केलेल्या मुद्द्यांवर स्पष्टीकरण देणे, मी माझे कर्तव्य मानतो.

१. उपोषणाला बसण्यासाठी काही लोकांनी मला भरीस पाडल्याचा आरोप होत आहे. प्रिय मनमोहनसिंगजी, हा माझ्या सदसद्विवेकबुद्धीचा आणि शहाणपणाचा घोर अपमान आहे. मी काही लहान मूल नव्हे की, कोणी मला बेमुदत उपोषण करण्यासाठी चिथावेल किंवा भरीस पाडेल. मी स्वतंत्र बुद्धीचा मनुष्य आहे. मी माझ्या अनेक मित्रांचा तसेच टीकाकारांचा सल्ला घेतो, मात्र शेवटी माझ्या मनाला योग्य वाटेल तोच निर्णय घेतो. जेव्हा सरकार अडचणीत येते, तेव्हा ते अशा प्रकारची हीन निंदा सुरू करते, असा माझा अनुभव आहे. भ्रष्टाचाराचा प्रश्न सोडविण्याऐवजी हा कट असल्याची टीका करण्याचा प्रयत्न सरकार करत आहे. प्रत्यक्षात अशा प्रकारची कोणती गोष्ट अस्तित्वातच नाही.

२. मी माझा असंयम दाखवत असल्याचे बोलले जाते. प्रिय पंतप्रधान,

आतापर्यंतच्या सर्व सरकारांनी भ्रष्टाचाराचा मुकाबला करण्यासाठी राजकीय इच्छाशक्तीचा अभाव आणि असंवेदनशीलतेचे दर्शन घडविले आहे. स्वातंत्र्य मिळून बासष्ट वर्षे झाली, तरी आपल्याकडे अजून भ्रष्टाचाराचा मुकाबला करणारी परिणामकारक स्वतंत्र अशी यंत्रणा नाही. गेल्या बेचाळीस वर्षांमध्ये संसदेत तब्बल आठ वेळा अतिशय कुचकामी अशी लोकपाल विधेयके सादर करण्यात आली. ही कुचकामी लोकपाल विधेयकेसुद्धा संसदेत संमत होऊ शकली नाहीत. त्यामुळे राजकीय नेते आणि नोकरशहांची भ्रष्टाचारप्रकरणी चौकशी होईल किंवा चौकशीच्या कार्यक्षेत्रात स्वत:चा समावेश होईल, असा कोणताही कायदा राजकीय नेते करणार नाहीत, हे स्पष्ट होते. देशात भ्रष्टाचाराची आणि घोटाळ्यांची एकापाठोपाठ एक प्रकरणे उघड होत असताना देशातील जनतेचा संयम सुटणे साहजिक आहे किंवा पटण्यासारखे आहे. आणि भूतकाळात काय घडले, हे पाहत बसण्यापेक्षा भविष्यात अभूतपूर्व पावले उचलण्याचे धैर्य दाखवावे, अशी विनंती मी आपणांस करतो.

३. सरकारने विधेयकाबाबत प्रतिक्रिया सुरू केलेली असताना मी संयम दाखविला नसल्याचे बोलण्यात येते. सध्या नेमकी कोणती प्रक्रिया सुरू आहे, हे सांगावे, अशी माझी आपणांस नम्र विनंती आहे.

- तुम्ही म्हणता भ्रष्टाचारविरोधी कायद्याचा मसुदा मंत्रिगट तयार करत आहे. या गटातील काही मंत्र्यांची किंवा सदस्यांची पार्श्वभूमी इतकी विचित्र आहे की, समजा जर भ्रष्टाचारविरोधी सक्षम यंत्रणा खरेच अमलात आणली, तर यातील काही जण तुरुंगात जातील. देशातील भ्रष्टाचारी लोकच जर भ्रष्टाचारविरोधी कायद्याचा मसुदा तयार करणार असतील, तर अशा प्रक्रियेवर आम्ही विश्वास ठेवावा, असे आपणांस वाटते का?
- राष्ट्रीय सल्लागार समितीच्या (एनएसी) उपस्थितीने जनलोकपाल विधेयकावर चर्चा केली. पण यातून काय साध्य झाले? या उपसमितीने केलेल्या शिफारशी सरकार स्वीकारणार आहे का? राष्ट्रीय सल्लागार समितीने उपस्थित केलेल्या अतिशय निरुपद्रवी मुद्द्यांचाही 'यूपीए-२' सरकारने आतापर्यंत तरी अनादर केला आहे.
- मी स्वत: आणि 'इंडिया अगेन्स्ट करप्शन' चळवळीतील माझ्या अनेक मित्रांनी एक डिसेंबरनंतर आपणांस अनेक पत्रे लिहिली. एक डिसेंबरला मीसुद्धा आपणांस जनलोकपाल विधेयकाची प्रत पाठविली. आम्हाला कोणताही प्रतिसाद मिळाला नाही. जेव्हा आपणांस मी बेमुदत उपोषणाला बसणार

असल्याचे पत्रकाद्वारे कळविले तेव्हाच प्रतिसाद मिळाला. आम्हाला लगेच तातडीने ७ मार्च रोजी चर्चेला येण्याचे निमंत्रण आले. मी जेव्हा बेमुदत उपोषणाचा इशारा दिला, तेव्हाच सरकारने प्रतिसाद दिला याचे मला मोठे आश्चर्य वाटले. त्यापूर्वी जनलोकपाल विधेयकाला पाठिंबा द्यावा, यासाठी 'इंडिया अगेन्स्ट करप्शन'च्या सदस्यांनी विविध मंत्र्यांच्या भेटी घेऊन त्यांना विनंती केली होती. कायदामंत्री वीरप्पा मोईली यांना प्रत्यक्ष भेटून त्यांनी जनलोकपाल विधेयकाची प्रत समक्ष दिली होती. तुमच्यासमवेत बैठक होण्यापूर्वी काही तासांआधी श्री. मोईली यांच्या कार्यालयातून आम्हाला दूरध्वनी आला. कार्यालयाकडून जनलोकपाल विधेयकाची प्रत कोठेतरी ठेवण्यात आली असून ती आता सापडत नसल्याने आणखी एक प्रत द्यावी, अशी विनंती करणारा हा दूरध्वनी होता. जनलोकपाल विधेयकाकडे सरकार किती गांभीर्याने पाहते, हे यावरून स्पष्ट होते.

◗ प्रिय डॉ. मनमोहनसिंगजी आपण जर माझ्या जागी असता, तर तुम्ही तरी या सध्या सुरू असलेल्या प्रक्रियेवर विश्वास ठेवला असता का? याशिवाय आणखी कोणती प्रक्रिया सुरू आहे का, हे कृपया आपण मला सांगावे. तुम्हाला अजूनही मी उतावळा, अधीर आहे असे जर वाटत असेल, तरी मला आनंदच वाटेल. कारण भ्रष्टाचाराविरुद्ध तुमचे सरकार विश्वासार्ह प्रयत्न करत नसल्यामुळे पावले उचलत नसल्याने सारा देशच अधीर बनला आहे.

४. आमच्या मागण्या तरी काय आहेत? आम्ही तयार केलेले विधेयक आपण स्वीकारा असे आम्ही म्हणत नाही; पण चर्चेसाठी किमान विश्वासार्ह व्यासपीठ तरी तयार करा. चर्चेसाठी संयुक्त समिती तयार करा. या समितीत निम्मे सदस्य नागरी समाजातील आम्ही सुचवलेले असतील. अशा प्रकारची संयुक्त समिती नेमण्याचा प्रघात नसल्याचे सांगत आपले प्रवक्ते देशाची दिशाभूल करत आहेत. महाराष्ट्रात अशा प्रकारच्या संयुक्त समितीने तब्बल सात कायद्यांचा मसुदा बनविला आणि महाराष्ट्राच्या विधानसभेला सादर केला. त्या काळातील सर्वोत्कृष्ट कायदा म्हणून ज्याची गणना झाली, त्या महाराष्ट्रातील 'माहिती अधिकाराच्या कायद्याचा मसुदाही' संयुक्त समितीनेच केला होता. दोन वर्षांपूर्वी दिल्लीत जेव्हा पंचवीस हजार आदिवासी आले होते. तेव्हा केवळ अठ्ठेचाळीस तासांत आपल्या सरकारने त्यांच्या जमिनींबाबतच्या मुद्द्यांवर चर्चा करण्यासाठी संयुक्त समिती स्थापन केली. या समितीचे अध्यक्ष आपण स्वत: होता.

याचाच अर्थ असा की, इतर सर्व मुद्द्यांवर संयुक्त समिती स्थापण्याची

सरकारची तयारी असते. भ्रष्टाचारावर मात्र नाही, असे का?

५. सरकारची चर्चा करण्याची इच्छा आहे आणि आम्हीच त्यांच्याशी बोलत नाही, असे सांगितले जाते. ही बाब धादांत खोटी आहे. तुम्ही बोलावले आणि आम्ही आलो नाही, अशी एक तरी बैठक झाल्याचे आपण मला सांगावे. चर्चेच्या प्रक्रियेवर आमचा दृढ विश्वास आहे. आमची चर्चेची तयारी नसल्याचे सांगून कृपया देशाची दिशाभूल तरी करू नका.

भ्रष्टाचाराला आळा घालण्यासाठी ठाम पावले टाकावीत, अशी आमची आपणांस विनंती आहे. आमच्या चळवळीविषयी शंका उपस्थित करून आमच्यातील चुका शोधत बसू नका. यात काहीही तथ्य नाही आणि समजा असले, तरी भ्रष्टाचार थांबविण्याच्या जबाबदारीतून आपली सुटका नाही किंवा आपल्यावरील ही जबाबदारी कमी होत नाही.

आपला कृपाभिलाषी

– के. बी. हजारे

जनशक्तीपुढे सरकार झुकले

भारताचे माजी अतिरिक्त सचिव व चेन्नईच्या टॉपिकल स्टडीजचे संचालक बी. रामन यांनी ९ एप्रिल, २०११च्या 'आउटलूक'च्या अंकामध्ये या आंदोलनाच्या यशाबाबत सविस्तर विवेचन केले आहे. ते म्हणतात, 'हजारे यांच्या या रस्त्यावर लढलेल्या भ्रष्टाचारविरोधी जनआंदोलनाच्या यशाला एकच व्यक्ती जबाबदार आहे, ती म्हणजे आपले पंतप्रधान डॉ. मनमोहनसिंग. गेल्या वर्षाच्या मध्यापासूनच्या त्यांच्या सरकारविरुद्ध भ्रष्टाचाराचे एकापाठोपाठ एक असे अनेक गंभीर आरोप होत आहेत. यातील अनेक आरोप खरे आहेत, तर काहींची अद्याप चौकशी सुरू आहे. इलेक्ट्रॉनिक प्रसारमाध्यमांनी अतिशय कौशल्याने तसेच तितक्याच निष्ठुरपणे या सर्व भ्रष्टाचाराच्या प्रकरणांची चिरफाड केली. त्यामुळे आघाडी सरकार चालविण्यासाठी तसेच टिकविण्यासाठी भ्रष्ट व्यक्ती कितीही मोठ्या पदावर असली तरी परिणामांची तमा न बाळगता त्याच्याविरुद्ध कारवाई करणे पंतप्रधानांना क्रमप्राप्त झाले.'

ते पुढे म्हणतात, 'थेट काहीतरी कृती करण्याऐवजी त्यांनी आरोपांची अशा प्रकारे हाताळणी केली की, ज्यामुळे लोकांना ते भ्रष्टाचाराची प्रकरणे गांभीर्याने हाताळत आहेत, असे कधी वाटलेच नाही. भ्रष्टाचारात गुंतलेल्या व्यक्तीविरुद्ध ठोस

कारवाई करण्यापेक्षा चौकशीचे गुऱ्हाळ सुरू ठेवण्यात आले त्यामुळे लोकांचा संशय बळावला. या मुद्द्यांवर जेव्हा लोकांनीच आंदोलन केले, तेव्हा कारवाई करण्यात आली. चुकीच्या गोष्टींची थेट जबाबदारी स्वीकारून त्यात भ्रष्टाचार निपटून काढण्याचा निर्धार करण्याऐवजी त्यांनी आघाडीच्या राजकारणामुळे आलेल्या अपरिहार्यतेला जबाबदार धरण्याचा सतत प्रयत्न केला. यामुळे ते कमकुवत व असहाय असल्याचा ठसा जनमानसात उमटला. भ्रष्टाचाररूपी हिमनगावर आदळल्यानंतर देशाच्या नौकेचे नियंत्रण करू शकेल, अशा शांत व धैर्यवान कप्तानाची देशाला सर्वार्थाने गरज होती. त्याऐवजी सध्याचे हे नेतृत्व अशा साध्या खलाशाकडे आहे की, ज्याला नौका कशी चालवायची हेसुद्धा साधे कळत नाही.'

बी. रामन पुढे लिहितात, 'सामान्य जनता पुरती गोंधळून गेली आहे. प्रसारमाध्यमांतून भ्रष्टाचाराची एकामागोमाग एक प्रकरणे बाहेर येऊ लागल्याने सामान्यांना नेमके काय चाललेय, हेच कळेनासे झाले होते. अशा प्रसंगी या भ्रष्टाचाराच्या प्रकरणातील वस्तुस्थिती धोरणकर्ते तसेच पक्ष प्रवक्त्यांच्या माध्यमातून थेट जनतेलाच समजावून सांगत त्यांना प्रशासनाचा डळमळीत झालेला आत्मविश्वास पुन्हा मिळविता आला असता. सरकारची विश्वासार्हता सिद्ध करण्यासाठी सातत्याने तसेच अधिक पारदर्शकपणे माध्यमांशी संवाद साधायला हवा होता. मात्र तसे न करता माध्यमांशी संवाद करण्याचे टाळताना त्यांनी ही महत्त्वाची जबाबदारी, ज्येष्ठत्व तसेच विश्वासार्हतेबाबत वेगवेगळी पातळी असलेल्या सहकारी मंत्र्यांवर सोपविली. ज्यांच्यावर माध्यमांशी बोलण्याची जबाबदारी टाकण्यात आली होती, ते माध्यमांशी संवाद साधण्यापेक्षा त्यांच्यावर नियंत्रण मिळविण्याचा प्रयत्न करतानाच दिसत होते. माध्यमांच्या प्रश्नांना थेटपणे सामोरे जाण्याऐवजी त्यांनी त्यांच्यापासून संरक्षण करण्यावर किंवा दूर राहण्यावरच अधिक भर दिला.'

'भ्रष्टाचाराची प्रकरणे दाबून टाकल्याचा एकत्रित परिणाम व्हायचा तोच झाला. त्यामुळे पंतप्रधानांची विश्वासार्हता कमी होऊ लागली. सरकार आणि जनतेच्या दरम्यानच्या विश्वासामध्ये दरी पडत चालली. वाढत्या भ्रष्टाचारामुळे आणि त्याचा नायनाट करण्यात पंतप्रधानांना येत असलेल्या अपयशाबद्दल जनतेच्या मनात राग धुमसू लागला आणि सरकारचा ती तिटकारा करू लागली. अशा गोंधळाच्या वातावरणात अण्णा हजारे यांनी सुरू केलेल्या लढ्याला नागरिकांचा, विशेषत: तरुणांचा उत्स्फूर्त पाठिंबा मिळाला. लोकांना जणू अण्णांच्या रूपाने भ्रष्टाचारी आणि कुचकामी सत्ताधाऱ्यांच्या तावडीतून सुटका करणारा एक मुक्तिदाताच मिळाला. गेली चाळीस वर्षे सलग सत्तेत असलेली सरकारे या लोकांची फसवणूक करत होती. भ्रष्टाचाराचा मुकाबला करण्यासाठी यंत्रणा उभी करण्याच्या लोकांच्या मागणीला कायम वाटाण्याच्या अक्षता लावण्यात येत होत्या. पंतप्रधान आणि त्यांच्या सल्लागारांना परिस्थितीचा अंदाजच बांधता आला नाही. या मागणीला समाजाच्या सर्व थरांतून

मिळणारा प्रतिसाद पाहून ते आश्चर्यचकितच झाले. अण्णा हजारे यांना पाठिंबा देण्यासाठी देशभरातून तरुण रस्त्यावर येत असलेले पाहून त्यांना माघार घ्यावी लागली. हजारे यांच्या नेतृत्वाखालील चळवळ, समाजाच्या वेगवेगळ्या स्तरांतून रस्त्यावर आलेले प्रक्षुब्ध तरुण आणि विविध दूरचित्रवाहिन्या अशा तिहेरी शक्तीचा सामना करताना सरकारजवळ काहीही उत्तर नव्हते.

लढाई जिंकली, युद्ध सुरू

देशातील तमाम नागरिकांच्या भावना लक्षात घेत सरकारने पावले उचलली आणि अखेर ९ एप्रिल, २०११ला शनिवारी सकाळी साडेदहाला या जनआंदोलनाचा विजय झाला. आपल्यासमवेत उपोषणाला बसलेल्या महिलांना प्रथम पाणी देऊन मगच ७४ वर्षीय अण्णा हजारे यांनी आपले उपोषण सोडले. नंतर त्यांनी एका पाच वर्षांच्या बालिकेच्या हातून फळांचा रस घेतला. हजारे यांचे उपोषण पाचव्या दिवशी संपले अन् समोर उपस्थित मोठ्या जनसमुदायाने, त्यांच्या पाठीराख्यांनी आनंदाने एकच जल्लोष केला. या ऐतिहासिक क्षणांचे साक्षीदार होण्यासाठी तसेच लोकपाल विधेयकाच्या चळवळींना पाठिंबा देण्यासाठी शेकडो लोक जंतरमंतरला आले होते. काही क्षणांतच भ्रष्टाचाराविरुद्धच्या या युद्धभूमीचे स्वरूपच पालटून गेले. अण्णा हजारे यांच्या विजयाचा आनंद लोक गाणी गात तसेच नाचत साजरा करू लागले. फटाक्यांच्या आतषबाजी आणि गुलालाची उधळण सुरू झाली. सर्वांचे चेहरे गुलालाने माखले गेले.

विधेयकाचा मसुदा बनविण्यासाठी नेमलेल्या संयुक्त समितीची सरकारची अधिकृत घोषणा असलेल्या निवेदनाची प्रत सर्वांना उंचावून दाखवीत अण्णा हजारे म्हणाले, ‘‘भ्रष्टाचाराविरुद्धच्या या लढाईत देश जिंकला आहे, अण्णा नव्हे! आपण एक असल्याचे तुम्ही दाखवून दिले. मात्र हा लढा असाच सुरू राहणार आहे. मी या जनआंदोलनाची अखेर होऊ देणार नाही. सरकारने या पावसाळी अधिवेशनात लोकसभेत हे विधेयक संमत न केल्यास मी खांद्यावर तिरंगा घेऊन पुन्हा आंदोलन सुरू करेन. या नव्या विधेयकाच्या अंमलबजावणीसाठी पुढे अनेक अडथळे येणार आहेत, याची मला कल्पना आहे.’’

समोर उपस्थित असलेल्या जनसमुदायाला उद्देशून अण्णा हजारे यांनी ‘तुमचा मला पाठिंबा आहे का?’ असा सवाल केला. ‘अण्णा तुम संघर्ष करो, हम तुम्हारे साथ है।’ अशा उच्च स्वरात त्यांना समोरच्या गर्दीने प्रतिसाद दिला. या वेळी आर्च बिशप व्हिन्सेंट एम. कॉन्सिसाओ, मेधा पाटकर, किरण बेदी, स्वामी अग्निवेश,

अरविंद केजरीवाल आदी उपस्थित होते. जनतेसाठी आपण जे काही मिळविले आहे, त्याचा आनंद अण्णांच्या चेहऱ्यावर स्पष्टपणे जाणवत होता. त्यांनी उपस्थितांना 'रघुपती राघव राजा राम' तसेच 'वंदे मातरम' ही देशभक्तिपर गाणी गायला लावली. गेले चार दिवस पोटात अन्नाचा कणही नसताना अण्णांमध्ये असलेली ऊर्जा आणि उत्साह अवर्णनीय होता. जनआंदोलनाचा हा विजय साजरा करण्यासाठी जंतरमंतरवर दहा हजारांहून अधिक लोक जमले होते. अगदी सकाळपासूनच चोहोबाजूंनी लोक जंतरमंतरकडेच येत होते. अण्णा सावकाश पावले टाकीत व्यासपीठावर आले आणि त्यांनी आपल्यासमवेत उपोषणाला बसलेल्या सर्वांना फळांचा रस दिला आणि मग स्वत: उपोषण सोडले. या वेळी जंतरमंतरवरील वातावरण जणू भारलेले होते. या ठिकाणी पाय ठेवायलाही जागा नव्हती, इतकी गर्दी झाली होती. काही लोक आनंदाने बेभान होऊन नाचत होते. तर काहींनी हवनाचे आयोजन केले होते. भ्रष्टाचाराविरुद्ध परिणामकारक लोकपाल विधेयकाच्या दृष्टीने आजचे पाऊल ही एक सुरुवात आहे, याची अण्णांच्या समर्थनार्थ देशाच्या विविध शहरांत रस्त्यांवर उतरलेल्या हजारो लोकांना कल्पना होती. अत्यंत कठीण अशा वाटाघाटी आणि संसदेतील मंजुरी या महत्त्वाच्या बाबी आता यापुढेच होणार होत्या.

कठोर नियम शिथिल

अण्णांच्या अवघ्या चार दिवसांच्या उपोषणाने अनेक दूरगामी परिणाम झाले होते. सरकार आणि नोकरशाहीचे कधीही बदलले जाणार नाहीत, असे वाटणारे कठोर नियम हजारे यांच्या साध्या पण शक्तिशाली संदेशानंतर हळूहळू सैल होऊ लागले होते. जनआंदोलनांच्या प्रतिनिधींच्या मतांसाठी सरकारी धोरणे ठरविण्यासाठीचे दरवाजे खुले होत होती. अर्थात यासंदर्भातील अध्यादेश काढण्यावरून सरकार आणि जनआंदोलनाचे प्रतिनिधी यांच्यादरम्यान सुप्त संघर्ष सुरूच होता. अखेर कायदा मंत्रालयाने या वादावर तोडगा सुचविला. लोकपाल विधेयकाचा मसुदा ठरविण्यासाठी संयुक्त समिती बनविण्याबाबत अध्यादेश काढणे, शक्य असल्याचे कायदा मंत्रालयाने पंतप्रधानांना पाठविलेल्या पत्रात नमूद केले. मात्र अशा संयुक्त समितीबाबत यापूर्वीचा कोणताही दाखला देण्यासारखे उदाहरण सरकारकडे नसल्याचे कायदामंत्री वीरप्पा मोयली यांनी पंतप्रधान डॉ. मनमोहनसिंग यांना पाठविलेल्या पत्रात म्हटले होते.

इंडिया गेटवर उत्साहाला उधाण

भ्रष्टाचाराविरुद्धच्या चार दिवसांच्या अथक लढ्यानंतर आता वेळ होती, यशाचा आनंद साजरा करण्याची. भ्रष्टाचाराविरुद्धच्या लढ्यातील पहिला

विजय साजरा करण्यासाठी शनिवारी संध्याकाळी इंडिया गेटसमोर मोठ्या संख्येने लोक पेटत्या मेणबत्त्या घेऊन जमा झाले होते. हा लढा सुरूच राहील, असे ते आत्मविश्वासाने सांगत होते. इंडिया गेटवर जणू आनंदोत्सव सुरू झाला होता. यातील अनेक जण हातात तिरंगा राष्ट्रध्वज घेऊन 'हा आमचा विजय आहे,' अशा घोषणांचा नारा देत होते आणि भ्रष्टाचाराविरुद्धच्या या लढ्यात सामील होण्याचे आवाहन प्रत्येकाला करत होते. हातात तिरंगा व मेणबत्त्या घेऊन प्रत्येक जण राष्ट्रगीत तसेच देशभक्तीची गाणी गात होता. या लढ्याचे नेतृत्व केल्याबद्दल अण्णा हजारे यांचे आभार मानण्यासाठी तसेच त्यांना भेटण्यासाठीच मोठ्या संख्येने लोक जमा झाले होते. मात्र प्रकृती ठीक नसल्याने हजारे येथे येऊ शकले नाहीत. त्यामुळे अनेकांची निराशा झाली. या मेणबत्ती फेरीत अरविंद केजरीवाल तसेच स्वामी अग्निवेश सहभागी झाले. भ्रष्टाचारमुक्त भारत निर्माण करण्याच्या लढ्याची ही तर केवळ सुरुवात असल्याचे त्यांनी नमूद केले.

अण्णांच्या रडारवर निवडणूक सुधारणा

अण्णांनी फळांचा रस आणि भात खाल्ल्यानंतरही त्यांच्या शरीरातील पाणी मोठ्या प्रमाणावर कमी झाले होते. त्यांचा रक्तदाबही १९०-११० एमएमएचजी इतका वाढला होता. त्यांना कमी बोलण्याचा सल्ला डॉक्टरांनी दिला होता. या गांधीवादी नेत्याने लोकांसमोर बोलताना सांगितले, ''आगामी काळात मी वेगवेगळ्या राज्यांना भेटी देणार असून निवडणूक सुधारणेसह इतर वेगवेगळ्या मुद्द्यांवर जनतेचे समर्थन मिळविण्यासाठी सभा घेणार आहे.''

ते म्हणाले, ''लोकप्रतिनिधींना परत बोलविण्याचा हक्क मिळावा, यासाठी मी यापुढे काम करणार आहे, ज्यायोगे अकार्यक्षम नगरसेवक तसेच सरपंचांना परत बोलविण्याचा अधिकार लोकांना मिळेल.'' भ्रष्टाचार तसेच अन्य सामाजिक प्रश्नांवर लढा देण्यासाठी राष्ट्रीय स्तरावर एक संघटना स्थापन करण्याचे सूतोवाच्चही त्यांनी केले.

'इलेक्ट्रॉनिक व्होटिंग मशीन्स'मध्ये (इव्हीएम)सुद्धा फेरबदल करता येतात असा दावाही त्यांनी केला. ते म्हणाले, ''ही मशीन्स सुरक्षित नाहीत. याबाबत मी सरकारला अनेकदा लिहिले असून त्यांचा याला सकारात्मक प्रतिसादही आहे. सध्याचे आधुनिक तंत्रज्ञान वापरून या मशीन्समध्ये आवश्यक त्या सुधारणा करायला हव्यात किंवा ही पद्धत तरी बदलायला हवी. निवडणुकीत मतदाराला उमेदवार जर पसंत नसेल, तर मतदानाचा हक्क बजावताना त्याला 'उमेदवार पसंत नाही,' असे सांगण्याचा अधिकार असलेला पर्याय उपलब्ध असायला हवा. त्यासाठी निवडणूक

आयोगाने मतदानाच्या अधिकारात योग्य ते बदल करावेत, असे माझे स्पष्ट मत आहे. समजा सर्वाधिक मते जर याच पर्यायाला मिळाली, तर निवडणूक रद्द करावी. त्यांना भरपूर लाच घेऊ द्या आणि खर्चही करू द्या. तुम्ही तुमच्या सदसद्विवेकबुद्धीशी प्रामाणिक असाल तर तेसुद्धा सुतासारखे सरळ येतील.''

या जनआंदोलनाचा थोडक्यात गोषवारा

घटनाक्रम

३० जानेवारी, २०११

प्रभावी लोकपाल विधेयकासाठी साठ शहरांतून लोकांनी फेरी काढली. दिल्लीतील रॅलीत अण्णा हजारे, किरण बेदी, स्वामी अग्निवेश, प्रशांत भूषण आदी सहभागी झाले.

२६ फेब्रुवारी, २०११

लोकपाल विधेयकाचा मसुदा तयार करणाऱ्या समितीत नागरी समाजाच्या प्रतिनिधींना घेण्याबाबत पंतप्रधानांनी निर्णय न घेतल्यास ५ एप्रिलपासून उपोषण सुरू करण्याची अण्णा हजारे यांची पत्रकार परिषदेत घोषणा.

२७ फेब्रुवारी, २०११

सशक्त लोकपाल विधेयक तसेच परदेशी बँकांतील काळा पैसा परत आणावा या मागण्यांसाठी भारत स्वाभिमान या संघटनेतर्फे जंतरमंतर ते रामलीला मैदान या दरम्यान रॅली.

३ मार्च, २०११

पंतप्रधानांचे अण्णा हजारे यांना पत्र : चर्चेसाठी निमंत्रण.

७ मार्च, २०११

अण्णा हजारे, पंतप्रधान डॉ. मनमोहन सिंह यांना भेटले. अण्णांसमवेत किरण बेदी, स्वामी अग्निवेश, प्रशांत भूषण, शांती भूषण उपस्थित.

१३ मार्च, २०११

जनलोकपाल विधेयकाला पाठिंबा देण्यासाठी पांढरे शर्ट, टीशर्ट परिधान केलेल्या दिल्लीतील नागरिकांच्या एका गटाने संपूर्ण शहरातून चार तास फेरी काढली.

२८ मार्च, २०११

भ्रष्टाचारविरोधी आंदोलनामध्ये अमेरिकेतील पंचेचाळीस शहरे तसेच भारतातील चाळीस शहरांत तसेच अन्य आठ देशांत एकाच वेळी निदर्शने झाल्याचा संयोजकांचा दावा. नागपूरपासून ते न्यूजर्सीपर्यंत आणि सिडनीपासून ते सिएटलपर्यंत जगभरातील तमाम भारतीय या आंदोलनात सहभागी झाले. ही चळवळ पुढे चालू ठेवण्यासाठी अनेक मोर्चे काढण्याची योजना आखण्यात आली. तसेच याच मागणीसाठी पाच एप्रिलपासून दिल्लीत उपोषणाला बसणाऱ्या अण्णा हजारे यांच्या आंदोलनात सहभागी होण्याचा निर्णय घेण्यात आला.

४ एप्रिल, २०११

भ्रष्टाचारविरोधी चळवळीतील ज्येष्ठ कार्यकर्ते अण्णा हजारे यांची सशक्त जनलोकपालसाठी आमरण उपोषण करण्याची घोषणा.

५ एप्रिल, २०११

◆ दिल्लीतील जंतरमंतर येथे अण्णा हजारे यांचे आमरण उपोषण सुरू.

◆ हजारे यांच्या उपोषणाला पाठिंबा देण्यासाठी मुंबईतील सहा हजार नागरिकांचे एक दिवसाचे लाक्षणिक उपोषण.

◆ जनलोकपालसाठीच्या लढ्यात पुण्यातील सहा हजार नागरिक सहभागी.

◆ हजारे यांच्या आंदोलनाला पाठिंबा देण्यासाठी बंगळुरूवासियांची फ्रीडम पार्कमध्ये मोठी गर्दी.

७ एप्रिल, २०११

सरकारबरोबर चर्चेच्या दोन फेऱ्या अयशस्वी. अण्णा हजारे यांचे उपोषण सुरूच.

८ एप्रिल, २०११

◆ मुंबई, कोलकता, हैदराबाद, बंगळुरू, चेन्नई, पाटणा, अहमदाबाद, रांची, पुणे, नाशिक, कोची अशा विविध शहरांत आंदोलनाचे लोण पसरले. जम्मूतील जम्मू विद्यापीठ, तिरुअनंतपुरम, गुवाहाटी आणि जयपूर येथेही आंदोलक जमले.

◆ विधेयकाच्या मसुदा समितीच्या अध्यक्षपदी नागरी समितीचा सदस्य राहणार नाहीतर सरकारचे मंत्रीच असतील, अशी केंद्र सरकारची ठाम भूमिका. कुचकामी विधेयक होऊ नये यासाठी आंदोलनकर्त्यांचा या भूमिकेला विरोध.

◆ पंतप्रधानांनी राष्ट्रपतींशी भेट घेतली आणि त्यांना जनतेच्या मागण्यांवर सरकार

करत असलेल्या प्रयत्नांची माहिती दिली.

◆ अण्णा हजारे यांच्यासमवेत उपोषणाला बसलेल्या त्यांच्या पंधरा समर्थकांना रुग्णालयात हलविले.

◆ आंदोलनाच्या समर्थनासाठी बॉलिवुड उतरले. हजारे यांना अभिनेते, दिग्दर्शक, संगीतकार आदींनी पाठिंबा दिला. दिग्दर्शक फराह खान, अभिनेते अनुपम खेर, टॉम अल्टर, संगीत दिग्दर्शक विशाल दादलानी, कवी-चित्रपट निर्माते प्रीतिश नंदी आदींनी हजारे यांची जंतरमंतर येथे जाऊन भेट घेतली.

◆ केंब्रिज विद्यापीठातील भारतीय विद्यार्थी तसेच पंतप्रधानांच्या पूर्वीच्या येथील सहाध्यायांनी आंदोलनाला पाठिंबा जाहीर केला.

◆ दिल्ली मेट्रोचे प्रमुख ई. श्रीधरन, पुंज लॉईडचे अध्यक्ष अतुल पुंज, मारुती सुझुकीचे अध्यक्ष आर. सी. भार्गव, हिरो ग्रुपचे सुनील मुंजाळ, टाटा स्टीलचे उपाध्यक्ष बी. मुथ्थुरामन, बजाज ऑटोचे अध्यक्ष राहुल बजाज, गोदरेज समुहाचे प्रमुख आदि गोदरेज, बायोकॉनच्या अध्यक्षा व कार्यकारी संचालिका किरण मुजुमदार-शॉ आणि कोटक महिंद्रा बँकेचे उपाध्यक्ष उदय कोटक आदींनी हजारे आणि त्यांच्या लढ्याला जाहीर पाठिंबा व्यक्त केला.

◆ ओसोचामचे अध्यक्ष दिलीप मोदी आणि फिक्कीचे प्रमुख राजीव कुमार देखील पाठिंबा देण्यासाठी पुढे आले.

◆ अखेर सरकारने सहमतीने एक तोडगा स्वीकारला. त्यानुसार या विधेयकाच्या मसुदा समितीच्या अध्यक्षपदी राजकीय व्यक्ती म्हणजेच केंद्रीय मंत्री असेल, तर सहअध्यक्ष म्हणून अराजकीय व्यक्ती असेल. त्यानुसार तत्कालीन अर्थमंत्री प्रणव मुखर्जी या समितीचे अध्यक्ष बनले, तर शांती भूषण सहअध्यक्ष झाले.

९ एप्रिल, २०११

◆ हजारे यांना पाठिंबा देण्यासाठी साऱ्या देशातून रॅली निघू लागल्या होत्या. भ्रष्टाचाराविरुद्ध कडक कायदा करण्यास केवळ राजकारणी तयार नाहीत, हे चित्र पुसून काढण्यासाठी विधेयक मसुदा समिती स्थापण्यास सरकारने संयुक्त मान्यता दिली. या समितीत सरकारचे पाच मंत्री आणि अण्णा हजारे यांच्यासह 'सिव्हिल सोसायटीचे' पाच सदस्य राहतील, असे ठरवण्यात आले.

◆ संयुक्त समिती स्थापण्यास सरकारने मंजुरी दिल्याने शनिवारी उपोषण सोडण्याची घोषणा हजारे यांनी केली.

◆ जनलोकपाल विधेयकाचा मसुदा तयार करण्यासाठी समिती स्थापण्याचा अध्यादेश सरकारने शनिवारी सकाळी जारी केला. सरकारचा अध्यादेश आणण्यासाठी स्वामी अग्निवेश हे स्वत: केंद्रीय मंत्री कपिल सिब्बल यांच्या घरी गेले.

◆ गांधीजींच्या 'रघुपती राघव राजा राम' या भजनाच्या सुरावटींसह आणि पाठिराख्यांच्या घोषणांच्या निनादात जंतरमंतर येथे लहान मुलीच्या हातून सरबत घेत अण्णा हजारे यांनी ९८ तासांचे उपोषण सोडले. संसदेच्या पावसाळी अधिवेशनात लोकपाल विधेयक सादर करण्याचे पंतप्रधान मनमोहनसिंग यांनी स्पष्ट केले.

◆ हजारे यांना पाठिंबा देण्यासाठी फ्रीडम पार्कवर शेकडो नागरिकांनीही उपोषण सुरू केलेले होते. त्यांनीसुद्धा उपोषण सोडले.

◆ उपोषण सोडल्यानंतर हजारे म्हणाले, ''भ्रष्टाचाराविरुद्ध प्रचार करण्यासाठी मी साऱ्या देशाचा दौरा करणार आहे. यापुढे आणखी संघर्ष असल्याचा इशाराही त्यांनी दिला. देशातील जनतेला आणि प्रसारमाध्यमांना धन्यवाद देताना हा लोकांचाच विजय असल्याचे जवळ-जवळ मान्य केल्यानेच आपण उपोषण सोडत असल्याचे हजारे यांनी स्पष्ट केले.

◆ गर्दीतील सर्व लोक त्यांची महात्मा गांधींशी तुलना करत होते, मात्र हजारे यांनी स्वत: त्यांचे नाव घेतले नाही. त्याऐवजी त्यांनी क्रांतिकारक भगतसिंग, सुखदेव, राजगुरू या ब्रिटिशांनी फाशी दिलेल्या क्रांतिकारकांचा संदर्भ दिला. ते म्हणाले, देश आजही त्यांच्या ऋणात आहे.

◆ तिरंगा फडकावत आणि ड्रम्सच्या तालावर गाणी म्हणत, नाचत लोक जंतरमंतर येथे आनंदोत्सव करत होते. तरुण, महिला, वृद्ध, गरीब आणि श्रीमंत खांद्याला खांद्या लावून 'वंदे मातरम, भारत माता की जय, इन्कलाब झिंदाबाद'चा एकसुरात नारा देत होते.

◆ लोकपाल विधेयकाचा मसुदा बनविण्यासाठी मंत्री आणि नागरी समितीच्या सदस्यांची संयुक्त समिती बनविण्याबाबत सरकारने अध्यादेश जारी केला. त्याचा आशय असा : संयुक्त मसुदा समितीमध्ये पाच नामनिर्देशित केंद्रीय मंत्री आणि अण्णा हजारे यांच्यासह त्यांनी सुचविलेले पाच जण असतील.

समितीतील केंद्रीय मंत्री असे : केंद्रीय अर्थमंत्री प्रणव मुखर्जी, गृहमंत्री पी. चिदंबरम, कायदामंत्री वीरप्पा मोयली, मनुष्यविकासमंत्री कपिल सिब्बल, जलसंधारणमंत्री सलमान खुर्शिद.

अण्णा हजारे यांनी सुचविलेले सदस्य असे : अण्णा हजारे, संतोष हेगडे, शांती भूषण, प्रशांत भूषण, अरविंद केजरीवाल.

या संयुक्त समितीचे अध्यक्ष प्रणव मुखर्जी असतील. शांतीभूषण समितीचे सहअध्यक्ष असतील. वीरप्पा मोयली हे निमंत्रक असतील. प्रस्तावित विधेयकाचा मसुदा बनविण्यासाठी समिती स्वत:ची पद्धत ठरवेल आणि ३० जून, २०११पर्यंत समिती आपले काम पूर्ण करेल.

◆ जंतरमंतर या उपोषणस्थळी हजारो लोक जमले होते. त्यांच्यापुढे हजारे यांनी पंधरा मिनिटे भाषण केले. ते म्हणाले, ''ही चळवळ सर्वत्र पसरविण्यासाठी सर्वांनी जात, धर्म, वंश विसरून एकत्रित प्रयत्न केले. त्या सर्वांचा मी आभारी आहे. लढा अद्याप संपलेला

नाही. निदर्शनांचा हा केवळ पहिला टप्पा आहे. जर विधेयक १५ ऑगस्टपर्यंत संमत झाले नाहीतर दुसऱ्या स्वातंत्र्यलढ्यासाठी आम्ही लाल किल्ल्यावर तिरंगा फडकावू आणि जर संमत झाले, तर आम्ही पंतप्रधान मनमोहनसिंगांचे स्वागत करू.

"आपल्याला अजून बराच पल्ला गाठायचा आहे. जेव्हा गरज भासेल, त्या वेळी आपल्याला लढावे लागेल. कारभार पारदर्शी व्हावा यासाठी सरकारवर दबाव टाकावा लागेल. आणखी एका स्वातंत्र्यलढ्याची ही सुरुवात असून आपल्याला आणखी बरेच मार्गक्रमण करायचे आहे. देशातील तरुण आपल्यासमवेत उभे आहेत, हा आपल्यासाठी निश्चितच आशेचा किरण आहे. त्यामुळे आपली जबाबदारी वाढली आहे. आता आम्ही विधेयक तयार करू. जर त्या विधेयकाला मंत्रिमंडळात अडथळे निर्माण झाले, तर संमतीसाठी आपल्याला संघर्ष करावा लागेल....

नंतर हे विधेयक लोकसभेत येईल. तेथे ते सर्वसंमतीने मंजूर होईल. तेथे अडथळे निर्माण झाल्यास, मी माझ्या खांद्यावर तिरंगा घेईन आणि आपण सारे लोकसभेत जाऊ. आपल्याला निवडणूकपद्धती, शिक्षण, कामगार हक्क यामध्ये सुधारणा हव्या आहेत. भ्रष्टाचार हटविण्यासाठी सत्तेचे विकेंद्रीकरण होणे अतिशय आवश्यक आहे. जोपर्यंत मतदारांच्या हाती सत्ता येत नाही, तोपर्यंत भ्रष्टाचार कायम राहील. जर आपल्याला भ्रष्टाचार थांबवायचा असेल, तर निवडणूकपद्धतीत सुधारणांची गरज आहे, याचा आपण सर्वांनीच विचार करायला हवा."

◆ मोठ्या लढ्यासाठी सज्ज राहण्याचे आवाहन समर्थकांना करताना अण्णा म्हणतात, "भ्रष्टाचारविरुद्ध कडक कायदे असणारे विधेयक सत्तेसाठी आतुर असलेले राजकारणी सहजासहजी मान्य करणार नाहीत. तसेच त्यांच्या अधिकारांवर गदा आणण्यासही त्यांचा विरोधच असेल. मात्र या विषयावर लोकांनी एकत्र यायला पाहिजे. खासदार, आमदार लोकांची सेवा करण्यासाठी निवडून दिलेले असतात त्यांच्यावर राज्य करण्यासाठी नव्हे. मात्र निवडून आलेले लोक हे विसरतात. संसदेत विधेयक संमत करण्यासाठी भविष्यात मोठ्या प्रमाणात आंदोलन करण्याची गरज असल्याचे मला वाटते. या विधेयकांमुळे आपले अधिकार कमी होतील, अशी खासदारांना भीती वाटते. त्यामुळे ते सहजासहजी विधेयक संमत करतील, असे मला अजिबात वाटत नाही.

आंदोलनामुळे गरीब-श्रीमंतातील दरी बुजली

अनेक बाबतीत बऱ्याच काळापासून असलेले मतभेद आणि 'या देशाचे काही होऊ शकत नाही,' हा मनात ठासून भरलेला विचाराच्या पार्श्वभूमीवर या आंदोलनात झालेले राजकीय एकमत आणि

सामाजिक जागरूकता कल्पनेपलीकडीलच होती. जंतरमंतरप्रमाणेच गुरगावच्या गॅलेरिया मार्केटमध्येही निदर्शने सुरू होती. महात्मा हयात नव्हते, पण अण्णा हजारे यांच्या आंदोलनाने उच्चभ्रूंशीही नाळ जोडली होती. गर्भश्रीमंतांच्या नजराही या आंदोलनाकडे वळल्या होत्या. त्यामुळेच जंतरमंतरकडे जाणाऱ्या रस्त्यावर तसेच आजूबाजूला अलिशान मोटारी, पॉश स्पोर्ट्स युटिलिटी व्हेइकल्स (एसयूव्ही)च्या रांगा लागल्या होत्या.

भ्रष्टाचारविरोधी आंदोलनामुळे राजधानीत गरीब-श्रीमंतांमधील दरी जाणूबुजून गेली होती. उपोषणस्थळी याचे दर्शन घडत होते. मध्यम वर्गाला राजकारण आणि निवडणुकांशी काही देणे-घेणे नाही, या राजकीय युक्तिवादाला येथील गर्दीने तडा दिला होता.

अनेकांना व्यवस्थेविरुद्धची नाराजी व्यक्त करण्याची संधी यामुळे मिळाली. सोशल नेटवर्किंग साइटवरून पोस्ट करण्यापलीकडे जात, अनेक जण थेट रस्त्यावर उतरले. आंदोलनाला मिळालेले हे व्यापक स्वरूप सरकारला धोक्याची सूचना देत होते. पुढील पिढी आपली एअर कंडिशन्ड कार्यालये सोडून स्वयंसेवक बनली होती. रोज सायंकाळी निघणाऱ्या कँडल लाइट मार्चमध्ये 'ये देश है वीर जवानोंका'च्या तालावर सहभागी होत होते.

दिल्लीकरांचे वेगळे रूप

कमी जागेत हजारो लोक एकत्र आले की, पाकीटमारांसाठी, चोरट्यांसाठी तसेच छेडछाड करणाऱ्यांसाठी जणू पर्वणीच असते. मात्र जनलोकपाल विधेयकाच्या मागणीसाठी एकत्र आलेल्या हजारो लोकांना नेमका याच्या उलट अनुभव आला. जंतरमंतरच्या अतिशय कमी जागेत हजारो लोक अण्णा हजारेंना पाठिंबा देण्यासाठी एकत्र जमले होते. या पाच दिवसांच्या काळात दिल्लीने अतिशय चांगली वर्तणूक करत सर्वांना आश्चर्याचा धक्का दिला. दिल्लीत नवीन वर्षाचा जल्लोश असो किंवा कोणती व्यापारी जत्रा, मेळा असो धक्काबुक्की, छेडछाड, गडबड-गोंधळ हे नक्की ठरलेलेच. दिल्लीतील कार्यक्रमांची जणू ही एक ओळखच झालेली आहे. मात्र जंतरमंतरवरील या वेळचे दृश्य याहून वेगळेच होते. येथे लोकांत अपूर्व उत्साह होता, पण गडबड-गोंधळ, खेचाखेची नव्हती. व्यासपीठावरून खाली उतरण्यास सांगितले की, लगेच तशी कृती करत होते. लोक नाव नोंदणीसाठी रांगेने शांतपणे जात होते. काहीवेळा तर 'पहले आप' असा आग्रहही होत होता.

वृद्ध नागरिकांना उठताना तरुणांचे हात त्यांना धरण्यासाठी आपसूक पुढे येत होते. त्याचबरोबर येथे लोक उपोषणाला बसले आहेत, त्यांना शुद्ध हवेची गरज

आहे, असे सांगताच व्यासपीठासमोरची गर्दी लगेच बाजूला होत होती. बसायला जागा संपली की, लोक बाजूला सरकून, प्रसंगी दाटीवाटीने बसत इतरांना बसण्यासाठी जागा देत होते. आंदोलनादरम्यानची प्रत्येक सायंकाळ नवी अनुभूती देत होती. येथील व्यासपीठावर गुणदर्शनाचे कार्यक्रम होत. कोणतेही मद्यपान न करता तरुण 'रॉक कन्सर्ट' सादर करत असत. अशा चांगल्या कामासाठी एकत्र आल्यानंतर आपली वागणूकही तितकीच चांगली असायला हवी, याचे भान व्यासपीठावरून सारखे करून दिले जात होते आणि त्याला प्रतिसादही तितकाच सकारात्मक मिळत होता. आंदोलनाच्या पहिल्या दिवसापासून ते शेवटच्या दिवशीच्या जल्लोशापर्यंत जंतरमंतरवर व्यवस्थितपणा, नीटनेटकेपणा दिसत होता.

हजारे यांनी उभारलेल्या भ्रष्टाचारविरोधी लढ्याच्या यशामध्ये फेसबुक, ट्विटर, यू ट्यूब, एसएमएस तसेच प्रसारमाध्यमांतून सतत होणारे वार्तांकन यांचा मोठा वाटा होता. यामुळेच या लढ्याला तरुणांचा आणि मध्यमवर्गीयांचा एवढा अफाट प्रतिसाद मिळाला. अन्यथा इतका प्रतिसादच लाभला नसता. या लढ्याचे एक शिल्पकार अरविंद केजरीवाल म्हणाले, "हा मुद्दा जिवंत ठेवण्यासाठी आम्ही सोशल मीडियाचा वापर करत आहोत. फेसबुकवर आम्ही आमचे फ्रेंड्स सातत्याने अपडेट करतो. तसेच मोबाइलवरून आम्हाला येणाऱ्या सूचनांवर आमच्या बैठकीमध्ये गांभीर्याने विचार करतो. सरकारने काढलेली अधिसूचना म्हणजे विधेयकाच्या दिशेने पडलेले पहिले पाऊल आहे. लोकांच्या सततच्या पाठिंब्याशिवाय तसेच सहभागाशिवाय या विधेयकाची अंमलबजावणीच होऊ शकणार नाही."

ते म्हणाले, "अण्णा हजारे यांनी जेव्हा आमरण उपोषणाचा निर्णय घेतला तेव्हा एवढा अफाट प्रतिसाद मिळेल, अशी आम्ही कल्पनाही केली नव्हती. पहिले दोन दिवस आम्हाला फारसा पाठिंबा नव्हता. मोजक्या संख्येने स्वयंसेवक होते. हळूहळू पाठिंबा वाढत गेला. मात्र फेसबुक व एसएमएसच्या माध्यमातून केलेल्या प्रचारामुळे या लढ्याला व्यापक स्वरूप प्राप्त झाले. देशाच्या कानाकोपऱ्यांतून लाखो लोक तसेच परदेशातील भारतीय लोकही या माध्यमातून या लढ्यात सहभागी झाले. एखाद्या संघटनेने जर निदर्शने आयोजित केली असती, तर त्याला इतका प्रतिसाद लाभला नसता.

अहिंसा तत्त्वच केंद्रबिंदू

अण्णा हजारे यांच्या विजयामुळे सरकारने भ्रष्टाचारविरोधी विधेयक बनविण्यासाठी जनतेचे आणखी प्रतिनिधी घेण्यास परवानगी दिली. त्यामुळे नक्षलवादाच्या प्रश्नावरही तोडगा निघण्याबाबत आशा पल्लवित झाल्या. माओवाद्यांनी हिंसाचाराची कास सोडावी

आणि सरकारच्या उदासीनतेशी लढा देताना गांधीजींच्या तत्त्वाचा अवलंब करावा, असे आवाहन सामाजिक कार्यकर्ते स्वामी अग्निवेश यांनी केले. अग्निवेश म्हणाले, "अण्णांची जनचळवळ हे यासाठीचे उत्तम उदाहरण आहे. तुम्ही जर हत्या थांबविल्या आणि निषेधासाठी गांधींची तत्त्वे आंगिकारली तर देशाची जनताही तुमच्या पाठीशी उभी राहील. तुम्ही अण्णांकडून हे शिकायला पाहिजे." अग्निवेश यांची गेल्या वर्षीच सरकार व माओवादी यांच्यात चर्चा करण्यासाठीचे समन्वयक म्हणून नियुक्ती करण्यात आली आहे. ते म्हणाले, "आपण दूत म्हणून काम करावे आणि शांततामार्गाने तोडगा काढण्यासाठी त्यांना मदत करावी, असे आवाहन गृहमंत्र्यांनी मला केले आहे. नक्षलवाद्यांविरुद्ध लष्कराचा वापर थांबवावा, असे आवाहन मी सरकारला केले आहे आणि आज मी माझ्या नक्षलवादी बंधू-भगिनींना सशस्त्र लढा थांबविण्याचे आवाहन करतो... कारण लोकांना ठार मारण्याचा कोणालाही लाभ होत नाही. गरीब, आदिवासींना जनतेचा पाठिंबा न मिळण्यामागे हे कारण आहे."

भाजपचे ज्येष्ठ नेते लालकृष्ण अडवानी यांनी या आंदोलनाच्या यशाचे वर्णन अतिशय मोजक्या शब्दांत केले. अडवानी यांनी देशाच्या वाटचालीचा प्रत्येक टप्पा अतिशय जवळून पाहिला आहे. त्यामुळे त्यांचे मत मोलाचे आहे. कोईमतूर येथे निवडणूक सभेत बोलताना ते म्हणाले, "यूपीए सरकारने जर संसदेत विधेयक आणले, तर ते कोणत्याही अडथळ्याविना संमत होईल. सरकारने केवळ विधेयक मांडू नये, तर ते संमत होण्यासाठीही पावले उचलावीत. अण्णा हजारे आणि हजारो लोकांनी केवळ चार दिवसांत सरकारला गुडघे टेकायला लावले आणि लोकपाल विधेयकासाठी समिती स्थापण्यास भाग पाडले. टू जी स्पेक्ट्रम गैरव्यवहारप्रकरणी संयुक्त संसदीय समिती (जेपीसी) नेमावी, ही मागणी मान्य करून घेण्यासाठी विरोधी खासदारांना दोन महिने लागले. लोकांच्या संतापापुढे सरकारला झुकावे लागले. कारण असे केले नसते, तर सध्या जगातील अन्य देशांत जशी आंदोलने सुरू आहेत तसे संपूर्ण देशभर आंदोलन झाले असते, अशी भीती सरकारला वाटत होती आणि हे देशव्यापी आंदोलन थोपविणे अतिशय कठीण गेले असते.

नरेंद्र मोदी यांनी अण्णांना लिहिलेले खुले पत्र :

गुजरातमधील विकासकामांची प्रशंसा केल्याच्या दुसऱ्या दिवशी (११ एप्रिल, २०११) गुजरातचे मुख्यमंत्री नरेंद्र मोदी यांनी आपल्या ब्लॉगवरून अण्णा हजारे यांना खुले पत्र लिहिले. यामध्ये मोदी यांनी या ज्येष्ठ गांधीवादी नेत्याचे कौतुक केले. नरेंद्र मोदी यांनी अण्णा हजारे

यांना लिहिलेल्या पत्रातील मजकूर असा :

माझ्या प्रामाणिक भावनेतून अण्णांना लिहिलेले खुले पत्र –

आदरणीय अण्णाजी,

नवरात्रीच्या उपवासाच्या आठव्या दिवशी मला पहाटे पाच वाजता तुम्हाला पत्र लिहिण्याची प्रेरणा मिळाली.

त्या वेळी जेव्हा तुम्ही दिल्लीत उपोषणाला बसला होतात, तेव्हा मीसुद्धा शक्तीचे प्रतीक असलेल्या नवरात्रीचे उपवास करत होतो. माता जगदंबेच्या कृपेने मीसुद्धा आपल्या लढ्याचा अप्रत्यक्षरित्या सहप्रवासी झाल्याबद्दल मला आनंद वाटतो.

नवरात्रीचे उपवास करत असताना तसेच निवडणूक प्रचारात व्यग्र असताना आसाममध्ये कामाक्षी देवीचे दर्शन घेण्याचे भाग्य मला लाभले. तुमचे उपोषण सुरू होते आणि साहजिकच मी आपल्या उत्तम प्रकृतीसाठी, स्वास्थ्यासाठी कामाक्षीदेवीकडे प्रार्थना केली. देवीची पवित्र शक्ती आपल्या पाठीशी आहे, असे मला वाटले.

केरळच्या प्रचारदौऱ्यावरून मी काल पहाटे दोनला गांधीनगरला परतलो आणि आपण गुजरात व माझ्याविषयी चांगल्या भावना व्यक्त केल्याची उत्साहवर्धक बातमी मला कालच समजली. आपल्या आशीर्वादाबद्दल मी स्वत:ला नशीबवान मानतो तसेच आपले आभारही मानतो. आदरणीय अण्णाजी, मला अनेक दशकांपासून आपल्याबद्दल आदर आहे. राजकारणात प्रवेश करण्यापूर्वी मी राष्ट्रीय स्वयंसेवक संघाचा पूर्णवेळ प्रचारक होतो. तेव्हा आमच्या बैठकांसाठी येणारे राष्ट्रीय स्वयंसेवक संघाचे राष्ट्रीय स्तरावरील नेते आपल्या ग्रामीण विकासाच्या कार्याची, उपक्रमांची चर्चा करत असत. त्याचा माझ्यावर प्रचंड परिणाम झाला. यापूर्वीही मला आपणांस भेटण्याचा योग आला.

माझ्याबद्दल तसेच माझ्या राज्याबद्दल चांगले शब्द बोलण्याचे आपण जे धैर्य व दृढ विश्वास दाखविला त्याबद्दल मी आणि माझे राज्य गुजरात सदैव आपल्या ऋणात राहू. या धैर्याद्वारे आपण सत्याच्या बाजूने उभे राहण्याची आपली कटिबद्धता तसेच सैनिकासारखी दृढता दाखविली आणि त्यामुळेच तुमचे मत सर्वत्र स्वीकारण्यात येईल.

यामुळे मी आत्मसंतुष्ट होऊन माझ्या हातून चुका होऊ नयेत, म्हणून मला आपण आशीर्वाद द्यावा, अशी माझी आपल्याला विनंती आहे. आपल्या आशीर्वादामुळे मला जे काही चांगले व योग्य आहे, ते कार्य करण्याची शक्ती मिळेल. त्याचबरोबर आता माझी जबाबदारीदेखील वाढली आहे. आपल्या वक्तव्यामुळे देशातील कोट्यवधी तरुणांच्या माझ्याबद्दलच्या अपेक्षा

प्रचंड वाढल्या आहेत आणि माझ्या एखाद्या लहानशा चुकीमुळेही ते निराश होतील. त्यामुळे मला कायम सतर्क राहावे लागणार असून त्यासाठीही मला आपल्या आशीर्वादाची गरज आहे. आदरणीय अण्णाजी, या आनंदाच्या क्षणी मला आपणांस काही गोष्टी सांगाव्याशा वाटतात. मी अतिशय साध्या कुटुंबातून आलो असून मी अजूनही सामान्य माणूस आहे. माझ्या कुटुंबातील कोणीही यापूर्वी राजकारणात आला नव्हता किंवा सत्तेशी त्यांचा कधी दुरन्वयेदेखील संबंध आला नव्हता. मी स्वत: परिपूर्ण व्यक्ती असल्याचे मानत नाही. सामान्यजनांप्रमाणे माझ्याही स्वत:च्या काही मर्यादा आहेत आणि माझ्यातही काही चांगले व वाईट गुण आहेत.

वाईट गुणांनी माझा ताबा घेऊ नये, अशी प्रार्थना मी आई जगदंबेकडे सतत करत असतो. मी कायमच गुजरातसाठी काहीतरी चांगले करण्याचा विचार करत असतो. गुजरातच्या विकासाद्वारे गरिबांच्या चेहऱ्यावरील अश्रू पुसता यावेत, यासाठी जीवन समर्पित करण्याची माझी इच्छा आहे. हे सर्व करत असताना मला कायम आशीर्वाद द्यावेत, अशी माझी आपणांस कळकळीची विनंती आहे.

आदरणीय अण्णाजी, आपण गांधीवादी आहात आणि सैनिकही आहात. केरळमध्ये काल निवडणूक प्रचारात असताना आपण मला व गुजरातला आशीर्वाद दिल्याचे मी ऐकले. तेव्हा यामुळे आपली कोणीतरी निंदानालस्ती करेल, अशी भीती माझ्या मनाला वाटली. याबाबत आपले असलेले प्रेम, त्याग, दृढता यातून आपण हे वक्तव्य केले. मात्र गुजरातचे शत्रू असलेले काही गट यातून तुमची प्रतिमा मलिन करण्याची संधी अजिबात सोडणार नाहीत. माझ्याबद्दल व गुजरातबद्दल चांगले बोलल्याबद्दल ते तुमचे नाव खराब करण्याचा प्रयत्न करतील. हे खरे ठरेल हेच दुर्दैव आहे. पुन्हा एकदा शत्रू यासाठी पुढे सरसावतील. कोणीही तुमचे नाव कलंकित करू नये, अशी मी नवरात्रीच्या निमित्ताने आई जगदंबेला प्रार्थना करतो.

कोणीही गुजरातबाबत चांगले बोलला की, त्याच्या किंवा तिच्याविरुद्ध बदनामीची मोहीम सुरू होते, हे आपणास ठाऊक आहेच. गुजरातच्या विकासाचे कौतुक केल्याप्रकरणी यापूर्वी कन्नूरचे कम्युनिस्ट पक्षाचे मुस्लीम खासदार पी. अब्दुल्ला कुट्टी यांची पक्षातून हकालपट्टी करण्यात आली. या शतकातील सुपरस्टार अमिताभ बच्चन यांनी जेव्हा गुजरातच्या पर्यटनासाठी मोफत मोहीम राबविली तेव्हा त्यांनाही टीकेला सामोरे जावे लागले. राज्याच्या शत्रूंनी बच्चन यांच्यावरही आरोप केले. गुजरातशी असलेले जुने संबंध तोडावेत, यासाठी बच्चन यांच्याविरुद्ध खोट्या अफवा पसरविल्या. मुंबईतील

एका समारंभात बच्चन यांना निमंत्रित केले होते. तरीही या गटाने त्यांना तेथे प्रवेश करू दिला नव्हता.

गुजरातच्या आत्मगौरवाबद्दल बोलल्याने गुजरातचेच ज्येष्ठ गांधीवादी नेते गुणवंत शहा यांचीही निंदानालस्ती करण्यात आली.

गुजरातचे मौलाना गुलाम वास्तानवी यांची देवबंदच्या दारुल उलुमच्या प्रमुखपदी निवड झाली. त्यांनीही राज्याच्या विकासाचे कौतुक केल्याप्रकरणी टीकेच्या भडिमाराला सामोरे जावे लागले. गुजरातची विकासाच्या दिशेने वेगाने घोडदौड सुरू आहे. आणि या विकासाची फळे कोणताही धार्मिक भेदभाव न करता सर्वांना चाखायला मिळत आहेत, असे वास्तानवी यांनी जाहीररित्या सांगितले होते. त्यानंतर त्यांना गप्प बसविण्यात आले.

लष्कराच्या गोल्डन कटरा विभागाचे मेजर जनरल आय. एस. सिन्हा यांच्यावरही गुजरातच्या विकासाचे कौतुक केल्याबद्दल याच शक्तींनी टीकेची झोड उठविली. एवढेच नव्हेतर त्यांच्याविरुद्ध शिस्तभंगाची कारवाई करण्याची मागणी करण्यात आली.

ही वानगीदाखल दिलेली उदाहरणे आहेत. मात्र शत्रूंचा हा गट म्हणजे गुजरातच्या विकासाला लागलेला जणू एक शापच आहे. कोणीही गुजरातचे कौतुक केले की, विरोधी गट लगेच त्यांची निंदानालस्ती करण्यासाठी सक्रिय होतो.

आदरणीय अण्णाजी याच गटाकडून आपली नालस्ती होऊ नये, अशी गुजरातच्या सहा कोटी जनतेची इच्छा आहे. या गटाकडून आपल्यालाही संकटात टाकले जाईल, अशी माझ्या मनाला सतत भीती वाटत आहे. देवाने तुम्हाला शक्ती द्यावी.

देशासाठी तुम्ही केलेल्या त्याग व तपश्चर्येबद्दल मी आपणांस नम्र अभिवादन करतो. आपल्या दीर्घायु आरोग्यासाठी देवाने आपल्यावर कायम कृपादृष्टी ठेवावी, जेणेकरून आम्हांला तुमचे मार्गदर्शन कायम लाभेल. ही माझी मन:पूर्वक प्रार्थना आहे.

आपला

– नरेंद्र मोदी

६

रामलीला मैदान : २८८ तासांचे उपोषण

“प्रामाणिक व्यक्ती अन्य क्षेत्रापेक्षा राजकारणात अधिक उठून दिसते.”

– मार्क ट्वेन

१९ ऑगस्ट, २०११ दुपारी सव्वाबाराच्या सुमारास तीन दिवस तिहार तुरुंगात काढल्यानंतर हजारे तेथून बाहेर पडले. तुरुंगाबाहेर त्यांच्या स्वागतासाठी हजारो लोक थांबले होते. तुरुंगाबाहेर येताच त्यांनी जनसागराला हात उंचावून अभिवादन केले आणि ‘भारत माता की जय’चा नारा दिला. उपस्थितांना उद्देशून ते म्हणाले, “मी असो अथवा नसो, भ्रष्टाचाराविरुद्धचा लढा कायम राहील.” त्यांच्या प्रत्येक वाक्याला लोकांकडून तुफान प्रतिसाद मिळत होता. अण्णांनी जनसमुदायाकडे पाहत राष्ट्रध्वज उंचावला. लोकांनीही त्याला तसाच प्रतिसाद देत हातातील लहान झेंडे फडकावीत ‘अण्णा झिंदाबाद’च्या घोषणा सुरू केल्या. राजघाटावर महात्मा गांधींच्या समाधीला तसेच इंडिया गेटवरील अमर जवान ज्योतीला आदरांजली वाहिल्यानंतर हजारे पंधरा दिवसांच्या उपोषणासाठी रामलीला मैदानावर पोहोचले. अखेर अण्णा हजारे यांनी रामलीला मैदानावर उपोषण सुरू केले. देशाच्या समाजकारणाला, राजकारणाला कलाटणी देणाराच हा कालखंड ठरला.

एप्रिलमध्येच दिल्लीने हजारे यांचे आंदोलन अनुभवले होते. साऱ्या देशात त्यामुळे भ्रष्टाचाराच्या मुद्यावर व्यापक जनजागरण झाले होते. भ्रष्टाचाराप्रमाणेच काळा पैसा ही देशापुढील एक गहन समस्या आहे. यातील मोठ्या प्रमाणात काळा पैसा देशाबाहेर परदेशी बँकामध्ये ठेवण्यात आल्याचे वेळोवेळी स्पष्ट झाले आहे. इतके दिवस हा मुद्दा कधीतरी चर्चेत येत असे. मात्र स्वामी रामदेवबाबा यांनी अचानक हा मुद्दा ऐरणीवर आणला. परदेशात ठेवलेला काळा पैसा देशात परत आणावा या मागणीसाठी स्वामी रामदेवबाबा यांनी दिल्लीतील रामलीला मैदानावर ४ जून, २०११ रोजी आमरण उपोषण सुरू केले. त्यांना पाठिंबा देण्यासाठी रामलीला मैदानावर सुमारे ६५ हजार समर्थक गोळा झाले. रामदेवबाबा यांनी उपोषण सोडण्याचे आश्वासन दिल्याचे पत्र केंद्रीय मंत्री कपिल सिब्बल यांनी पत्रकार परिषदेत दाखविले. यावर रामदेवबाबा यांनी सरकारने विश्वासघात केल्याचा आरोप करत आपली भूमिका अधिक ठाम केली.

अण्णा हजारे यांच्या आंदोलनात सरकारला काही अंशी माघार घ्यावी लागली होती. त्यामुळे सरकारच्या अहंकार कोठेतरी दुखावला होता. त्यामुळे रामदेवबाबांचे आंदोलन काही केल्या मोडून काढायचे असा चंगच सरकारने मनाशी केल्याचे पुढे घडलेल्या घटनांवरून स्पष्ट झाले.

रामदेवबाबांचे आंदोलन मोडीत काढले

५ जून, २०११ रोजी मध्यरात्री रामलीला मैदानावर निदर्शक झोपले होते. त्या वेळी रामदेवबाबा आपल्या सहकाऱ्यांशी चर्चा करत असताना पोलिसांनी अचानक मैदानावर धाड टाकली. मैदान मोकळे करण्यासाठी मध्यरात्री एक वाजता पोलिसांनी निदर्शकांवर जोरदार लाठीहल्ला केला. अश्रुधूर सोडला आणि मंडप पेटवून दिला.

पोलिसांनी आधीच निदर्शकांना बसस्थानक तसेच रेल्वेस्थानकावर सोडण्यासाठी बसेसची व्यवस्था केली होती. तसेच काही अनुचित प्रकार घडल्यास रुग्णवाहिकाही सज्ज ठेवण्यात आल्या होत्या. दिल्ली रेल्वे स्थानकाकडे

महिला निदर्शकांसमवेत महिलांच्या वेषात निघालेल्या रामदेवबाबा यांना दिल्ली पोलिसांनी अटक केली. स्वामी रामदेवबाबा यांना काही काळ सरकारच्या विश्रामगृहात ठेवण्यात आले. नंतर सीमा सुरक्षादलाच्या हेलिकॉप्टरमधून त्यांची रवानगी डेहराडूनला करण्यात आली. त्यानंतर स्वामी रामदेवबाबा यांना हरिद्वारच्या पतंजली योगपीठ आश्रमात पाठविण्यात आले. तेथे त्यांनी पत्रकार परिषद घेतली.

या पोलीस कारवाईत ५३ जण जखमी झाले. यातील एका महिलेची प्रकृती अतिशय गंभीर होती. तिचा नंतर उपचारादरम्यान मृत्यू झाला. स्वामी रामदेवबाबा यांच्यावर पंधरा दिवस दिल्लीत प्रवेश करण्यास बंदी घालण्यात आली.

ज्या प्रकारे रामदेवबाबांचे आंदोलन मोडून काढण्यात आले, त्यावरून सरकारवर प्रचंड टीका झाली. घटनेच्या दुसऱ्या दिवशी म्हणजे ६ जूनला रामदेवबाबा यांच्याविरुद्ध केलेल्या कारवाईचे पंतप्रधान डॉ. मनमोहन सिंग यांनी समर्थन केले. याशिवाय कोणताही पर्याय नसल्याचे त्यांनी सांगितले. मात्र शांततापूर्ण आंदोलनकर्त्यांविरुद्ध पोलिसबळाचा वापर का करण्यात आला तसेच ही कारवाई रात्री एकनंतर का केली, याचा खुलासा मात्र पंतप्रधानांनी केला नाही.

विधेयकावरून सरकारशी मतभेद

तत्पूर्वी ३० मे, २०११ रोजी विधेयकाचा मसुदा ठरविण्यासाठी संयुक्त बैठक झाली. या वेळी लोकपालच्या कार्यकक्षेत पंतप्रधान, न्यायव्यवस्था आणि खासदारांना आणण्यास सरकारच्या प्रतिनिधींनी जोरदार विरोध केला. यासंदर्भात मत आजमाविण्यासाठी संयुक्त मसुदा समितीचे अध्यक्ष प्रणव मुखर्जी यांनी सर्व राज्यांचे मुख्यमंत्री आणि सर्व राजकीय पक्षाच्या नेत्यांना पत्रे लिहिली. प्रस्तावित कायद्यात पंतप्रधान तसेच सर्वोच्च व उच्च न्यायालयाच्या न्यायाधीशांचा समावेश करायचा का? यांसह सहा मुद्द्यांवर स्पष्टीकरण द्यावे, असे मुखर्जी यांनी पत्रात म्हटले होते. लोकपालच्या कार्यकक्षेतून पंतप्रधान आणि न्यायाधीशांना वगळणे म्हणजे संयुक्त राष्ट्रसंघाच्या भ्रष्टाचारविरोधी कराराचा भंग असल्याचे मत सिव्हिल सोसायटीच्या सदस्यांनी व्यक्त केले.

अण्णा हजारे आणि सिव्हिल सोसायटीच्या सदस्यांनी लोकपाल विधेयकाच्या संयुक्त समितीच्या ५ जून, २०११ रोजी होणाऱ्या बैठकीवर बहिष्कार टाकण्याचा निर्णय घेतला. काळ्या पैशांच्या विरोधात रामदेवबाबा यांनी सुरू केलेले उपोषण सरकारने ज्या प्रकारे चिरडून टाकले, त्याच्या निषेधार्थ हजारे यांनी हा निर्णय घेतला. ८ जूनला हजारे यांनी राजघाटला भेट दिली. तेथे त्यांनी सरकारवर जोरदार टीका करत १६ ऑगस्टपासून उपोषणाचा इशारा दिला. सशक्त लोकपाल विधेयक

मांडण्यात येणारे अडथळे आणि सिव्हिल सोसायटीच्या सदस्यांची प्रतिमा मलिन करण्याचा सातत्याने होणारा प्रयत्न याविषयी हजारे यांनी सरकारवर टीका केली.

ते म्हणाले, 'आंदोलन करणे हा जनतेचा अधिकार असून सरकार त्यांची ही चळवळ रामलीला मैदानावरील आंदोलनाप्रमाणे मोडून काढू शकत नाही. आपण अटक करवून घेण्यास प्रसंगी लाठ्या खाण्यास तयार आहोत.'

देशभरातून पाठिंबा

१६ ऑगस्टच्या आंदोलनात सहभागी होण्याची हजारो नागरिकांनी तयारी दर्शविली होती. २६ जुलैपर्यंत 'इंडिया अगेन्स्ट करप्शन'कडे चव्वेचाळीस हजार लोकांनी सहभागी होण्याचा आपला निर्धार कळविला होता. हजारे यांच्या आंदोलनाला अलाहाबादमधील कायदेतज्ज्ञांनी जाहीर पाठिंबा दर्शविला. अलाहाबाद उच्च न्यायालयातील वकिलांनी हजारे यांच्या समर्थनार्थ आंदोलन करत लोकपाल विधेयकाच्या प्रतींची होळी केली, रस्ता रोको आंदोलन केले आणि सरकार निषेधाच्या घोषणा दिल्या. हजारे यांना पाठिंबा देण्यासाठी १६ ऑगस्टपासून उपोषण करण्याचा संकल्पही त्यांनी जाहीर केला.

दरम्यान लोकपाल विधेयकाबाबत जनतेच्या मनातील भावनेचा अंदाज कर्नाटकात 'इंडिया अगेन्स्ट करप्शन'ने घेतलेल्या जनमत चाचणीवरून येत होता. लोकपालच्या कक्षेत पंतप्रधानांना आणावे, असे मत चिकबल्लापूर मतदारसंघातील ९४.३ टक्के नागरिकांनी तर दक्षिण बंगळूरमधील ७९.७ टक्के नागरिकांनी नोंदवले. सरकारने सादर केलेले गुळमुळीत विधेयक नव्हेतर जनलोकपाल विधेयक संसदेत मंजूर व्हावे, अशी बहुतेक नागरिकांची मागणी असल्याचे जनमत चाचणीत निदर्शनास आले होते. जनतेचे प्रतिनिधी या नात्याने खासदारांनी लोकपाल विधेयकाबाबत पक्षादेश डावलून जनतेचा कौल मानून विधेयकाच्या बाजूने मतदान करावे, असे मत जनमत चाचणीतील तब्बल सहा हजार जणांनी व्यक्त केले होते. लोकपालच्या कार्यकक्षेत न्यायाधीशांनाही आणावे. भ्रष्टाचारात गुंतलेल्या अधिकाऱ्यास बडतर्फ करण्याचे अधिकार लोकपालास असावेत. लोकायुक्तांच्या माध्यमातून केंद्र तसेच राज्य पातळीवरील भ्रष्टाचारावर लक्ष ठेवावे आणि सर्व प्रकारचे अधिकारी विधेयकाच्या कक्षेत असावेत, अशा प्रकारच्या मागण्यांच्या बाजूनेही लोकांनी मतदान केले होते. सरकारचे लोकपाल विधेयक आणि जनलोकपाल विधेयक यामध्ये मतभेदाचे मुद्दे ठरलेल्या आठ प्रश्नांवर लोकांची मते आजमाविण्यात आली. देशातील दहा लोकसभा मतदारसंघात अशीच चाचणी घेण्यात आली आणि त्याचे निष्कर्ष पावसाळी अधिवेशनादरम्यान खासदारांना देण्यात आले.

बेमुदत उपोषणाचा इशारा

२८ जुलै, २०११ रोजी केंद्रीय मंत्रीमंडळाने लोकपाल विधेयकाचा मसुदा मंजूर केला. त्यात प्रस्तावित लोकपालच्या कार्यकक्षेतून पंतप्रधान, न्यायव्यवस्था आणि कनिष्ठ स्तरावरील नोकरशाही वगळण्यात आली होती. हजारे यांनी मंत्रिमंडळाचा हा निर्णय फेटाळून लावला आणि हा निर्णय म्हणजे थट्टा असल्याची टीका केली. सिव्हिल सोसायटीच्या सदस्यांची मते विचारात न घेताच सरकारने लोकपाल विधेयक संसदेत मांडल्यास आपण १६ ऑगस्ट, २०११पासून जंतरमंतरवर उपोषण सुरू करू असा इशारा हजारे यांनी पंतप्रधान डॉ. मनमोहन सिंग यांना पत्र पाठवून दिला. या पत्राचा थोडक्यात गोषवारा असा होता :

तुम्ही (सरकार) चुकीचा मसुदा का पाठवत आहात? आमचा संसदेवर विश्वास आहे; पण सर्वप्रथम योग्य मसुदा तरी पाठवा. आमचे आंदोलन सरकारविरुद्ध आहे संसदेविरुद्ध नाही. सरकारने अनेक मुद्दे वगळले आहेत. लोकपालच्या कार्यकक्षेतून सरकारी कर्मचारी, सीबीआय आणि पंतप्रधान यांना वगळले तर भ्रष्टाचाराविरुद्ध लढाई कशी लढायची? दोन्ही मसुदे मंत्रिमंडापुढे पाठवा असे आम्ही सांगितले होते, पण केवळ सरकारचाच मसुदा पाठविण्यात आला. हे सरकार लबाड आहे. ते खोटे बोलतात. ते देश कसा चालविणार? आता माझा या सरकारवर विश्वास राहिलेला नाही. भ्रष्टाचाराशी मुकाबला करण्याबाबत हे खरेच गंभीर असतील, तर मग सरकारी कर्मचारी आणि सीबीआयला लोकपालच्या कार्यकक्षेत का आणत नाहीत?

– अण्णा हजारे

लोकपाल विधेयकाच्या कुचकामी मसुद्याला मंत्रिमंडळाने मंजुरी दिल्यानंतर अवघ्या चार तासांतच दहा हजारांहून अधिक लोकांनी सशक्त लोकपालच्या मागणीचे फॅक्स थेट सरकारकडे पाठविले. मुंबईच्या टॅक्सी चालक संघटनेने १६ ऑगस्टला तब्बल तीस हजार टॅक्सी रस्त्यावर न आणता हजारे यांच्या उपोषणाला पाठिंबा दर्शविला.

अण्णांवर काँग्रेसची टीका

१४ ऑगस्ट, २०११ रोजी लुधियानाचे खासदार व काँग्रेसचे प्रवक्ते मनीष तिवारी यांनी दिल्लीत पत्रकार परिषद घेत अण्णा हजारे यांच्यावर जोरदार टीका केली. हजारे स्वत: भ्रष्टाचारात वर-पासून खालपर्यंत अगदी गळ्यापर्यंत आकंठ बुडाले आहेत, असा आरोप त्यांनी केला. या सामाजिक कार्यकर्त्यांना त्यांची जागा दाखवून देण्याची गरज असल्याचे मतही तिवारी यांनी व्यक्त केले.

रामलीला मैदानावर रामदेवबाबा यांचे आंदोलन मोडून काढण्यात आले. हजारे यांच्या उपोषणावेळी परिस्थिती चिघळल्यास त्यांनाही अशीच वागणूक देण्यात येईल, असा गर्भित इशारा काँग्रेसचे नेते दिग्विजयसिंह यांनी सूचकपणे दिला.

अण्णांना अटक आणि हाहाकार

या काळात देशातील वातावरण कमालीचे स्फोटक बनले होते. अण्णा आपल्या उपोषणाच्या निर्णयावर ठाम होते. तर सरकार कोणत्याही परिस्थितीत माघार घेण्याच्या मनस्थितीत नव्हते. '१६ ऑगस्टपासून ठरल्यानुसार मी आणि माझे समर्थक उपोषण सुरू करणार आहोत.' अशी घोषणा हजारे यांनी १५ तारखेला पत्रकार परिषदेत केली. सशक्त लोकपाल विधेयकासाठी लोकांनी स्वत:ला अटक करून घ्यावी, असे आवाहनही त्यांनी केले.

१६ ऑगस्ट, २०११ रोजी सकाळी हजारे आणि त्यांच्या नजीकच्या सहकाऱ्यांना प्रतिबंधात्मक आदेश मोडण्याचा आरोप करत सकाळी साडेसातला पूर्व दिल्लीतील निवासस्थानातून अटक करण्यात आली. दुपारनंतर त्यांना विशेष दंडाधिकाऱ्यांपुढे उपस्थित करण्यात आले. वैयक्तिक जामीन घेण्यास नकार दिल्यानंतर हजारे यांना सात दिवसांची न्यायालयीन कोठडी देण्यात आली. अटकेनंतर काही वेळातच टीम अण्णांच्या प्रवक्त्याने सांगितले की, 'हजारे यांनी पोलीस कोठडीतच उपोषणास प्रारंभ केला असून त्यांनी तेव्हापासून पाण्याचा एक थेंबही घेतलेला नाही.' हजारे आणि त्यांच्या सहकाऱ्यांना झालेल्या अटकेमुळे देशभर संतापाची एकच लाट उसळली. आंदोलन वेगाने पसरू लागले. विविध राजकीय पक्ष, काँग्रेसेतर सरकारचे मुख्यमंत्री, विविध स्वयंसेवी संस्थांनी हजारे यांच्या अटकेचा तीव्र शब्दांत धिक्कार केला. संसदेच्या दोन्ही सभागृहांतही मोठा गोंधळ झाला आणि त्यामुळे कामकाज दिवसभरासाठी तहकूब झाले.

अटकेवरून अनेक शहरे आणि गावांमध्येही निदर्शने सुरू झाली. आंदोलनाचे लोण सर्वत्र पसरू लागले. पोलीस कारवाईच्या निषेधार्थ इंडिया गेटपासून संसदेपर्यंत निषेधमोर्चा काढण्याची घोषणा हजारे यांचे सहकारी प्रशांत भूषण यांनी केली. हजारे यांना न्यायालयीन कोठडीत पाठविण्याचा विचार नसल्याचे दिल्लीचे पोलीस आयुक्त बी. के. गुप्ता यांनी सांगितले. ते म्हणाले, "पाचपेक्षा अधिक लोकांना एकत्र येण्यापासून रोखण्याचे म्हणजेच कलम १४४चा भंग न करण्याचे लेखी आश्वासन जर हजारे यांनी दिले, तर त्यांना सोडण्याची पोलिसांची तयारी आहे." काही वेळ न्यायालयीन कोठडीत व्यतीत केल्यानंतर हजारे यांना तिहार तुरुंगात नेण्यात आले. याच कारणावरून 'टीम अण्णा'तील ज्येष्ठ सदस्य किरण बेदी, अरविंद केजरीवाल,

आणि मनोज सिसोदिया यांनाही न्यायालयीन कोठडीत पाठविण्यात आले. अटकेनंतर हजारे यांनी दिलेल्या संदेशात ते म्हणाले, "दुसऱ्या स्वातंत्र्यलढ्याची ही सुरुवात असून लोकांनी जेलभरो आंदोलनात मोठ्या प्रमाणात सहभागी व्हावे."

विरोधी पक्षांची टीका

आंदोलनाबाबत काँग्रेसने घेतलेल्या भूमिकेवर विरोधी पक्षांनी संसदेत टीकेची झोड उठवली. आणि दुपारी पुढील कार्यवाहीसाठी एकत्र भेटण्याची घोषणा केली. भारतीय कम्युनिस्ट पक्षाचे नेते गुरुदास दासगुप्ता म्हणाले, "संसदेवर तीन दिवस बहिष्कार घालण्याची शिफारस मी केली आहे." हजारे यांची अटक म्हणजे लोकशाही अधिकारावर केलेला मोठा हल्ला असल्याची टीका मार्क्सवादी कम्युनिस्ट पक्षाच्या नेत्या वृंदा कारत यांनी केली. अटकेनंतर काही तासांतच भाजपच्या नेत्या आणि लोकसभेतील विरोधी पक्षनेत्या सुषमा स्वराज्य यांनी सरकार नागरिकांचे हक्क दाबून टाकत असल्याची टीका केली.

हजारे यांच्या अटकेमुळे आपणांस आश्चर्याचा धक्का बसला असल्याचे सांगून भाजपचे ज्येष्ठ नेते लालकृष्ण अडवानी म्हणाले, "सरकार भ्रष्टाचाराशी समर्थपणे लढा देण्याऐवजी शांततापूर्ण मार्गाने चाललेली निदर्शने दडपण्यासाठी कोणाच्यातरी नाहक बळी देण्याच्या मागे लागले आहे. राज्यसभेतील विरोधी पक्षनेते अरुण जेटली म्हणाले, "भारतीय लोकशाहीसाठी हा अतिशय दुःखद दिवस आहे. कारण सरकारनेच नागरिकांचा निदर्शने करण्याचा अधिकार काढून घेतला आहे."

हजारे आणि त्यांच्या सहकाऱ्यांना अटक करणे म्हणजे आणीबाणीची रंगीत तालीम असून लोक ती कधीच सहन करणार नाहीत. ही अटक लोकशाहीचा खूनच असल्याची टीका बिहारचे मुख्यमंत्री नितीशकुमार यांनी केली. पंजाबचे मुख्यमंत्री प्रकाशसिंग बादल म्हणाले, "हजारे यांच्या आंदोलनामुळे काँग्रेसचे नेते उतावीळ झाले आहेत. दुसरीकडे काँगेस नेते मोठ्या प्रमाणावर परदेशात पैसा नेत आहेत."

अटकेचे देशभर तीव्र पडसाद

हजारे यांना अटक केल्याच्या निषेधार्थ संपूर्ण देशभर निदर्शने सुरू झाली. महात्मा गांधींचे सचिव म्हणून काम पाहिलेल्या व्ही. कल्याणम यांनी चेन्नईतील निदर्शनाचे नेतृत्व केले. ते म्हणाले, "ऑलिंपिकमध्ये भ्रष्टाचाराचा समावेश केल्यास भारताला नक्कीच सुवर्णपदक मिळेल. फुटबॉल, हॉकी, ॲथलॅटिक्समध्ये आपली ताकद नाही. मात्र भ्रष्टाचारात आपण निर्विवादपणे जगात अग्रेसर आहोत." हजारे यांच्या अटकेचा संदर्भ देत ते

म्हणाले, ''परकीय जुलुमशाहीविरुद्ध लढण्यापेक्षा आपल्याच देशातील लोकांच्या जुलुमशाहीविरुद्ध लढणे अधिक कठीण आहे.'' संसद सर्वोच्च असून सिव्हिल सोसायटीला (नागरी समाजाला) काहीच अधिकार नसल्याच्या केंद्रीय मंत्री कपिल सिब्बल, पी. चिदंबरम यांच्या वक्तव्यावरही त्यांनी टीका केली.

खराब हवामान असतानाही चंदीगड, लुधियाना येथे लोकपालच्या मागणीसाठी झालेल्या निदर्शनांत मोठ्या संख्येने लोक सहभागी झाले. 'इंडिया अगेन्स्ट करप्शन' आणि 'आवाज' या स्वयंसेवी संस्थांचे कार्यकर्ते यामध्ये मोठ्या प्रमाणात होते. हजारे यांच्या अटकेचा निषेध करण्यासाठी लोकांनी शांततापूर्ण मार्गाने रस्त्यावर येऊन निदर्शने करावीत असे आवाहन खुद्द बिहारचे उपमुख्यमंत्री सुशीलकुमार मोदी यांनी केले.

हजारे यांच्या आवाहनाला प्रतिसाद देत अटक करून घेण्यासाठी महाराष्ट्रातील अनेक गावांत, शहरांत लोक रस्त्यांवर एकत्र आले. जेलभरोसाठी दक्षिण मुंबईतील आझाद मैदानावर सकाळपासूनच शेकडो लोक जमले. सशक्त लोकपालसाठी अनेकांनी स्वत:ला अटक करवून घेतली. 'मी अण्णा आहे,' असे लिहिलेल्या खादी टोप्या अनेकांनी घातल्या होत्या.

१६ ऑगस्टलाच सकाळी साडे-अकराच्या सुमारास मध्यप्रदेशची राजधानी भोपाळमध्ये एक घटना घडली. अण्णा हजारे यांच्या भ्रष्टाचारविरोधी लढ्याच्या कट्टर समर्थक शेहला मसूद यांची गोळ्या घालून हत्या झाली. अण्णा हजारे यांना समर्थन देण्यासाठी कारमधून निघालेल्या शेहला मसूद यांना पॉइंट ब्लॅक रेंजमधून गोळ्या घालण्यात आल्या.

दिल्लीमध्ये मालवणकर सभागृहात कपिल सिब्बल व्याख्यान देत होते. त्या वेळी 'ऑल इंडिया स्टुडंट असोसिएशन'च्या विद्यार्थ्यांनी सिब्बल यांना काळे झेंडे दाखवत सरकारविरोधी घोषणा दिल्या. हजारे यांना अटक केल्याच्या निषेधार्थ विद्यार्थ्यांनी हे कृत्य केले होते.

अखेर सरकारची माघार

देशभर झालेल्या निदर्शनानंतर हजारे यांना तुरुंगातून सोडण्याचा निर्णय दिल्ली पोलिसांनी घेतला. हजारे यांनी तुरुंगातदेखील अन्न व पाणी घेण्यास स्पष्ट नकार दिलेला होता. तुरुंगातही उपोषण सुरू ठेवण्याचा त्यांचा निर्धार यातून स्पष्ट होता. हजारे आणि त्यांचे सहकारी किरण बेदी आणि अरविंद केजरीवाल यांना प्रथम दिल्ली पोलिसांच्या ऑफिसर्स मेसमध्ये नेण्यात आले. त्या ठिकाणी हजारे समर्थकांची झालेली तोबा गर्दी पाहून त्यांना दुसऱ्या ठिकाणी हलविण्यात आले. जामिनांसाठीच्या सर्व अटी मागे घेऊन पोलिसांकडून हजारे आणि त्यांच्या

सहकाऱ्यांच्या सुटकेसाठी तिहार कारागृहाला समन्स बजावण्यात आले. हजारे यांच्या सुटकेच्या मागणीसाठी सुमारे पंधराशे लोकांना अटक केली होती. त्यांचीही नंतर सुटका करण्यात आली. हजारे आणि त्यांच्या सहकाऱ्यांना अटक केल्याने कायदा व सुव्यवस्थेची परिस्थिती विनाकारण खराब होत असल्यामुळेच हजारे यांच्या सुटकेचा निर्णय घेतल्याची माहिती काँग्रेसच्या सूत्रांनी दिली. पंतप्रधान डॉ. मनमोहन सिंग आणि काँग्रेसचे नेते राहुल गांधी यांच्यातील चर्चेनंतर हजारे यांना सोडण्याचा निर्णय घेण्यात आला. हजारे यांच्या अटकेबाबत राहुल गांधी यांनी नाराजी व्यक्त केली होती. १६ ऑगस्टला सकाळी किरण बेदी आणि शांती भूषण यांची पोलिसांकडून सुटका करण्यात आली. जे. पी. पार्कमध्ये उपोषण करण्यास विनाअट परवानगी दिल्याशिवाय तिहारमधून बाहेर पडण्यास अण्णा हजारे यांनी स्पष्ट नकार दिला.

उपोषणावर अण्णा ठाम

सरकारने हजारे यांना सोडण्याचा निर्णय घेऊन संपूर्ण एक दिवस उलटून गेल्यानंतरही अण्णांनी तिहार तुरुंगातून बाहेर पडण्यास नकार दिला. तिहारमधील खोलीत ते बसून राहिले. हजारे यांना रामलीला मैदानावर उपोषण करण्यास दिल्ली पोलिसांनी अखेर परवानगी दिली. सुरुवातीला सात दिवसांसाठी उपोषणास परवानगी देणाऱ्या पोलिसांनी नंतर ही मुदत चौदा दिवस आणि अखेर एकवीस दिवस वाढवून दिली. ही परवानगी देतानाच या निदर्शनांमागे परकीय हात असल्याचा संशय काँग्रेस पक्षाने व्यक्त केला. हजारे यांच्या उपोषणामागे अमेरिका आहे का, याची सरकारने चौकशी करावी, अशी मागणी केली.

रामलीला मैदानावर भ्रष्टाचाराच्या विरुद्ध पंधरा दिवसांचे उपोषण करण्यास पोलिसांनी परवानगी दिल्यानंतर हजारे यांनी अखेर तिहारमधून बाहेर पडण्यास सहमती दिली. उपोषणस्थळ स्वच्छ होईपर्यंत आणखी एक रात्र त्यांना कारागृहात काढावी लागली. अरविंद केजरीवालदेखील दोन दिवस कारागृहात होते. तेही तेथून बाहेर पडले. भ्रष्टाचाराविरुद्धच्या लढ्याची ही तर एक सुरुवात असल्याचे सांगत हजारे लवकरच उपोषण सुरू करतील असे त्यांनी स्पष्ट केले.

तिहारबाहेर जनसागर

पोलिसांनी अखेर जे. पी. पार्कपेक्षा मोठे ठिकाण असलेल्या रामलीला मैदानावर भ्रष्टाचाराविरुद्ध पंधरा दिवस उपोषण करण्यास परवानगी दिल्यानंतर तुरुंगातून बाहेर पडण्यास हजारे तयार झाले. रामलीला मैदानाची साफसफाई झालेली नसल्याने हजारे यांनी आणखी एक दिवस तुरुंगात काढला.

१९ ऑगस्टला दुपारी बारा वाजता हजारे तिहारमधून तीन दिवसांनंतर बाहेर पडले. रामलीला मैदानाकडे उपोषणासाठी ते जायला निघाले, तेव्हा हजारो समर्थकांनी त्यांचे घोषणांनी स्वागत केले.

तुरुंगाबाहेर येताच त्यांनी जनसमुदायाला हात उंचावून अभिवादन केले आणि 'भारत माता की जय'चा नारा दिला. उपस्थितांना उद्देशून ते म्हणाले, "मी असो अथवा नसो, भ्रष्टाचाराविरुद्धचा लढा कायम राहील." त्यांच्या प्रत्येक वाक्याला लोकांकडून प्रतिसाद मिळत होता. अण्णांनी जनसमुदायाकडे पाहत राष्ट्रध्वज उंचावला. लोकांनीही त्याला तसाच प्रतिसाद देत हातातील झेंडे फडकावीत 'अण्णा झिंदाबाद'च्या घोषणा सुरू केल्या.

राजघाटावर महात्मा गांधींच्या समाधीला तसेच इंडिया गेटवरील अमर जवान ज्योतीला आदरांजली वाहिल्यानंतर हजारे पंधरा दिवसांच्या उपोषणासाठी रामलीला मैदानावर पोहोचले.

रामलीला मैदानावर उपोषण सुरू

अखेर अण्णा हजारे यांनी रामलीला मैदानावर उपोषण सुरू केले. जनलोकपाल विधेयक आणल्याशिवाय हे ठिकाण आपण सोडणार नाही, असे त्यांनी जाहीर केले. अण्णा हजारे यांचे जनलोकपाल विधेयक लोकसभेत खासगी सदस्याचे विधेयक म्हणून आपण मांडणार असल्याची घोषणा भाजपचे खासदार वरुण गांधी यांनी केली. देशासाठी जनलोकपाल विधेयक इतर कशापेक्षाही महत्त्वाचे आहे. यापूर्वी देशाने कधीही इतके चांगले विधेयक मांडलेले नसून आपल्या परीने खारीचा वाटा मी उचलणार आहे.

२० ऑगस्ट, २०११ रोजी हजारे यांच्या आंदोलनास पाठिंबा देण्यासाठी हजारो समर्थक रामलीला मैदानावर आले. त्या वेळी हजारे यांचे हे आंदोलन भारतातील लोकशाही प्रक्रियेतील तडजोडीला विरोध करणारे असल्याची टीका त्यांच्या विरोधकांनी केली. लोकपाल विधेयक संमत करण्यासाठी हजारे यांनी घातलेल्या मुदतीमुळे लोकशाहीचे अवमूल्यन होत आहे, अशी टीका 'द नॅशनल कॅम्पेन फॉर पीपल्स राइट टू इन्फर्मेशन' (एनसीपीआरआय) या संस्थेने केली. कोणत्याही विषयावर व्यापक, साधक-बाधक चर्चा आणि योग्य प्रकारे चर्चेनंतर एकमत हे लोकशाहीत अभिप्रेत असते, असेही या संस्थेने म्हटले आहे. हजारे यांना आपला विरोध प्रकट करण्याचा पूर्ण अधिकार आहे; पण आम्हालाच असा अधिकार असून इतरांचा अधिकार नाकारण्याचा दावा कोणी करू शकत नाही. हजारे यांच्याशी चर्चा करून तोडगा काढण्याचे प्रयत्न करण्याची जबाबदारी काँग्रेसने महाराष्ट्राचे

अतिरिक्त मुख्य सचिव (गृह) उमेशचंद्र सरंगी यांच्यावर टाकली. यापूर्वी हजारे यांच्याशी अनेकदा चर्चा करण्याचा पूर्वानुभव सरंगी यांना होता.

रामलीला मैदानावर उपोषणास बसलेल्या हजारे यांना समर्थन देण्यासाठी २१ ऑगस्टला रामलीला मैदानावर हजारो लोकांनी गर्दी केली होती. उपोषणास बसलेल्या दिवसापासून आजपर्यंत हजारे यांचे वजन सात पौंडाने कमी झाले होते. असे असतानाही ते म्हणाले, ''संसदेत जनलोकपाल विधेयक मंजूर होईपर्यंत मी उपोषण सोडणार नाही. मी मरू शकतो, पण मी कोणापुढे वाकणार नाही.''

देशाचे वातावरण बदलले

भ्रष्टाचारविरुद्धच्या लढ्याला समर्थन देण्यासाठी रामलीला मैदानावर एक लाख समर्थकांचा सागर लोटला. भ्रष्टाचारविरोधी प्रभावी कायदा आणण्याच्या मागणीसाठी मुंबईच्या रस्त्यावर शेकडो समर्थक उतरले. बांद्रा रेल्वेस्थानकापासून सुरू झालेली ही फेरी जुहूमधून काढण्यात आली. अण्णा हजारे यांच्या आंदोलनाला दक्षिणेतील सुपरस्टार रजनीकांतने पाठिंबा जाहीर केला. भ्रष्टाचारविरुद्धच्या लढ्याचे नेतृत्व हजारे यांच्यासारखा समर्पित वृत्तीचा नेता करत असल्याने आपणास आनंद झाल्याचेही त्यांनी सांगितले.

दक्षिणेतील सुप्रसिद्ध अभिनेता विजय यानेही रामलीला मैदानाला भेट देत हजारे यांच्यासमवेत एक दिवस उपोषण करत आंदोलनास पाठिंबा दिला. थोडक्यात सर्व थरांतून उपोषणाला पाठिंबा मिळू लागला होता.

दरम्यानच्या काळात अण्णांनी उपोषण मागे घ्यावे यासाठी काही जण अगदी मनापासून प्रयत्न करत होते. श्री श्री रविशंकर भाजपचे ज्येष्ठ नेते लालकृष्ण अडवानी यांना भेटले. लोकपालच्या मुद्द्यावर विरोधकांचा पाठिंबा मिळवण्यासाठी त्यांनी हा प्रयत्न केला. केंद्रीय मंत्री पी. चिदंबरम, कपिल सिब्बल यांच्यासह अन्य कोणत्याही मध्यस्थाशी चर्चा करण्यास हजारे यांनी उपोषणाच्या सातव्या दिवशी नकार दिला. जनलोकपाल विधेयकाबाबत आपण केवळ काँग्रेसचे उपाध्यक्ष राहुल गांधी, पंतप्रधानांचे कार्यालय किंवा महाराष्ट्राचे मुख्यमंत्री पृथ्वीराज चव्हाण यांच्याशीच चर्चा करू असेही अण्णा म्हणाले.

पंतप्रधानांचे आवाहन

पंतप्रधान डॉ. मनमोहन सिंग यांनी २३ ऑगस्ट, २०११ रोजी अण्णा हजारे यांना उपोषण समाप्त करण्याचे आवाहन केले. त्यांनी हजारे यांना याबाबत पत्रही लिहिले. हजारे यांच्या जनलोकपाल विधेयकाचा मसुदा संसदेच्या स्थायी समितीकडे पाठविता येतो का, याबाबतची शक्यता तपासण्यास आपण

लोकसभेच्या सभापती मीराकुमार यांना सांगू असे पंतप्रधानांनी या पत्रात नमूद केले होते.

पंतप्रधान डॉ. मनमोहन सिंग यांच्या अध्यक्षतेखाली सर्वपक्षीय बैठक झाली. या वेळी हजारे यांनी उपोषण मागे घ्यावे, या तत्कालीन अर्थमंत्री प्रणव मुखर्जी यांच्या विनंतीवरच ही बैठक पार पडली. 'टीम अण्णा'ने एक पाऊल मागे यावे, असे आवाहनही त्यांनी केले. पंतप्रधान डॉ. मनमोहन सिंग यांनी २५ तारखेला एक नवा तोडगा मांडला. ते म्हणाले, "सरकार लोकपाल विधेयकाच्या सर्व प्रकारच्या मसुद्यांवर संसदेत चर्चा करण्यास तयार आहे. हजारे यांच्या जनलोकपाल विधेयकाबरोबरच अरुणा रॉय आणि जयप्रकाश नारायण यांनी तयार केलेली विधेयकेसुद्धा चर्चेसाठी संसदेत मांडण्यात येतील."

तत्कालीन केंद्रीय मंत्री विलासराव देशमुख यांनी रामलीला मैदानावर जाऊन अण्णा हजारे यांची भेट घेतली. हजारे यांनी उपोषण मागे घ्यावे आणि संसदेत लोकपाल विधेयकाच्या सर्व मसुद्यांवर चर्चा करण्याच्या पंतप्रधानांचा निरोपाबाबत देशमुख यांनी हजारे यांच्याशी चर्चा केल्याचे समजले.

लोकपाल विधेयकांबाबत दुसऱ्या दिवशी सकाळीच संसदेत चर्चा सुरू करण्याची मागणी करत हजारे यांनी आणखी तीन मागण्या ठेवल्या. प्रत्येक राज्यात लोकपालचे अधिकार असणारे लोकायुक्त असावेत, नागरिकांची सनद असावी आणि लोकपालच्या कक्षेत खालपासून वरपर्यंत सर्व नोकरशाही असावी, अशा त्या तीन मागण्या होत्या.

उपोषणाला व्यापक पाठिंबा

अण्णांनी उपोषण सुरू करून आता दहा दिवसांचा कालावधी लोटला होता. एव्हाना या आंदोलनाची चर्चा विदेशी माध्यमांतही गांभीर्याने सुरू झाली होती. देशात अण्णांना पाठिंबा देण्याऱ्यांची संख्या दिवसेंदिवस वाढतच चालली होती. ज्येष्ठ अभिनेते, सामाजिक कार्यकर्ते, उद्योजकांनी रामलीला मैदानास भेट दिली आणि आंदोलनास पाठिंबा दर्शविला.

२७ ऑगस्ट रोजी उपोषणाच्या बाराव्या दिवशी गायक सोनू निगम याने रामलीला मैदानावर आंदोलनास गाणी गात पाठिंबा दर्शविला. बॉलिवुडचा सुपरस्टार आमीर खान, अभिनेते ओम पुरी यांनी ही आंदोलनास पाठिंबा दिला व हजारे यांच्याशी चर्चा केली.

लोकसभेत चर्चेला प्रारंभ

२७ ऑगस्ट, २०११ रोजी संसदेत लोकपाल विधेयकावर चर्चा सुरू झाली. तब्बल नऊ तास ही चर्चा चालली. हजारे यांनी विधेयकात सुचवलेल्या बदलांना खासदारांनी या चर्चेवेळी पाठिंबा दिला. संसदेतील चर्चेबद्दलच राष्ट्रीय जनता दलाचे

अध्यक्ष लालूप्रसाद यादव यांनी आक्षेप नोंदविला. संसदेबाहेरील शक्ती संसदेत चर्चा घडवून आणण्यासाठी दबाव आणतात या कल्पनेला त्यांनी स्पष्ट शब्दांत आक्षेप घेतला. सरकार आणि हजारे यांच्यात मध्यस्थ म्हणून तत्कालीन केंद्रीय मंत्री विलासराव देशमुख यांच्यावर जबाबदारी टाकली. त्यांच्या प्रयत्नांमुळेच संसदेत चर्चा सुरू झाली. चर्चेस सुरुवात करताना तत्कालीन केंद्रीय अर्थमंत्री प्रणव मुखर्जी म्हणाले, "भारताच्या संसदीय लोकशाहीकडे सध्या साऱ्या जगाच्या नजरा आहेत. राज्य पातळीवर लोकायुक्तांची नेमणूक करावी. नागरिकांची सनद आणि लोकपालच्या कक्षेत कनिष्ठ पातळीवरील नोकरशाहीदेखील आणावी, या हजारे यांच्या मागण्यांना व्यापक चर्चेनंतर संसदेच्या दोन्ही सभागृहांनी मान्यता दिलेली आहे. अण्णा हजारे यांच्या मागण्यांबाबत संसद थेट आवाजी मतदान किंवा ठराव संमत करू शकत नाही."

लोकसभेतील विरोधी पक्षनेत्या सुषमा स्वराज यांनी हजारे यांना पाठिंबा जाहीर केला. हजारे यांच्या पूर्वअटी (नागरिकांची सनद, सर्व राज्यांत लोकायुक्तांची नियुक्ती आणि खालपासून वरपर्यंत सर्व प्रकारच्या नोकरशाहीचा समावेश.) भाजपला मान्य असल्याचे स्पष्ट केले. लोकपाल विधेयकाच्या बाजूने मतदान करण्याची घोषणा करत त्यांनी हजारे यांना उपोषण मागे घेण्याची विनंती केली.

लोकपालवरील चर्चेत संसदेतील आवाजी मतदानाला सरकारने मान्यता दिली. जनलोकपाल विधेयकावर हजारे यांनी घातलेल्या तिन्ही अटींना संसदेच्या दोन्ही सभागृहांनी ठराव संमत करत मान्यता दिली. आपण अर्धी लढाई जिंकली असल्याचे हजारे यांनी रामलीला मैदानावर उपस्थित असलेल्या समर्थकांपुढे बोलताना सांगितले. आज संसदेत जे झाले त्याबद्दल मी सर्व खासदारांचे अभिनंदन करतो, असेही त्यांनी जाहीर केले. रविवारी सकाळी दहाला उपोषण मागे घेण्याची घोषणाही त्यांनी या वेळी केली.

२८८ तासांच्या ऐतिहासिक उपोषणाची सांगता

अण्णा हजारे यांनी रामलीला मैदानावर हजारो समर्थकांच्या उपस्थितीत आपल्या बारा दिवसांच्या आणि तब्बल दोनशे अठ्ठ्याऐंशी तासांच्या अखंड ऐतिहासिक उपोषणाची सांगता केली. त्यानंतर हजारे यांना तातडीने वैद्यकीय तपासणीसाठी नेण्यात आले. ज्येष्ठ हृदयरोगतज्ज्ञ डॉ. नरेश त्रिहान यांच्या नेतृत्वाखाली डॉक्टरांचे पथक गेले बारा दिवस हजारे यांच्या प्रकृतीकडे लक्ष ठेवून होते. मेदांता मेडिसिटीमध्ये अण्णांवर उपचार सुरू झाले. इकडे इंडिया गेट येथे विजयोत्सव साजरा करण्यासाठी हजारो समर्थक एकत्र आले होते.

७

बदलता भारत : आधुनिक भारत

> "नागरिकांना आपल्या भावना मांडण्याची, एकमेकांपर्यंत
> पोहोचविण्याची शक्ती आम्ही उपलब्ध करून दिली.
> त्यामुळे आम्ही जग अधिक पारदर्शी बनविले आहे."
>
> *– मार्क झुकेरबर्ग, फेसबुकचा निर्माता*

उदारीकरणानंतर देशात आमुलाग्र बदलला आहे. 'निरमा'पासून ते 'नोकिया'पर्यंत होत असलेला देशातील अर्थकारणाचा प्रवास थक्क करणारा आहे. वृत्तपत्रांचा खप लाखोंच्या पटीत वाढला आहे. त्याहूनही महत्त्वाचे म्हणजे देशात इलेक्ट्रॉनिक मीडियाचा आणि सोशल मीडियाचा झालेला उदय. आज देशात राष्ट्रीय तसेच सर्व प्रादेशिक भाषांत २४ तास बातम्या देणाऱ्या शंभरावर दूरचित्रवाहिन्या आहेत. त्याच्या जोडीला मोबाइलमुळे तरुणांच्या हातात जणू सारे जग सामावले आहे. आजचा भारत किती अमुलाग्र बदलला आहे, याची चुणूक आपल्याला मोबाइल व इंटरनेट वापराचे प्रमाण पाहिल्यास सहज लक्षात येईल. सुमारे १२० कोटी लोकसंख्येच्या या अफाट देशात तब्बल ५५ कोटी ४८ लाख लोक मोबाइल वापरतात. तर सुमारे पंधरा कोटी लोकांकडे इंटरनेट आहे. लोकपालच्या लढ्यात फेसबुक, ट्विटरसारख्या सोशल मीडिया साइट्सनी आपली भूमिका अतिशय आक्रमकपणे बजावल्याचे सिद्ध झाले आहे.

स्वातंत्र्यानंतर भारतात अनेक जनआंदोलने झाली. पण त्यातील दोनच आंदोलने अशी होती की, ज्याने सारा देश व्यापून टाकला. दोन्ही आंदोलने वाढत्या भ्रष्टाचाराच्या विरोधात होती. पहिले आंदोलन अर्थातच जयप्रकाश नारायण यांचे संपूर्ण क्रांतीचा नारा देऊन सुरू झाले होते. आणि दुसरे आंदोलन लोकपालसाठी अण्णा हजारे यांनी छेडले होते. या दोन्ही आंदोलनांना व्यापक जनाधार मिळाला. या आंदोलनात देशातील माध्यमांनी देखील कळीची भूमिका बजावली. जयप्रकाश नारायण यांचे आंदोलन ज्या वेळी झाले त्या वेळी म्हणजे १९७५मध्ये देशात प्रामुख्याने केवळ मुद्रीत माध्यमेच होती. वर्तमानपत्रांनी या आंदोलनाला एकमुखी पाठिंबा दिला होता. आणीबाणीमुळे वृत्तपत्रांच्या स्वातंत्र्यावर गदा आली होती. तरीही त्यांनी मोलाची कामगिरी बजावली होती. पण २०११मध्ये अण्णा हजारे यांनी जेव्हा लोकपालचा लढ्याला प्रारंभ केला त्यावेळच्या देशातील परिस्थितीत अमुलाग्र बदल झाला होता. देशाचा 'निरमा'पासून 'नोकिया'पर्यंतचा झालेला प्रवास थक्क करणारा आहे.

आजचा भारत किती आमूलाग्र बदलला आहे, याची चुणूक आपल्याला मोबाइल व इंटरनेट वापराचे प्रमाण पाहिल्यास सहज लक्षात येईल. सुमारे १२० कोटी लोकसंख्येच्या या अफाट देशात तब्बल ५५ कोटी ४८ लाख लोक मोबाइल वापरतात. तर सुमारे पंधरा कोटी लोकांकडे इंटरनेट आहे. इंडिया मोबाइल लँडस्केप या अधिकृत संस्थेने २०१३मध्ये ही आकडेवारी प्रसिद्ध केली आहे. या ताज्या आकडेवारीने आपण आवाकच होतो. ५५ कोटी मोबाइलधारकांपैकी तब्बल २९ कोटी लोक ग्रामीण भागातील आहेत, तर २५ कोटी लोक शहरांत राहतात. केवळ शहरांतच मोबाइलची संख्या अधिक असल्याच्या समजाला यामुळे छेद गेला आहे. सुमारे अडीच कोटी लोकांकडे मोबाइलवर इंटरनेट उपलब्ध असून ते जीपीआरएस किंवा थ्री जी सारखी आधुनिक सेवा वापरतात. तर एकूण इंटरनेटधारकांची संख्या १५ कोटींच्या आसपास आहे. सन २००९मध्ये देशात झालेल्या लोकसभा निवडणुकीत सर्वांत मोठ्या काँग्रेस पक्षाला सुमारे बारा कोटी मते मिळाली होती. त्यापेक्षाही आज इंटरनेटधारक जादा आहेत. यावरून याचे महत्त्व आपल्या लक्षात येईल. २०१४च्या मध्यापर्यंत इंटरनेटधारकांची संख्या २४ कोटींचा आकडा सहज पार करेल, असा अंदाज या सर्वेक्षणात व्यक्त करण्यात आला आहे.

चीनमध्ये सध्या सर्वाधिक म्हणजे तीस कोटींच्या वर इंटरनेटधारक असून त्याखालोखाल अमेरिकेचा क्रमांक लागतो. अमेरिकेत एकवीस कोटी इंटरनेटधारक आहेत. २०१४मध्ये भारत अमेरिकेला मागे टाकून जगात दुसरे स्थान मिळवेल, यात शंका नाही. देशाच्या ग्रामीण भागांत इंटरनेटचा अतिशय वेगाने प्रसार होत असून तेथील वाढीचा वेग शहरांपेक्षाही अधिक आहे. देशातील १४ कोटी इंटरनेटधारकांपैकी साठ टक्के लोक रोज किमान एकदा तरी इंटरनेट वापरतात.

आकडे बोलतात....

◆ देशात मोबाइलच्या माध्यमातून इंटरनेट सर्फिंग करणाऱ्यांचे प्रमाण झपाट्याने वाढत आहे. सुमारे अडीच कोटी लोकांकडे मोबाइलवर इंटरनेट उपलब्ध असून ते जीपीआरएस किंवा थ्री जी सारखी आधुनिक सेवा वापरतात.

◆ यामध्ये ग्रामीण भारताचे प्रमाण ७७ टक्के आहे. यावरूनच ग्रामीण भागातच खऱ्या अर्थाने इंटरनेट क्रांती होत असल्याचे चित्र आहे.

◆ देशात आजच्या घडीला ५५ कोटी ४८ लाख मोबाइल फोन असून ७७ कोटी ३९ लाख सिम कार्डस आहेत.

◆ शहरांपेक्षा खेड्यांमध्येच आज मोबाइलधारकांची संख्या अधिक आहे. एकूण मोबाइलपैकी खेड्यांत सुमारे तीस कोटी (५५ टक्के) मोबाइल धारक आहेत. तर शहरे तसेच निमशहरांमध्ये मिळून पंचवीस कोटी मोबाइलधारक आहेत.

◆ सध्या खेड्यांत मोबाइलवाढीचा वेग शहरांच्या तुलनेत (७० टक्के) अगदीच कमी म्हणजे ३६ टक्के इतकाच आहे. जेव्हा ही परिस्थिती बदलेल तेव्हा खेड्यांत मोबाइलचे प्रमाण किती वाढेल, याची कल्पनाच करायला नको.

◆ सोशल नेटवर्किंग, इ-मेल्स, तत्काळ मेसेज पाठविण्यासाठी प्रामुख्याने मोबाइलचा वापर होत आहे.

◆ सोशल मीडिया वापराचे प्रमाण देशात झपाट्याने वाढत आहे. इंटरनेट वापरणारे आपला २५ टक्के वेळ सोशल नेटवर्किंगसाठी व्यतीत करतात. त्याखालोखाल इ-मेल पाहणे आणि इंटरनेट मेसेजिंगसाठी वेळ देतात.

◆ यू ट्यूबवर व्हिडीओ पाहण्याच्या प्रमाणातही २७ टक्के वाढ झाली असून ३१ दशलक्ष लोक यू ट्यूबवरील व्हिडीओ पाहतात.

◆ आताच्या-घडीला देशात फेसबुक सर्वांत लोकप्रिय नेटवर्किंग साइट असून त्याखालोखाल लिंक्डइन आणि ट्विटरचा क्रमांक लागतो.

◆ उदारीकरणानंतर देशात जणू माध्यमक्रांतीच झाली आहे. याकडे डोळेझाक करणाऱ्यांना मूर्खांच्या नंदनवनात राहणारे असेच म्हणावे लागेल, अशी सध्याची परिस्थिती आहे.

सोशल मीडियाची क्रांती

या आकडेवारीवरून भारत आता किती बदलला आहे. आधुनिक झाला आहे याची प्रचिती येते. या साऱ्याचे परिणाम, पडसाद जसे सामान्यांच्या दैनंदिन आयुष्यात उमटतात तसेच ते सर्वच क्षेत्रांत उमटतात, याला आंदोलनेही अपवाद नाहीत. त्यामुळे जेव्हा २०११मध्ये लोकपालच्या मागणीसाठी जंतरमंतरवर अण्णा हजारे यांनी पहिल्यांदा उपोषण आरंभले तेव्हा त्याला तरुणांचा अफाट प्रतिसाद मिळाला. हा प्रतिसाद पाहून सारे आवाक झाले. पण या प्रतिसादाचे कारण या बदलत्या नव्या भारतात दडले होते. लोकपालच्या लढ्यात फेसबुक, ट्विटरसारख्या सोशल मीडिया साइट्सनी आपली भूमिका अतिशय आक्रमकपणे बजावल्याचे सिद्ध झाले आहे.

आज देशातील तरुणाईच्या हातात स्मार्टफोनच्या रूपाने सारे जग सामावले आहे. कोणताही तरुण हा मुळातच बंडखोर असतो. वीस ते तीस या वयोगटातील तरुणाला आपल्या भावना आक्रमकपणे मांडायच्या असतात. त्याला या सोशल मीडियाने व्यासपीठ निर्माण करून दिले. सोशल मीडियामुळे ही पिढी सध्या अभिव्यक्ती स्वातंत्र्याचा अत्युच्च अनुभव घेत आहे. किंबहुना अशा अभिव्यक्ती स्वातंत्र्याच्या सर्वोच्च काळातच ती पिढी लहानाची मोठी झाली आहे. देशातील आधीच्या पिढीला हे स्वातंत्र्य लाभले नव्हते. त्यामुळे आजची तरुण पिढी आपली मते आग्रहीपणे मांडते. सध्याच्या खुल्या वातावरणामुळे तरुणाईची प्रत्येक विषयावर आपली निश्चित अशी ठाम मते आहेत. ती व्यक्त करण्यासाठी त्यांना वृत्तपत्रे, टीव्ही अशा परंपरागत माध्यमांचा आधार घेण्याची गरजही भासत नाही. कारण त्यांच्या हातातच स्मार्टफोन आहेत. त्यामुळे मनांत निर्माण झालेली भावना ते तत्काळ मांडतात. शिवाय या मीडियावर कोणतीही सेन्सॉरशिपदेखील नाही. त्यामुळे त्यांची मते जशीच्या तशी प्रसारित होतात. त्याला दुसऱ्या बाजूने तितक्याच वेगाने प्रतिसाद देखील मिळतो. त्यामुळे मते मांडणाऱ्यांची एक अव्याहत साखळीच तयार होते. या मीडियाची ताकद लक्षात घेऊनच सध्या सर्व राजकीय नेते फेसबुक, ट्विटरचा वापर करताना आपल्याला पाहायला मिळतात. किंबहुना प्रमुख पक्षांचे अनेक मोठे नेते ट्विटरच्या माध्यमातूनच आता कोणत्याही महत्त्वाच्या विषयावर आपल्या प्रतिक्रिया व्यक्त करतात.

सुरुवातीच्या काळात इंटरनेटच्या माध्यमातून ई-मेल पाठविणे, वैयक्तिक मेसेज पाठविणे, फोटो शेअर करणे, एखाद्या घटनेचे व्हिडीओ चित्रीत करून ते शेअर करणे, असे या सोशल मीडियाचे स्वरूप होते. मात्र याचा वापर मोजकाच होत होता. फेसबुक आणि ट्विटरच्या आगमनानंतर सोशल मीडियाची जणू सुनामीच आली आहे. साधारण २००४मध्ये फेसबुकची सुरुवात झाली आणि अल्पावधीतच हे संकेतस्थळ जगभरात अफाट लोकप्रिय झाले. दोन वर्षांपूर्वीचा

लोकपालच्या आंदोलनावेळचा काळ विचारात घेतला, तर त्या वेळी जगभरात फेसबुकचे तब्बल ८० कोटी मेंबर्स होते. ट्विटरचा प्रारंभ साधारण याच काळात झाला. फेसबुकच्या प्रारंभानंतर दोन वर्षांनी म्हणजे सन २००६मध्ये ट्विटर लाँच झाले. साधारण पाच वर्षांत म्हणजे २०११मध्ये जगभरात दररोज १४० दशलक्ष ट्विटर केले जात होते. तर आठवड्याला होणाऱ्या ट्विटरची संख्या तब्बल एक अब्ज इतकी अफाट होती. स्वत: ट्विटरनेच आपल्या पाचव्या वर्धापनदिनाला ही अधिकृत आकडेवारी सादर केली आहे. याच काळात जागतिक बँकेने प्रसिद्ध केलेल्या आकडेवारीप्रमाणे २००९मध्ये भारताच्या लोकसंख्येपैकी ५.३ टक्के लोक इंटरनेटचा वापर करत होते. देशाची लोकसंख्या अंदाजे ११० कोटी इतकी गृहीत धरल्यास, सुमारे ५८ दशलक्ष भारतीय २००९मध्येच इंटरनेट वापरत होते. त्यांपैकी ६५ टक्के भारतीय फेसबुक वापरत होते. यामध्ये ७३ टक्के पुरुष होते. सर्वांत महत्त्वाची बाब म्हणजे फेसबुक वापरणाऱ्यांमध्ये तरुणांचे प्रमाण सर्वाधिक होते. यामध्ये १८ ते २४ वयोगटातील तरुणांचे प्रमाण तब्बल ७३ टक्के इतके प्रचंड होते. ही मुले प्रामुख्याने श्रीमंत तसेच मध्यमवर्गातील होती. आणि ती प्रामुख्याने शहरी भागांत वास्तव्य करणारी होती. लोकपालच्या लढ्याला शहरी तसेच ग्रामीण भागांतील तरुणांचा जो अफाट आणि अनाकलनीय प्रतिसाद लाभला, त्याचे हे एक महत्त्वाचे कारण आहे, हे लक्षात घ्यायला हवे.

सोशल मीडियाने ज्याप्रमाणे जनतेला आपली मते मांडण्याचे व्यासपीठ उपलब्ध करून दिले तसेच ते आंदोलनकर्त्यांनाही दिले. राजकीय तसेच सामाजिक संघटनांनी या मीडियाचा आपल्या आंदोलनाच्या प्रचारासाठी, प्रसारासाठी मोठ्या खुबीने वापर केला. आंदोलनाच्या संयोजकांना पोस्टर्स, भित्तिपत्रके, वृत्तपत्रे यांच्यापेक्षा सोशल मीडियाच्या माध्यमातून आपल्या आंदोलनाची माहिती साऱ्या देशाच्या कानाकोपऱ्यांत पाठविणे सहज सोपे, कमी खर्चिक झाले आहे. त्याचबरोबर ज्यांच्या पर्यंत माहिती पोहोचवायची आहे, त्यांच्यापुढे ती माहिती लगेच पोहोचण्यास याचा प्रभावी उपयोग होतो आहे.

यावर लोकांच्या प्रतिक्रिया देखील त्वरित मिळतात. इतर माध्यमांत ही सोय उपलब्ध नाही. त्यामुळे लोकांचा मिळणारा प्रतिसाद सोशल मीडियावर लगेच लक्षात येतो. तसेच सामान्य लोकांच्या सूचनांचा विचार करणेही या संघटनांना सहज शक्य होते. अरविंद केजरीवाल, कुमार विश्वास आदींनी अण्णांच्या आंदोलनावेळी 'इंडिया अगेन्स्ट करप्शन' ही मोहीम उघडली. त्यांनी याचा प्रचार व प्रसार प्रामुख्याने आपल्या वेबसाइट व फेसबुक पेजवरूनच केला.

एखाद्या गटाला आपल्या ग्रुपचे पेज करणे येथे अतिशय कमी कष्टाचे आहे. त्यावरून ते ग्रुपमधील इतर सदस्यांना माहितीची सहज देवाण-घेवाण करू शकतात. तसेच पुढील आंदोलनाची दिशा, कार्यक्रम ठरवू शकतात. याआधी इंटरनेटचे

कनेक्शन असणे, हे यासाठी अनिवार्य होते. पण आता ही फार मोठी अडचण राहिलेली नाही. इंटरनेटचे कमी झालेले दर आणि वाढत्या संगणकीकरणामुळे सुशिक्षित पिढी ही कायम इंटरनेटशी कनेक्ट असतेच. त्यातही स्मार्टफोनमुळे श्रीमंत तसेच मध्यमवर्गाच्या अगदी मुठीतच इंटरनेट सेवा उपलब्ध झाली आहे. त्यामुळे पूर्वीचा हा अडसर आता बऱ्याच प्रमाणात दूर झाला आहे. ट्विटरसारख्या माध्यमावर जास्तीत जास्त १४० शब्दांत मेसेज पाठवावा लागतो. त्यामुळे तो वाचणे अधिक सुलभ झाले आहे. यामुळे अतिशय कमी वेळेत कमी शब्दांत योग्य तो मेसेज पाठविला जातो आणि त्याचा अपेक्षित परिणामदेखील साधला जातो.

ताहरिरने दिली तरुणाईला स्फूर्ती

जगभर पसरलेल्या सोशल मीडियाच्या या अफाट ताकदीची पहिली चुणूक अनुभवाला आली ती इजिप्तमध्ये. देशाच्या सीमा, प्रांत, भाषा यांची बंधने पार करत फेसबुक, ट्विटर सारख्या संकेतस्थळांनी साऱ्या जगाला कसे कवेत घेतले आहे याचा अनुभव येथे साऱ्या जगाला सर्वप्रथम आला. केवळ मौजमस्ती, मनोरंजन अशांसाठीच सोशल मीडियाचा वापर होतो अशी भावना होती, मात्र या समजाला इजिप्तच्या तरुणांनी तडाखा दिला. सोशल मीडियाची ताकद किती अफाट आहे याची चुणूक इजिप्तमधील लाखो तरुणांनी जगाला दाखवून दिली. गुगलसारख्या जगप्रसिद्ध कंपनीत मोठ्या पदावर नोकरी करणाऱ्या वेल घोनिम या तरुणाने आपले ऐशोआरामतील जीवन, गलेलठ्ठ वेतन याची तमा न बाळगता स्वत:चे जीवन धोक्यात घातले. कोणतीही राजकीय महत्त्वाकांक्षा, अभिनिवेष न बाळगता देशात बदल घडविण्याचा खटाटोप त्याने सुरू केला. आणि हो, तो हे सारे करत होता ते फेसबुकच्या माध्यमातून! २०११च्या प्रारंभी ट्युनिशिया या देशांत जनता रस्त्यावर आली आणि सत्तांतर झाले. त्याने प्रेरित होत वेल घोनिमने इजिप्तची राजधानी कैरोमधील ताहरिर चौकात देशातील होस्नी मुबारक यांच्या भ्रष्ट राजवटीविरुद्ध आंदोलनाची हाक दिली. यासाठी त्याने २५ जानेवारी, २०११ हा दिवस निश्चित केला. मूळचा इजिप्तचा नागरिक असलेला वेल घोनिम हे सारे दुबईतील आपल्या कार्यालयात बसून करत होता. त्याच्या फेसबुक पेजवर त्याला साडेतीन लाख फॉलोअर्स होते. त्यांना त्याने बेरोजगारी, भ्रष्टाचार, लाचखोरीविरुद्ध रस्त्यावर उतरण्याचे आवाहन केले होते. अवघ्या तीन दिवसांत त्याच्या आवाहनाला प्रतिसाद देत ५० हजार नागरिकांनी आंदोलनात उतरण्याची ग्वाही दिली होती. मात्र वेल घोनिमला या आंदोलनाला कितपत पाठिंबा मिळेल याची खातरी नव्हती. पण २५ जानेवारीच्या

मंगळवारची सकाळ इजिप्तसाठी वेगळीच ठरली. 'द डे ऑफ रिव्हॉल्ट' उगवला. ज्या नागरिकांनी इंटरनेटवर प्रतिक्रिया नोंदविल्या होत्या तसेच प्रत्यक्षात घडू लागले. लीव्ह मुबारक... लीव्ह अशा घोषणांनी सारा असंमत दणाणून गेला. राजधानी कैरोमधील ताहरिर चौकातील सारे रस्ते निदर्शकांनी अक्षरश: फुलून गेले. यामध्ये अर्थातच तरुणांची संख्या सर्वाधिक होती. जीन्स, टी शर्ट परिधान केलेले टेक्नोसॅव्ही, हुशार, उच्चभ्रू वर्गातील तरुण हातात घोषणांचे फलक घेऊन ताहरिर चौकाच्या दिशेने निघाले होते. फेसबुकवरूनच या आंदोलनाची हाक देण्यात आली होती. अशा प्रकारे सोशल मीडियावरून हाक दिलेले हे जगातील पहिलेच आंदोलन होते.

इजिप्तमध्ये गेली तीस वर्षे होस्नी मुबारक यांची हुकूमशाही राजवट होती. अशा वातावरणात या आंदोलनाला मिळालेला प्रतिसाद पाहून सामान्य जनता, सरकार आणि परदेशी सरकारेसुद्धा आवाकच झाली. त्या दिवशी किमान लाखभर निदर्शक तरी ताहरिर चौकात आले होते. या आंदोलनाचे लोण त्यानंतर साऱ्या देशात पसरले. होस्नी मुबारक यांच्या राजवटीने आंदोलन मोडून काढण्यासाठी सारे प्रयत्न केले. साम, दाम, दंडाचा वापर करत अनेकांना अटक केली. पण जनतेचा रेटाच इतका होता की, दिवसेंदिवस आंदोलनाने उग्र स्वरूप धारण केले. विशेष म्हणजे कोणी एक व्यक्ती या आंदोलनाचे नेतृत्व करत नव्हती. ज्या वेल घोनिमने आंदोलनाची हाक दिली होती, तो स्व:तदेखील ताहरिर चौकात आलेला नव्हता. तो दुबईत बसून इंटरनेटवरून सोशल मीडियाच्या माध्यमातून दिवसभरात काय घडले, पुढे काय करायचे याची माहिती शेअर करत होता. त्याला देशातील इतर टेक्नोसॅव्ही तरुण प्रतिसाद देत होते. या सुशिक्षित तरुणांनीच एकप्रकारे आंदोलनाचे नेतृत्व आपल्या खांद्यावर घेतले होते. कोणी एक व्यक्ती या आंदोलनाचे नेतृत्व करत नव्हती. जग अशा प्रकारचे सामूहिक नेतृत्व असलेले आंदोलन प्रथमच अनुभवत होते.

येत्या काही दिवसांत जगाच्या इतिहासात आपण एक नवा अध्याय लिहिणार आहोत, असे या आंदोलन करणाऱ्या तरुणांच्या स्वप्नातही आले नव्हते. साऱ्या देशाचे वातावरण क्रांतीने भारलेले होते. साऱ्या इजिप्तवासीयांच्या मनात देशाच्या तरुणाईविषयी कमालीचा आदर निर्माण झाला होता. देशातील भ्रष्ट राजवटीविरुद्ध आणि लोकशाहीच्या मागणीसाठी आपली नोकरी, शिक्षण, कामधंदे सोडून तरुण ताहरिर चौकात ठाण मांडून बसले होते. एक-दोन दिवस नाहीतर तब्बल १८ दिवसांच्या अखंड आंदोलनानंतर सरकारला या निदर्शकांपुढे गुडघे टेकावे लागले. अखेर होस्नी मुबारक यांना राजीनामा देणे भाग पडले. इजिप्तमधील त्यांची तब्बल तीस वर्षांची राजवट नेस्तनाबूद झाली. इंटरनेटच्या माध्यमातून सोशल मीडियाच्या प्रभावी वापर करत एक रक्तहीन क्रांती यशस्वी झाली. या क्रांतीचा प्रणेता असलेल्या वेल घोनिमच्या शब्दांतच सांगायचे झाल्यास – 'तारीख, वेळ, ठिकाण घोषित

करून झालेली ही जगातील पहिलीच यशस्वी क्रांती आहे.' इजिप्तमधील या क्रांतीचे पडसाद साऱ्या अरब देशांत उमटले. ट्युनिशिया, बहारिन, लिबिया, सौदी अरेबिया, इराक, कुवेत, जॉर्डन, सिरिया, येमेन अशा सर्व अरब देशांत याचे हादरे जाणवले. तेथील हुकूमशहांना जनमताची दखल घेत अनेक बदल घडवावे लागले. 'अरब स्प्रिंग' या नावाने ही क्रांती जगभर अजरामर झाली.

जगभरातील तरुणाई या यशस्वी क्रांतीकडे कौतुकाने पाहत होती. २०११च्या जानेवारीमध्ये ही 'अरब स्प्रिंग' झाली आणि त्याच वर्षी आगस्टमध्ये दिल्लीतील जंतरमंतरवर अण्णा हजारे यांनी लोकपालसाठी आंदोलन छेडले. त्यामुळे अरब जगतातील सोशल मीडियाने घडविलेल्या क्रांतीचा येथील आंदोलनावर परिणाम झाला हे नाकारून चालणार नाही.

लोकपाल लढ्यातील सोशल मीडियाचे योगदान

सध्या देशात सोशल मीडियाची स्वत:ची अशी एक स्वयंपूर्ण, स्वतंत्र ताकद निर्माण झाली आहे, हे नाकारून चालणार नाही. अण्णा हजारे यांनी २०११मध्ये दिल्लीत पुकारलेल्या लोकपाल लढ्यावेळी सोशल मीडियाच्या या शक्तीचा अनुभव पाहायला मिळाला. सोशल मीडियाप्रमाणाचे देशातील तरुणांच्या सहभागाचाही या लढ्याच्या प्रसारात मोठा वाटा होता. देशात सध्या तिशीच्या आतील लोकसंख्येचे प्रमाण तब्बल ७३ कोटी इतके अफाट आहे. आणि या तरुणांमध्येच सोशल मीडिया लोकप्रिय आहे. अण्णा हजारे यांनी २०११मध्ये दिल्लीत पुकारलेल्या लोकपालच्या लढ्यात, सोशल मीडियाने काय भूमिका बजावली याचा, अमेरिका सरकारच्या दक्षिण आशिया विभागाने, अतिशय शास्त्रोक्त व सखोल पद्धतीने अभ्यास केला आहे. या विभागाने यावर एक प्रबंधच प्रसिद्ध केला आहे. त्यामध्ये या लढ्यातील सोशल मीडियाची भूमिका अधिक स्पष्ट होते.

२०११च्या ऑगस्टमध्ये लोकपालच्या मागणीसाठी दिल्लीत लढ्याचे आयोजन केलेल्या संयोजकांनी सोशल मीडियाचा अतिशय प्रभावी वापर केला. या लढ्याची माहिती तसेच आंदोलनाची ठिकाणे, वेळा, स्वरुप लोकांपर्यंत पोहोचविण्यासाठी त्यांनी हे माध्यम वापरले. आयोजकांनी बनविलेल्या 'इंडिया अगेन्स्ट करप्शन' (आयएसी) या वेबसाइटला भारतीयांनीही तितक्याच तत्परतेने प्रतिसाद दिला. आयएसी तसेच अण्णा हजारे यांच्या फेसबुकवर बनविलेल्या पेजला भराभर लाइक्स मिळाल्या. पहिल्या चार दिवसांतच आयएसीच्या फेसबुक पेजला एक लाख सोळा हजार फॅन्स जॉइन झाले होते. त्याचप्रमाणे अनेक लोक स्वतच्या फेसबुक पेजवर या आंदोलनाविषयी सजगपणे आपली

भूमिका मांडत होते. या आंदोलनाचे फोटो, व्हिडीओ, ताजी माहिती शेअर करत होते. सोशल मीडियाचे नामांकित विश्लेषक गौरव मिश्रा यांच्या मते आंदोलनकाळात सुमारे पंधरा लाख लोकांनी थेट पाठिंबा दिला.

फेसबुकवर अण्णा हजारे यांचे इंग्रजी तसेच हिंदीतून अनेक पेजेस तयार झाले. या पेजेसना लाखो लोकांनी पाठिंबा देत प्रतिसाद दिला. ७ फेब्रुवारी, २०१२ रोजी आयएसीच्या अधिकृत फेसबुक पेजला पाच लाखांहून अधिक फॉलोअर्स होते. हे युजर्स या पेजवरून भ्रष्टाचारविरोधी लढ्याची माहिती मिळवित होते तसेच ती माहिती आपल्या मोबाइवरून क्षणाक्षणाला प्रसारित करत होते. आयएसीच्या स्मार्ट फोन ॲप्लिकशन्सचे पन्नास हजार युजर्स होते.

महाराष्ट्रातील तीस हजार नागरिकांनी संकेतस्थळावरून आंदोलनाला पाठिंबा दिल्याचे 'इंडिया अगेन्स्ट करप्शन'च्या संयोजकांनी जाहीर केले. यासंदर्भात फेसबुकवर बनविलेल्या पेजचे साठ हजार फॅन्स झाले. ट्विटरला तीन हजार तीनशे फॉलोअर्स झाले. 'इंडिया अगेन्स्ट करप्शन'च्या संकेतस्थळाचे केवळ मुंबईमध्येच वीस हजार सदस्य झाले. 'इंडिया अगेन्स्ट करप्शन'च्या फेसबुकवरील पेजला अल्पावधीतच दीड लाख लोकांनी पसंती दिली. या सर्वांवरून भ्रष्टाचारविरोधी आंदोलनाला मिळालेल्या अफाट प्रतिसादाची कल्पना येते. या आंदोलनाला पाठिंबा देण्याच्या हेतूने अनेक संघटनांनी संकेतस्थळांवर स्वतंत्र पेजेस तयार केली.

इकॉनॉमिक टाइम्स'च्या ९ एप्रिल, २०११ वृत्तानुसार केवळ तीन दिवसांत देशातील ७९ शहरांत ४.४ लाख ट्विट झाले. हजारे यांच्या आंदोलनाला ऑनलाइन पाठिंबा किती होता, याचे हे एक उदाहरण आहे. आणि विशेष म्हणजे यात सहभागी झालेले सर्व जण तरुण होते. माहिती व तंत्रज्ञानाचे शहर म्हणून ख्याती पावलेल्या बंगळुरूच्या 'वनगाल सॉफ्टवेअर ॲन्ड सर्व्हिस प्रायव्हेट लिमिटेड' या कंपनीने बेचाळीस हजार स्त्रोत तपासून याचे पृथ:करण केले. त्यांच्या निष्कर्षानुसार सात शहरांपैकी मुंबईतून सर्वाधिक प्रतिसाद मिळाला. त्याखालोखाल दिल्ली व बंगळुरूने अनुक्रमे दुसरा व तिसरा क्रमांक पटकाविला.

आयएसीचे फेसबुक पेज तसेच वेबसाइट दर क्षणाला अपडेट केली जात होती. लढ्यात सहभागी झालेले उच्चविद्याविभूषित आयआयटीतील तरुण तसेच सॉफ्टवेअर इंजिनीअर्स कार्यकर्ते हे काम चोखपणे करत होते. हे सारे तरुण नोकरी म्हणून हे काम करत नव्हते, तर आंदोलनातील आपला सहभाग ते या पद्धतीने नोंदवित होते. त्यामुळे या ध्येयवेड्या तरुणांच्या कामात एक प्रकारे सळसळता उत्साह होता. त्याची प्रचिती सातत्याने अपडेट होणाऱ्या पेजेसवरून येत होती.

या अधिकृत पेजेसवर अण्णा हजारे, केजरीवाल, किरण बेदी वेळोवेळी देत

असलेली माहिती, हजारे यांच्या उपोषणाचे फोटो, देशाच्या विविध भागांत लोकपालसाठीचे निघत असलेले मोर्चे, भ्रष्टाचाराच्या विविध प्रकरणांची माहिती हे सर्व सातत्याने अपडेट केले जात होते. त्यामुळे जनतेला टीव्ही, वृत्तपत्रांपेक्षाही थेट आंदोलकांच्या आयोजकांकडून सारी अद्ययावत माहिती घरबसल्या मिळत होती. या आंदोलनाचा प्रसार व जनजागृती अतिशय वेगाने होत होती. आंदोलनाचा असा प्रसार व प्रचार देशाची जनता प्रथमच अनुभवत होती.

येथे एक गोष्ट आवर्जून नमूद करावीशी वाटते, ती म्हणजे येथे प्रसिद्ध होणाऱ्या मजकुरात कोणाची अहवेलना केली जात नव्हती. तसेच कोणाच्या धार्मिक भावना दुखावल्या जात नव्हत्या. सोशल मीडिया हे दुधारी शस्त्र आहे. यावरून धार्मिक, सामाजिक भावना भडकाविण्याचाही मोठा धोका असतो. यामुळे देशाच्या एकात्मतेला, शांततेला धोका पोहचू शकतो. त्याला आळा बसावा, सोशल मीडियाचा गैरवापर केला जाऊ नये यासाठी भारत सरकारने सन २०००मध्ये इंटरनेट टेक्नॉलॉजी कायदा संमत केला आहे. त्यामध्ये बदलत्या परिस्थितीनुसार २००८मध्ये सुधारणाही केल्या आहेत. मात्र लोकपाल लढ्याच्या काळात अधिकृत पेजेसवरून अशा आक्षेपार्ह घटना घडल्या नाहीत. म्हणजेच इंटरनेटवर देखील हे आंदोलन नैतिकतेनेच लढले गेले. अण्णा हजारे यांच्या लोकपालच्या लढ्यात नैतिकतेला तसेच चारित्र्याला अनन्यसाधारण महत्त्व देण्यात आले होते. तीच नैतिकता सोशल मीडियात देखील पाहायला मिळाली. ही अतिशय मोलाची व महत्त्वाची बाब आहे, असेच म्हणावे लागेल.

सुप्त शक्तीवर शिक्कामोर्तब

हजारे यांच्या जंतरमंतरवर झालेल्या आंदोलनावेळी अफाट गर्दी जमत नव्हती. पण सोशल मीडियावर मात्र प्रतिसाद लाभत होता. लोक आता सभा ऐकण्यासाठी किंवा लढ्यात सहभागी होण्यासाठी प्रत्यक्ष तेथे उपस्थिती लावतातच असे नाही. ते वेगवेगळ्या प्रकारे आंदोलनात सहभागी होतात, हे यावरून सिद्ध होते. सोशल मीडियावर प्रतिक्रिया देणाऱ्यांची मते ही तात्कालिक असतात, ती कायम टिकत नाहीत. परिस्थिती बदलली की त्यांची मते हवेत विरून जातात अशी संभावना राजकीय पक्षांनी केली होती. त्यामुळे त्यांना महत्त्व देण्याची आजिबात गरज नसल्याचे सर्वच राजकीय पक्षांचे मत होते. मात्र सोशल मीडियावरील प्रतिसादाला खरेतर सर्वांत आधी गांभीर्याने घेतले ते इंग्रजी टीव्ही चॅनेल्सनी. चोवीस तास बातम्या प्रसारित करणाऱ्या या चॅनेल्सवरून फेसबुक, ट्विटरवर काय प्रतिक्रिया व्यक्त केल्या जात आहेत, याची माहिती सतत दिली जात होती. किंबहुना बातम्यांत खालच्या बाजूला

जी पट्टी (स्क्रोल) दाखविली जाते. तेथे त्या काळात जाहिरातींऐवजी बहुतांश चॅनेल्स सामान्यांच्या फेसबुक तसेच ट्विटरवरील प्रतिक्रिया दाखवित होते. संभाव्य बदलाची कल्पना या माध्यमांनी वेळीच ओळखली होती, हे मान्यच करावे लागेल. त्यामुळेच या वाहिन्या लोकपालच्या लढ्याचे अव्याहतपणे प्रसारण करत होत्या. त्यावरील समाजातील विविध घटकांच्या प्रतिक्रिया घेत त्यांनाही एकप्रकारे या आंदोलनात सहभागी करून घेत होत्या. राजकीय नेत्यांप्रमाणेच समाजसेवक, उद्योजक, विधीज्ञ, कलाकार, कवी, साहित्यिक, विचारवंत यांना ते चर्चेत सहभागी करून घेत होते.

८ केजरीवाल आणि आम आदमीचा झाडू

“देशाचे राजकारण कोणत्या दिशेने जायला पाहिजे, हे सांगण्यासाठी दिल्लीच्या आम आदमीने पुढाकार घेतला आहे.”

– अरविंद केजरीवाल

लोकपल विधेयक संसदेत भिजत पडले असतानाच अरविंद केजरीवाल यांनी टीम अण्णांमधून बाहेर पडून ‘आम आदमी’ या नावाने स्वत:च्या राजकीय पक्षाची स्थापना केली. लोकपालच्या आंदोलनातून निर्माण झालेल्या सामूहिक ऊर्जेचे राजकीय ऊर्जेत रूपांतर करण्याचा त्यांचा प्रयत्न चांगलाच यशस्वी ठरला. एखाद्या सामाजिक प्रश्नावरील आंदोलनातून राजकीय पक्ष उदयाला येण्याची आणि अल्पावधीतच देशाच्या राजधानीची सत्ता पादाक्रांत करण्याची अशक्यप्राय, कविकल्पना भासणारी गोष्ट त्यांनी प्रत्यक्षात आणून दाखविली. केजरीवाल या ४५ वर्षीय ध्येयवेड्या तरुणाने लोकपालच्या मागणीसाठी केलेल्या आंदोलनातून जन्माला घातलेल्या आम आदमी पक्षाने वर्षभरात सव्वाशे वर्षांची परंपरा असलेल्या काँग्रेसला चारीमुंड्या चीत केले. अनेक राज्यांपैकी एका राज्यातील केवळ एक सत्तांतर असे सहजपणे याकडे पाहून चालणार नाही. देशातील सत्तेची, निवडणुकांची परंपरागत चौकट, उतरंड आम आदमी पक्षाने उद्ध्वस्त केली आहे. निवडणूक म्हणजे पैसा, संपत्ती, घराणेशाही असणाऱ्यांचे काम आहे. सामान्य, फाटक्या माणसाला येथे कवडीचे मोल नाही, अशी भावना देशात निर्माण झाली होती. त्यामुळेच साऱ्या देशाच्या राजकारणाचा पोत बदलण्याची शक्ती या विजयात असून यामुळे सर्वच राजकीय पक्षांना अंतर्मुख होऊन विचार करावा लागणार आहे.

कोण अरविंद केजरीवाल... कुठला आम आदमी पक्ष... असा प्रश्न काहीशा तुच्छतेने दिल्लीच्या मुख्यमंत्री शीला दीक्षित यांनी ४ डिसेंबर, २०१३ रोजी म्हणजे दिल्ली विधानसभेसाठी झालेल्या मतदानाच्या दिवशी पत्रकारांना केला होता. अवघ्या चारच दिवसांनी केजरीवाल कोण आहेत, याचे उत्तर त्यांना आपोआप मिळाले. सलग पंधरा वर्षे दिल्लीच्या गादीवर साम्राज्य करणाऱ्या शीला दीक्षित यांचा तब्बल पंचवीस हजार मतांनी दारुण पराभव करत अरविंद केजरीवाल यांनी इतिहास रचला. शीला दीक्षित हे दिल्लीतीलच नव्हेतर काँग्रेस पक्षातील मोठे प्रस्थ! गांधी घराण्याशी त्यांचे अनेक पिढ्यांचे संबंध. त्यांचे सासरे उमाशंकर दीक्षित हे काँग्रेसचे ज्येष्ठ नेते होते. त्यांचे पंडित जवाहरलाल नेहरू तसेच इंदिरा गांधी यांच्याशी निकटचे संबंध होते. त्यामुळे साहजिकच शीला दीक्षित यांचेही गांधी घराण्याशी सूर जुळले. उमाशंकर दीक्षित यांच्या निधनानंतर दीक्षित घराण्याचा राजकीय वारसा शीला दीक्षित यांनी पुढे चालविला. तत्कालीन पंतप्रधान राजीव गांधी यांच्या मृत्यूनंतर काँग्रेस अध्यक्षा सोनिया गांधी राजकारणात उतरल्या तेव्हा त्यांचा शीला दीक्षित यांच्यावर कमालीचा विश्वास बसला. सोनिया गांधी साधारण पंधरा वर्षांपूर्वी सुरुवातीच्या काळात देशातील राजकीय परिस्थिती, काँग्रेसचे नेते, त्यांची कामाची पद्धत याबाबत अनेकदा शीला दीक्षित यांचा सल्ला घेत असत. शीला दीक्षित या त्या वेळी कायमच सोनिया गांधीसमवेत सतत त्यांची सावली बनून दिल्लीत वावरत असत. त्यामुळे पक्षात त्यांचा दबदबा निर्माण झाला होता.

दिल्लीचे वेगळे राज्य निर्माण झाल्यानंतर सुरुवातीपासूनच या राज्यात भाजपने मुसंडी मारली होती. १९८४मध्ये तत्कालीन पंतप्रधान इंदिरा गांधी यांच्या हत्येनंतर देशभर शीखविरोधी जनभावना निर्माण झाली होती. त्या वेळी दिल्लीत झालेल्या शीखविरोधी दंगलीमुळे काँग्रेस नेते जगदीश टायटलर, एच. के. एल. भगत यांची प्रतिमा मलीन झाली होती. पर्यायाने दिल्लीत काँग्रेसला स्थानच राहिले नव्हते. याचा पुरेपूर फायदा भाजपने घेतला. पक्षाने सहजपणे दिल्लीची सत्ता हस्तगत केली. भाजपचे नेते मदनलाल खुराना, साहिबसिंग वर्मा, सुषमा स्वराज यांनी क्रमाने दिल्लीचे मुख्यमंत्रीपद सांभाळले. सुषमा स्वराज या दिल्लीच्या मुख्यमंत्री असतानाच ऐन निवडणुकीपूर्वी कांद्याचे भाव गगनाला भिडले. कांदा म्हणजे 'प्याज'. या प्याजशिवाय दिल्लीकरांचा

एकही घास गळ्याखाली उतरत नाही. कांदा हा सामान्य दिल्लीकरांच्या रोजच्या जेवणाचा अविभाज्य घटक. या कांद्यानेच दिल्लीकरांच्या डोळ्यांत पाणी आणले. यामुळे या मतदारांनी मग भाजपच्या तोंडचे पाणी पळविले. विधानसभा निवडणुकीत लोकांनी भाजपला इंगा दाखवित शीला दीक्षित यांच्या नेतृत्वाखालील काँग्रेसच्या पदरात सत्तेचे दान टाकले. पक्षांतर्गत हेव्यादाव्यामुळे त्रस्त झालेल्या काँग्रेससाठी दिल्लीत अचानक मिळालेली ही सत्ता नवसंजीवनी देणारीच ठरली. यामुळे शीला दीक्षित यांचे पक्षातील स्थान आणखी उंचावले. गांधी घराण्याशी तर त्यांचे संबंध होतेच. त्यामुळे पक्षातून त्यांना फारसा विरोध होण्याच प्रश्नच नव्हता.

त्यानंतर खऱ्या अर्थाने शिला दीक्षित यांचे युग दिल्लीत सुरू झाले. त्यांनी दिल्लीत विकासकामांचा अक्षरश: सपाटा लावला. मेट्रो रेल्वे आणि राष्ट्रकुल क्रीडा स्पर्धांमुळे झालेल्या पायाभूत विकासांमुळे दिल्लीचे रूपच त्यांनी पालटविले. रस्ते, वीज, पाणी या मूलभूत सुविधा योग्यप्रकारे पुरवित त्यांनी जनतेची मने जिंकली. सलग तीन विधानसभा निवडणुका त्यांनी काँग्रेसला एकहाती जिंकून दिल्या. काँग्रेस हा मोठा पक्ष, साहजिकच पक्षात सत्तेसाठी दावेदार अनेक. त्यामुळे काँग्रेसच्या मुख्यमंत्र्यांने पाच वर्षांची एक टर्म पूर्ण करणे म्हणजे खूप झाले असे मानले जात असे. अशा काळात शीला दीक्षित यांनी दिल्लीचे मुख्यमंत्रीपद सलग तीनदा मिळवित तीन टर्म म्हणजे पंधरा वर्षे सत्ता स्वत:च्या हाती राखली. हे सोपे काम नाही. आपल्या मुत्सद्देगिरीची चुणूक दाखवित शीला दीक्षित पक्षातील विरोधकांना पुरून उरल्या. त्याचबरोबर अनेक विकासकामे करत त्यांनी विरोधी पक्षांनाही डोके वर काढू दिले नाही. राष्ट्रकुल स्पर्धांवेळी झालेल्या बांधकामात मोठा भ्रष्टाचार झाल्याचे शीला दीक्षित यांच्यावर आरोप झाले. विरोधकांनी त्यांच्या राजीनाम्याची मागणी लावून धरली. त्या वेळी त्यांचे स्थान काहीसे डळमळीत झाल्याचे भासले. पण या आरोपांचा ससेमिरा मागे असतानाही काँग्रेस पक्ष त्यांच्या पाठीशी खंबीरपणे उभा राहिला. २०१३च्या विधानसभा निवडणुकाही त्यांच्या नेतृत्वाखालीच लढण्याचे काँग्रेसने जाहीर केले. निवडणुका जाहीर झाल्या तेव्हा शीला दीक्षित यांना पक्षातच नव्हेतर विरोधातही कोणी प्रतिस्पर्धी नसल्याचे चित्र होते. भाजपला आपला मुख्यमंत्रीपदाचा उमेदवार जाहीर करण्यासाठी बराच खल करावा लागला होता. त्यामुळे दिल्लीत चौथ्यांदा शीला दीक्षित यांचीच सत्ता येणार असे मानले जात होते. अशा परिस्थितीत केवळ वर्षभरापूर्वी राजकारणात अवतीर्ण झालेल्या 'आम आदमी पक्षा'ची दखल शीला दीक्षित कशा घेतील. त्यामुळेच शीला दीक्षित यांनी कोण केजरीवाल? असा सवाल करत त्यांना व त्यांच्या आम आदमी पक्षाला खिजगणतीतही धरले नव्हते.

पण निवडणुका झाल्या आणि सारे चित्रच पालटले. ज्या मतदारांनी पंधरा वर्षांपूर्वी सुषमा स्वराज यांना नाकारत शीला दीक्षित यांच्याकडे दिल्ली सोपविली

होती, त्याच मतदारांनी या वेळी दीक्षितांना घरचा रस्ता दाखविला.

अवघ्या एक वर्षापूर्वी स्थापन झालेल्या आम आदमी पक्षाने दिल्ली विधानसभेत ७०पैकी तब्बल २८ जागा जिंकत सव्वाशे वर्षाची परंपरा असलेल्या काँग्रेसचा धुव्वा उडवला. निवडणुकीत भाजपने ३२ जागा जिंकत मोठ्या पक्षाचा मान मिळविला; पण तरीही जनतेच्या दृष्टीने विजेता ठरले, ते केजरीवाल आणि त्यांचा आम आदमी पक्षच.

कलाटणी देणारा निकाल

'देशाच्या लोकशाहीला कलाटणी देणारा निकाल' असे या विजयाचे वर्णन केले तर वावगे ठरणार नाही. १९७०च्या दशकात जॉर्ज फर्नांडिस यांनी मुंबईचे ताकदवान काँग्रेस नेते स. का. पाटील यांचा, तर रायबरेली मतदारसंघात राजनारायण यांनी माजी पंतप्रधान इंदिरा गांधी यांचा असाच धक्कादायक पराभव केला होता. आता केजरीवाल यांचेही नाव असेच 'जायंट किलर' म्हणून भारतीय लोकशाहीच्या इतिहासात कायमचे कोरले गेले आहे. या पक्षाचा विजय हा देशातील लोकशाहीच्या वाटचालीला कलाटणी देणारा ठरणार आहे. देशातील सत्तेची, निवडणुकांची परंपरागत चौकट, उतरंड 'आम आदमी पक्षा'ने उद्ध्वस्त केली आहे. निवडणूक म्हणजे पैसा, संपत्ती, घराणेशाही असाणाऱ्यांचे काम आहे. सामान्य, फाटक्या माणसाला येथे कवडीचे मोल नाही, अशी भावना देशात निर्माण झाली होती. लोकशाहीचे तारणहार म्हणवणारे सर्वच राजकीय पक्ष आपल्या कृतीने त्याला आतापर्यंत खतपाणीच घालत आले होते. त्यामुळे जगातील सर्वांत मोठी लोकशाही असणाऱ्या या देशातील निवडणूक प्रक्रिया 'एक फार्स' बनत चालली होती. सामान्य माणूस निवडणुकीच्या रणधुमाळीतील एक प्यादेच बनून राहिला होता. त्याला वजीर किंवा राजा बनण्याची सोयच राहिली नव्हती. पण जर तो जागा झाला, तर काय होऊ शकते, याचा साक्षात्कार दिल्लीच्या निकालाने पाहायला मिळाला आहे.

देशाने आजवर अनेक निवडणुका पाहिल्या आहेत. अनेक धक्कादायक निकाल अनुभवले आहेत. दक्षिणेकडील राज्यांमध्ये एन. टी. रामाराव, एम. जी. रामचंद्रन, एम. करुणानिधी, जे. जयललिता अशा राजकीय पार्श्वभूमी नसणाऱ्या अभिनेत्यांनी राजकारणात पाऊल ठेवत यापूर्वी अशा धक्कादायक विजयांची नोंद केली आहे. मात्र दिल्लीतील 'आम आदमी पक्षा'चा विजय यापेक्षा खचितच वेगळा आहे. दक्षिणेत एकाही नेत्याने स्वच्छ प्रशासन, चारित्र्यवान उमेदवार, स्वराज्य अशा मुद्यांवर विजय मिळवला नव्हता. अशा मुद्यांना राजकारणात मुळी स्थानच नसते, अशी येथील तमाम राजकारण्यांची भावना झाली आहे. आणि त्यांनी ती त्यांच्या कार्यकर्त्यांच्या

मनात बिंबविली आहे. त्यामुळे दक्षिणेकडील राज्यांमध्ये पारंपरिक ढाच्यातच या अभिनेत्यांनी सत्तेचा सोपान गाठला. तसेच या नेत्यांच्या विजयात रुपेरी पडद्यावरील लोकप्रियतेचा, 'लार्जर दॅन लाइफ' अशा इमेजचा मोठा वाटा होता.

दिल्लीतील निवडणुकीत अरविंद केजरीवाल यांच्याकडे यांपैकी ना करिष्मा होता, ना फर्डे वक्तृत्व. तरीही जनतेने केजरीवाल आणि त्यांच्या पक्षाच्या नवख्या उमेदवारांवर अधिक विश्वास टाकला. त्यामुळे भले-भले राजकीय विश्लेषकही चक्रावून गेले. पारंपरिक पद्धतीने राजकारण करणाऱ्या राजकीय पक्षांची, त्यांच्या नेत्यांची आणि कार्यकर्त्यांची तर झोपच उडाली आहे.

जात, पात, पैसा या निवडणुकीसाठीच्या आवश्यक बाबी आहेत, असेच या राजकीय पक्षाना वाटते. आतापर्यंत त्यांनी असेच विजय मिळवले आहेत. मतदारसंघातील जातीय समीकरणे लक्षात घेतच उमेदवाराची निवड केली जाते, हे उघड गुपीत आहे. मात्र त्या शिवायदेखील तुम्ही निवडून येऊ शकता, हे 'आम आदमी पक्षा'चे नेते अरविंद केजरीवाल आणि त्यांच्या सहकाऱ्यांनी दाखवून दिले आहे. 'आम आदमी पक्षा'कडे जरी अफाट पैसा नसला, तरी त्यांच्यात प्रामाणिकपणा मात्र ठासून भरलेला होता. जनतेला तोच भावला. तोच या पक्षाचा यूएसपी ठरला. आम आदमी पक्षाच्या विजयात लोकपालसाठी झालेल्या आंदोलनाचा आणि त्याहून महत्त्वाचे म्हणजे समाजसेवक अण्णा हजारे यांच्या प्रतिमेचाही मोठा वाटा होता, हे विसरून चालणार नाही. प्रभावी लोकपालच्या मागणीसाठी २०११मध्ये दिल्लीच्या रामलीला मैदानावर तसेच जंतरमंतरवर अण्णा हजारे यांनी जी उपोषणे केली त्यामुळे दिल्लीचे सामाजिक, राजकीय वातावरण ढवळून निघाले होते.

ज्या शहरात आंदोलन झाले, त्या दिल्लीतच निवडणुका झाल्या. त्यामुळे त्याचे परिणाम तेथे अधिक स्पष्टपणे दिसले. त्यापाठोपाठ दिल्लीत डिसेंबर २०१२मध्ये बसमध्ये युवतीवर झालेल्या सामूहिक बलात्काराच्या घटनेनंतर सारा देश सुन्न झाला होता. त्यामुळे दिल्लीतील गुन्हेगारी किती टोकाला पोहोचली आहे, हे लक्षात आले. राजधानीत पोलिसांचे नव्हे, तर गुंडांचेच राज्य आहे अशी भावना वाढीला लागली. या बलात्कारानंतर सामान्य महिलांचे, मुलींचे आयुष्य देशाच्या राजधानीतच जर इतके असुरक्षित असेल तर ग्रामीण भारताचा विचारच करायला नको अशी भावना जनतेच्या मनात वाढीला लागली. एका बाजूने विकासाच्या, महासत्ता बनण्याच्या गप्पा मारणाऱ्या या देशात महिलांकडे अजूनही उपभोगाची वस्तू म्हणूनच पाहिले जाते, हे कठोर वास्तव प्रकर्षाने समोर आले. बलात्काराच्या घटनेनंतर सारा देश पेटून उठला. दिल्लीसह देशाच्या विविध भागांत आंदोलने झाली. त्यामुळे दिल्लीतील कायदा व सुव्यवस्थेचा पुरता बोजवारा उघड झाला. लोकपाल व बलात्काराची दुर्दैवी घटना यानंतर झालेल्या मोठ्या आंदोलनामुळे सुस्त दिल्ली खडबडून जागी झाली.

या दोन्ही आंदोलनांतून तयार झालेल्या संतप्त भावभावनांचे मतपेटीत रूपांतर करण्याचा अरविंद केजरीवाल यांचा प्रयत्नदेखील या विजयात मोलाचा ठरला. यामुळे लोकशाही अधिक पुष्ट होण्यास मदतच होणार आहे. देशात दर पाच वर्षांनी निवडणुका होत होत्या, मात्र प्रत्येक निवडणूक ही लोकशाहीचा पराभव करत निघाली होती. वाढते गुन्हेगारीकरण, पैशांचा बेसुमार वापर यामुळे निवडणूकीपासून सामान्य माणूस मैलोन्‌मैल दूर फेकला जात होता. अशा वातावरणात अरविंद केजरीवाल आणि त्यांच्या आम आदमी पक्षाच्या सहकाऱ्यांनी मिळविलेला विजय हा भारतीय लोकशाहीला अधिक प्रगल्भ करणारा आहे. या निकालांमुळे सामान्य नागरिकांचा लोकशाहीवरील, निवडणूक प्रक्रियेवरील विश्वास दृगोचर होण्यास मदत झाली आहे. तरुणाईने भारलेल्या देशासाठी ही अधिक महत्त्वाची अशी गोष्ट आहे.

थक्क करणारा जीवनप्रवास

कोण हे अरविंद केजरीवाल! त्यांचा काय करिष्मा! राजकारणातील त्यांचा अनुभव काय! कारण या माणसाने भारतीय राजकारणाची प्रस्थापित चौकट उद्‌ध्वस्त करत राजकीय सत्तेला नवे परिमाण एकहाती प्राप्त करून दिले आहे.

अरविंद केजरीवाल यांचा जीवनप्रवास सामान्यांना थक्क करणारा आहे. बहुतांश साऱ्याच मध्यमवर्गीय भारतीयांना राजकारणाविषयी तिरस्कार वाटतो. आपण बरे अन् आपले काम बरे या विचाराने मध्यमवर्गीय जगतात. हरियाणातील हिस्सार जिलह्यातील सिवान या छोट्याशा गावी अशाच एका मध्यवर्गीय कुटुंबात १६ ऑगस्ट, १९६८ रोजी अरविंद यांचा जन्म झाला. त्यांचे वडील गोविंद केजरीवाल हे स्वत: इलेक्ट्रिकल इंजिनीअर तर आई गीतादेवी यादेखील सुशिक्षित. वडिलांचे शिक्षण बिटस् पिलानीसारख्या नामांकित शिक्षणसंस्थेत झालेले. त्यामुळे घरात शिक्षणाला महत्त्व होते. नोकरीमुळे त्यांना सातत्याने फिरावे लागे. त्यामुळे अरविंद केजरीवाल यांचे शालेय तसेच महाविद्यालयीन शिक्षण सोनपत, गाझियाबाद, हिस्सार अशा वेगवेगळ्या ठिकाणी झाले.

मुलानेही आपल्याप्रमाणेच इंजिनीअर व्हावे, ही वडिलांची इच्छा. ती अरविंद यांनी पूर्ण केली ती देशातील अग्रमानांकित अशा आयआयटीमधून मेकॅनिकल इंजिनीअरिंगची पदवी घेऊनच.

१९८९मध्ये ते टाटा स्टीलमध्ये रूजू झाले. पण तेथे त्यांचे मन काही रमेना. दोन वर्षांनी त्यांनी नोकरीचा राजीनामा दिला आणि त्यांनी प्रशासकीय सेवांसाठीच्या परीक्षेचा अभ्यास जोमाने सुरू केला. याच काळात त्यांचा कोलकता येथील रामकृष्ण मिशन तसेच नेहरू युवा केंद्राशी निकटचा संबंध आला. जात्याच हुशार

असलेले केजरीवाल पुढे लोकसेवा आयोगाची परीक्षा सहज उत्तीर्ण झाले आणि १९९५मध्ये ते भारतीय महसूल सेवेत रूजू झाले. मसुरीत प्रशिक्षणादरम्यान त्यांची सुनिता यांच्याशी गाठ पडली. त्यानंतर दोघेही विवाहबद्ध झाले आणि दिल्लीत आयकर विभागात रुजू झाले. त्यांनी सुरुवातीची वर्षे दिल्लीत आयकर विभागात उपायुक्त म्हणून काम केले.

बॉसच्या सल्ल्याने आवाक

नोकरीच्या पहिल्याच दिवशी केजरीवाल यांना त्यांच्या बॉसने एक मौलिक सल्ला दिला. नोकरीच्या सुरुवातीच्या काळात दाबून पैसा मिळवायचा. पुढच्या आयुष्याची सारी व्यवस्था करून ठेवायची म्हणजे नंतरचे आयुष्य तुम्ही निवांत आणि कोणाचेही लांगुलचालन न करता, लाच न स्वीकारता प्रामाणिकपणे व्यतीत करू शकता. हा सल्ला ऐकून केजरीवाल अवाक झाले. आयुष्यात पुढे काय वाढून ठेवले आहे, याची चुणूकच केजरीवाल यांना येथे मिळाली. महसूल विभाग म्हणजे प्रशासकीय सेवेत सोन्याची खाणच मानली जाते. येथे काम घेऊन येणारा प्रत्येक जण लाच देण्याच्या मानसिकतेनेच येतो. याचा अनुभव केजरीवाल यांना लगेचच येऊ लागला. केजरीवाल तेव्हा जुन्या स्कूटरवरून ऑफिसात येत असत. त्या वेळी त्यांचे सहकारी त्यांना म्हणत, 'काळजी करू नका थोड्याच दिवसांत तुम्ही कार घेऊन कामावर याल.' त्यांच्या म्हणण्यावर केजरीवाल मंद स्मित करत. पण परिस्थिती तशीच होती. केजरीवाल यांच्याकडे तसेच त्यांच्या अन्य दहा सहकाऱ्यांकडे आयकर विवरणपत्रे भरण्याचे त्याचप्रमाणे प्रसंगी कोणावरही छापे टाकण्याचे अधिकार होते. त्यामुळे त्यांच्याकडे काम घेऊन येणारा प्रत्येक जण 'मी आपली काय सेवा करू शकतो', असे विचारत असे. याचा केजरीवाल यांना उलगडाच होत नसे. कारण सेवा म्हणजे 'मी किती पैसे देऊ' असे समोरच्याला म्हणायचे असे.

हळूहळू केजरीवाल यांना व्यवस्थेत भ्रष्टाचार कसा व्यापला आहे, हे उमजले. येथे येणाऱ्या प्रत्येकाला कसे नाडवले जाते, हे लक्षात आले. केजरीवाल यांच्या मते या विभागातील भ्रष्टाचार हा दोन प्रकारचा आहे. पहिला म्हणजे संगनमताने होणारा भ्रष्टाचार. यामध्ये ग्राहक व आधिकारी संगनमताने देवाणघेवाण करतात. तर दुसरा प्रकार म्हणजे खंडणीसदृश भ्रष्टाचार. समजा तुम्ही जर सरकारकडे जादा कर भरला असेल, तर तो परत मिळण्यात कोणताही अडसर येता कामा नये. पण येथे आयकर खात्यातील अधिकारी हा कर परत करण्यासाठी दहा टक्के कमिशन मागतात. त्यांना ही लाच दिली, तरच कागद पुढे हलतात. केजरीवाल यांच्या मते दुसऱ्या

प्रकारचा भ्रष्टाचार देशासाठी अधिक घातक आहे. कारण यात मूलभूत अधिकार डावलला जातो. स्वच्छ नागरिकाला देखील भ्रष्टाचार करणे भाग पडते. यामुळे सारी व्यवस्था व पर्यायाने सारा देशच नासण्याची प्रक्रिया सुरू होते. या खात्यात अनेक प्रकरणे केवळ लोकांनी लाच न दिल्याने प्रलंबित असल्याचे केजरीवाल यांच्या लक्षात आले. उघड्या डोळ्याने दिसणारा हा भ्रष्टाचार केजरीवाल यांच्यासारखा धडपड्या माणूस सहज पचवू शकत नव्हता. त्यामुळे अशा पीडीत लोकांना न्याय मिळवून देण्याच्या हेतूने त्यांनी एका स्वयंसेवी संस्थेची स्थापना केली.

परिवर्तन संस्थेची स्थापना

आयकर विभागात काम करत असतानाच केजरीवाल यांनी 'परिवर्तन' नावाची स्वयंसेवी संस्था स्थापन केली. या संस्थेच्या माध्यमातून ते सामान्य नागरिकांसाठी आयकर खात्याची कामे करून देत असत. त्याचप्रमाणे वीजपुरवठा, रेशनवरील धान्यपुरवठा याबाबत जनजागृती करत असत. २००८मध्ये परिवर्तन संस्थेने दिल्लीतील बनावट रेशन कार्ड पुरविणाऱ्यांचे रॅकेट उघडकीस आणले.

याच काळात त्यांचा संबंध माहिती अधिकारासाठी झटणाऱ्या समाजसेविका अरुणा रॉय यांच्याशी आला. त्यांच्यासमवेतच्या लढ्यात केजरीवालदेखील सहभागी झाले. सन २००५मध्ये दिल्लीत माहिती अधिकाराचा कायदा संमत झाला. यामुळे सामान्य नागरिकांच्या हाती फार मोठी ताकद आली. पण या अधिकाराचा वापर कसा करायचा? हेच लोकांना ठाऊक नव्हते. यासाठी मग केजरीवाल यांनी परिवर्तनच्या माध्यमातून पुढाकार घेतला. त्यांनी सुमारे पंधराशे तरुणांना या कायद्याची सविस्तर माहिती देऊन स्वयंसेवक तयार केले.

माहिती अधिकाराचा परिणामकारक वापर करत केजरीवाल व त्यांच्या सहकाऱ्यांनी दिल्लीत अनेक सामान्य नागरिकांना न्याय मिळवून दिला. सामान्य, नाडलेले, पिचलेले लोक आता सरकारी अधिकाऱ्यांना लाच देण्यापेक्षा थेट केजरीवाल यांच्या परिवर्तन संघटनेकडे कामे घेऊन येऊ लागले. सरकारी कामे करण्यासाठी ही संस्था 'मध्यस्थ' म्हणून काम करू लागली. या संस्थेच्या माध्यमातून येणारे अर्ज तातडीने निकालात निघत असत. कारण केजरीवाल यांच्या नादाला लागण्याची कोणाची हिंमत नव्हती. सुरुवातीच्या काळात माहिती अधिकाराचा प्रभावी वापर केजरीवाल यांच्याएवढा कोणीही केला नाही. यामुळे काही प्रमाणात का होईना भ्रष्टाचाराला आळा बसला. भ्रष्ट सरकारी अधिकाऱ्यांमध्ये या कायद्याची जरब बसू लागली. त्यांच्या या कार्याची दखल घेत केजरीवाल यांना २००६मध्ये आशिया खंडात

मानाच्या समजल्या जाणाऱ्या 'रॅमन मॅगसेसे' पुरस्काराने सन्मानित करण्यात आले. यामुळे केजरीवाल यांचे नाव देशाच्या कानाकोपऱ्यांत पोहोचले.

या पुरस्काराने जणू केजरीवाल यांच्या कार्याला प्रामाणिकपणाची पावती मिळाली. यानंतर त्यांनी पूर्ण वेळ समाजसेवेला वाहून घेण्याचा निश्चय केला. पुरस्कारासाठी मिळालेली रक्कम त्यांनी 'परिवर्तन'च्या कामासाठी दिली. आज याच निधीतून संस्थेच्या कर्मचाऱ्यांना वेतन देण्यात येते.

भारतीय प्रशासकीय सेवेतील नोकरी मिळण्यासाठी हुशार, बुद्धिवान तरुण जीवाचा आटापिटा करतात. समाजसेवेसाठी त्या नोकरीवर पाणी सोडण्याचा निर्णय केजरीवाल यांनी २००६मध्ये घेत साऱ्यांना आश्चर्याचा धक्काच दिला. मात्र आपल्या निर्धारावर केजरीवाल ठाम राहिले. आज त्यांची पत्नी आयकर सेवेत असून त्यांच्या वेतनावरच केजरीवाल यांचे घर चालते. जो नेकीने काम करतो, त्याच्या मदतीसाठी सारा समाज धावून जातो. याचा प्रत्यय केजरीवाल यांनाही आला. त्यांचे आयआयटीतील अनेक सहाध्यायी आज वेगवेगळ्या बहुराष्ट्रीय कंपन्यांमध्ये मोठ्या हुद्द्यावर काम करत आहेत. त्यांना गलेलठ्ठ वेतन मिळते. यातील अनेक जण युरोप, अमेरिकेत आहेत. आपल्या मित्राच्या कार्यासाठी हे सारे कायम तत्पर असतात. केजरीवाल यांच्या समाजकार्यासाठी तसेच त्यांच्या परिवर्तन संस्थेसाठी यांतील काही जण दरमहा देणगीरूपाने मदत पाठवितात. अश्यांच्या पाठिंब्यावर केजरीवाल यांचे कार्य सुरू होते.

सन २०११मध्ये ज्येष्ठ समाजसेवक अण्णा हजारे यांनी सक्षम लोकपालसाठी दिल्लीत ऑगस्टमध्ये उपोषण सुरू करण्याचा निर्णय जाहीर केला. या आंदोलनात प्रत्यक्ष सहभागी होण्याचे केजरीवाल यांनी ठरविले. अण्णांचे उपोषण महाराष्ट्राला नवीन नव्हते. मात्र दिल्लीसाठी हा वेगळाच अनुभव होता. दिल्लीतील त्यांच्या या उपोषणाच्या व्यवस्थापनाची सारी जबाबदारी केजरीवाल तसेच माजी पोलिस अधिकारी किरण बेदी यांनी खांद्यावर घेतली. समाजासाठी प्रामाणिकपणे संघर्ष करणे, हा या तिघांमधील समान गुण. त्यामुळे या तीन रॅमन मॅगसेसे पुरस्कार विजेत्यांच्या आंदोलनाला समाजातून अफाट प्रतिसाद लाभला. तरुण, सुशिक्षित जनता या आंदोलनात उतरली. आंदोलनात उतरलेले कोणत्याही राजकीय पक्षाचे लोक नव्हते. त्यांना पक्षाशी, सत्तेशी काही देणेघेणे नव्हते. आपला देश भ्रष्टाचारमुक्त असावा, देशातील प्रशासन पारदर्शी असावे, अशी या समुहाची प्रामाणिक भावना होती.

दिल्लीने यापूर्वी अनेक मोर्चे, आंदोलने पाहिली. पण या आंदोलनाचा नूरच काही वेगळा होता. अनेकांना या वेळी जयप्रकाश नारायण यांनी दिल्लीत केलेल्या आंदोलनाची आठवण झाली. त्याच वर्षी इजिप्तची राजधानी कैरोमधील ताहरिर चौकात लाखो तरुणांनी तेथील होस्नी मुबारक यांच्या राजवटीविरुद्ध आंदोलन केले होते. अण्णा हजारे यांच्या या आंदोलनाची जागतिक प्रसारमाध्यमांनी या 'अरब

स्प्रिंग'शी तुलना केली. आंदोलनकाळात सरकारशी चर्चा करण्याची सारी जबाबदारी केजरीवाल यांनी मोठ्या हुशारीने पार पाडली. या वेळी त्यांची सारी मुत्सद्देगिरी पणाला लागली. प्रसारमाध्यमांपुढे आंदोलनाच्या वतीने बाजू मांडण्याचे काम केजरीवाल, बेदी यांनी समर्थपणे पार पाडले. चोवीस तास चालणाऱ्या टीव्ही चॅनेल्सच्या माध्यमातून केजरीवाल यांचे नाव त्या वेळी प्रथमच घराघरांत पोहोचले.

या चिवट लढ्यामुळेच सरकारला लोकसभेत नव्याने लोकपाल विधेयक आणावे लागले. जनलोकपाल विधेयकातील तरतुदी काय असाव्यात, हे ठरविण्यासाठी नेमलेल्या 'टीम अण्णा'मध्ये केजरीवाल यांचाही समावेश करण्यात आला. सरकारने लोकपाल विधेयक लोकसभेत चर्चेला आणले. यानंतर हजारे यांनी उपोषण मागे घेतले. पण हे विधेयक पुन्हा लटकले. २०१२मध्ये समाजसेवक अण्णा हजारे यांनी पुन्हा लढा पुकारला. या वेळी अण्णा हजारे यांच्यासह अरविंद केजरीवाल यांनाही अटक झाली. केजरीवाल यांनी प्रथमच तुरुंगवासाचा अनुभव घेतला. प्रसंगी केजरीवाल यांना टीकेचे धनीदेखील व्हावे लागले. अण्णा हजारे यांना पुढे करून केजरीवाल आपले हेतू साध्य करत असल्याची टीका काहींनी केली. मात्र केजरीवाल यांच्या पाठीशी हजारे ठाम उभे राहिले. यानंतर सरकारने आंदोलकांच्या अटी मान्य करत लोकपाल विधेयकात बरेच बदल केले आणि ते चर्चेसाठी लोकसभेत सादर केले.

यादरम्यान 'टीम अण्णा'वर राजकीय पक्ष जोरदार टीका करत होते. कशावरून या लोकांना जनतेचा पाठिंबा आहे, ते काय घटनेनुसार लोकांमधून निवडून आलेले प्रतिनिधी आहेत का, अशी कुजबूज सुरू झाली.

या लोकांनी आधी जनतेतून निवडून यावे मग काय ते बघू, अशी भाषा राजकीय नेते करू लागले. केजरीवाल यांनी आधी खासदार, आमदार किंवा महापालिकेत साधे नगरसेवक म्हणून तरी निवडून येऊन दाखवावे असे विधान काँग्रेसचे ज्येष्ठ नेते दिग्विजयसिंह यांनी त्या वेळी केले होते. सर्वच राजकीय नेत्यांची अशीच भावना होती. निवडणूक म्हणजे साधी गोष्ट नाही. तेथे पैसा, जात महत्त्वाची ठरते याची त्यांना पुरेपूर कल्पना होती. त्यामुळे केजरीवाल यांना अशा प्रकारे खिंडीत गाठणे सहज-सोपे होते.

पण लोकपाल आंदोलनाच्या अनुभवानंतर केजरीवाल स्वत: राजकीय पक्षाच्या पर्यायाबाबत गांभीर्याने विचार करू लागले. कारण सध्याच्या घटनात्मक शासन चौकटीत लोकप्रतिनिधीला मोलाचे स्थान आहे. तुम्ही जर लोकशाही मानत असाल तर त्यामार्गानेच पुढे जायला हवे, हा विचार त्यांच्या मनात प्रबळ होऊ लागला. लोकांचे प्रश्न जर सोडवायचे असतील तर केवळ आंदोलन, मोर्चे, उपोषण करून भागणार नाही. या मार्गाने यश मिळते, पण ते माफक स्वरूपात. शेवटी प्रश्न मुळापासून सोडवायचा असल्यास, स्वराज्याची कल्पना प्रत्यक्षात आणावयाची

असल्यास राजकीय पक्ष असणे आवश्यक आहे, हे त्यांच्या लक्षात आले. स्वत: केजरीवाल यांनी त्यांची राजकीय पक्षाबाबतची सारी संकल्पना त्यांच्या 'स्वराज' या पुस्तकात विस्तृतपणे मांडली आहे. अर्थात ही प्रक्रिया कागदांवर मांडणे सोपे होते. प्रत्यक्षात कृतीत आणणे हिमालयाएवढे कठीण होते. कारण पक्ष स्थापणे, निवडणुका लढविणे हे येड्यागबाळ्याचे काम नाही. यासाठी कोणीही कितीही नाही म्हणो पैसा हा लागतोच. पण एकदा का मनात आले की, त्या दिशेने प्रवास करायचाच हा केजरीवाल यांचा मूळ स्वभाव. आयुष्यात त्यांनी कधी सहजसोपी उद्दिष्टे डोळ्यांसमोर ठेवलीच नाहीत. ते नेहमीच भ्रष्टाचाराच्या समस्येबद्दल केवळ कळकळीने बोलत नाहीत, तर त्यातून सामान्य माणसाची कशी सुटका करता येईल, याचाच विचार करतात अशा शब्दांत त्यांच्या सहाध्यायांनी केजरीवाल यांचे वर्णन केले आहे.

आम आदमी पक्षाचा उदय

समाजसेवक अण्णा हजारे यांच्या नेतृत्वाखालील २०१२मधील आंदोलन संपल्यानंतर केजरीवाल यांनी वेगळा राजकीय पक्ष काढण्याबाबत गांभीर्याने विचारमंथन सुरू केले. आंदोलनातील मनीष सिसोदिया, कुमार विश्वास अशा काही सहकाऱ्यांनी त्यांची राजकीय पक्षाची कल्पना उचलून धरली. मात्र अण्णा हजारे, किरण बेदी आदींनी या त्यांच्या कल्पनेला ठाम विरोध केला. राजकारणविरहित सामाजिक आंदोलने करण्याचे हजारे यांनी स्पष्ट केले. या वेळी प्रथमच 'टीम अण्णा'मध्ये फूट पडली. हजारे व केजरीवाल यांची उद्दिष्टे समानच होती. मात्र त्यांचा मार्ग वेगळा होता.

लोकशाही प्रक्रियेत केवळ आंदोलन करणे पुरेसे नाही, तर तुम्ही जनतेला उत्तरदायी असायला हवे. त्याचप्रमाणे तुमचा हेतू जर प्रमाणिक असेल, तर लोक पाठीशी उभे राहतात असे त्यांचे ठाम मत होते. याच भावनेतून त्यांनी २ ऑक्टोबर, २०१२ रोजी गांधी जयंतीच्या दिवशी आपल्या 'आम आदमी' या नव्या राजकीय पक्षाची स्थापना केली. केजरीवाल यांनी 'एकला चलो रे!' भूमिका स्वीकारली. आम आदमी पक्षाचे सारे लक्ष होते २०१३मधील दिल्ली विधानसभेच्या निवडणुका. त्यांच्या हातात एक वर्षाचा मोठा अवधी होता. या कालावधीत केजरीवाल तसेच त्यांचे सहकारी मनीष सिसोदिया, कुमार विश्वास, प्रशांत भूषण, योगेंद्र यादव, शाजिया आदींनी पक्षाची आपल्या परीने बांधणी केली. दिल्लीचा कानाकोपरा फिरून त्यांच्या खऱ्या समस्या जाणून घेतल्या. निवडणूक पूर्ण ताकदीने लढवायचीच या हेतूने जाहीर, पारदर्शीपणे निधी संकलन सुरू केले. निष्कलंक, स्वच्छ प्रतिमेच्या, तरुण, हुशार उमेदवारांची चाचपणी सुरू केली. सध्याच्या राजकीय धुरिणांनी

त्यांच्या या प्रयत्नांची टरच उडविली. अशा मार्गाने निवडणुका लढताच येत नाहीत आणि लढल्या तरी जिंकता येत नाहीत, यावर इतर साऱ्यांचा ठाम विश्वासच होता.

पण केजरीवाल यांचे एक सहकारी व ज्येष्ठ राजकीय विश्लेषक योगेंद्र यादव यांचे यावरील मत मोठे रंजक होते. ते म्हणत, 'आम्ही हरणारी लढाई लढत आहोत, याची आम्हाला पुरेशी जाण आहे. आमच्या वाटेत काटेच काटे आहेत. पण इतर राजकीय पक्षांसारखा केवळ सत्ता मिळविणे एवढाच आमचा मुख्य हेतू नाही. त्यामुळे हरण्याची आम्हाला भीती नाही. आम्हाला जनतेची कामे करायची आहेत, भ्रष्ट यंत्रणा सुधारायची आहे. सामान्य मतदारांना हे हवे असल्यास ते आम्हाला नक्की पाठिंबा देतील.'

झाडूने दिल्ली पिंजून काढली

डिसेंबर, २०१३मध्ये झालेल्या निवडणुकीत पक्षाने दिल्लीतील सर्व ७० जागांवर उमेदवार जाहीर केले. भ्रष्टाचाऱ्यांना झाडून काढायचे आहे, असे सांगत स्वच्छतेचे प्रतीक असलेला 'झाडू' हे अनोखे निवडणूक चिन्ह आम आदमी पक्षाने घेतले. त्यांच्या प्रचारात मोठ्या जाहीर सभांचा समावेश नव्हता. मोहल्ला सभा, पदयात्रांवर आम आदमी पक्षाने भर दिला. सामान्य जनतेतील उमेदवार पाहून लोकांना अप्रूप वाटत असे. अगदी पहिल्या निवडणुकीपासून मतदानात भाग घेणारे ज्येष्ठ नागरिक देखील अशा प्रकारची निवडणूक प्रथमच अनुभवत होते.

इतर प्रमुख राजकीय पक्षांनी तसेच प्रसारमाध्यमांनीही सुरुवातीला केजरीवाल यांच्या पक्षाची फारशी दखलही घेतली नाही. केजरीवाल यांनी मात्र प्रामाणिकपणे काम करण्याची इच्छा असणाऱ्या कष्टकरी, गरीब, तसेच सुशिक्षित तरुणांना हाताशी धरत दिल्लीची गल्लीन्‌गल्ली पिंजून काढली. प्रशांत भूषण, मनीष सिसोदिया, कुमार विश्वास अशांसारख्या खंद्या साथीदारांनी या पक्षासाठी जीवाचे रान केले. या साऱ्यांनी जनतेला घरोघरी जाऊन आपली भूमिका समजावून सांगितली. सामान्य नागरिकांना या सर्वांचा प्रामाणिकपणा, साधेपणा भावला. खऱ्या अर्थाने या वेळी आम आदमी पक्षाची नव्हेतर दिल्लीच्या मतदारांचीच कसोटी पणाला लागली होती. एरवी राजकारणाला, तेथील गुन्हेगारी, भ्रष्ट प्रवृत्तीला नाके मोडणाऱ्या मध्यमवर्गीय, नोकरदार वर्गाला आम आदमी पक्षाने सक्षम पर्याय उभा करून दिला होता. त्यामुळे मतदारांचीही कसोटी होती. ते या कसोटीला पूर्णपणे उतरले असेच म्हणावे लागेल.

त्यामुळेच केजरीवाल यांच्याप्रमाणेच त्यांच्या पक्षाचे अगदी साधे-सुधे, राजकारणाचा गंधही नसलेले उमेदवार मोठ्या फरकाने विजयी झाले. खरेतर केजरीवाल कोठूनही

निवडणूक लढू शकले असते. मात्र केवळ विजय मिळवणे किंवा सत्तेत येऊन पद मिळविणे हा मुळी त्यांचा हेतूच नव्हता. म्हणून तर त्यांनी थेट मुख्यमंत्री शीला दीक्षित यांच्याविरोधात अर्ज भरला. एकप्रकारे ते हरणारीच लढाई लढत होते. मात्र पराभवाचे रूपांतर त्यांनी दैदीप्यमान विजयात केले. शिवाय त्यांनी मुख्यमंत्र्यांचा पराभव तब्बल २५ हजार मतांनी करून साऱ्या राजकीय पंडितांना खोटे ठरविले.

अवघ्या काही दिवसांपूर्वी शीला दीक्षित यांच्यापुढे अगदी इतर पक्षांतही मुख्यमंत्रीपदाचा प्रबळ दावेदार नव्हता अशी स्थिती होती. पण प्रचारानंतर चित्र पालटले. स्वत: मुख्यमंत्री नेहमीच्या परंपरागत मतदारसंघातही निवडून येऊ शकल्या नाहीत. सामान्य जनतेने ठरविले तर लोकशाहीत काय घडू शकते, याचा हा अविष्कार या निवडणुकीच्या माध्यमातून पाहायला मिळाला.

सामान्यजन झाले आमदार

आम आदमी पक्षाच्या अन्य विजयी लोकांची नावेदेखील कोणाला ठाऊक नाहीत. अर्थात ते तसेच साधे आहेत. मंगलोरपुरी मतदारसंघातून विजयी झालेल्या २६ वर्षीय राखी बिर्ला यांची संपत्ती केवळ दोन लाखांची आहे. त्रिलोकपुरीतून विजयी झालेले राजू धिंगण केवळ दहावी पास असून समाजसेवेसाठी त्यांनी १९९२मध्ये सीआयएसएफची नोकरी सोडली. ते स्वत: बॉडीबिल्डर असून तरुणांत लोकप्रिय आहेत. सीमापुरीतून निवडून आलेल्या धर्म्रेंद्र सिंग यांच्याकडे तर स्वत:चा फोन देखील नाही. अशा सामान्य लोकांना केजरीवाल यांनी उमेदवारी दिली. या लोकांनी कधी स्वप्नातही राजकारण पाहिले नव्हते, ते आज राजधानी दिल्लीचे आमदार झाले होते. 'राजकारण वाईट नाही. प्रत्येक पालक आपल्या मुलाला डॅक्टर किंवा इंजिनीअर बनविण्याचे स्वप्न पाहतो. त्याने राजकारणात करिअर करावे, असे कोणाला वाटत नाही. कारण आपल्या समाजात राजकारण ही भीतिदायक गोष्ट बनली आहे. ती मला बदलायची आहे, राजकारण वाईट नाही, हे मला दाखवायचे आहे असे केजरीवाल नेहमी म्हणत. त्यांनी ते आपल्या कृतीने हे खरे करून दाखविले आहे.

दिल्लीच्या निकालांनी काँग्रेस, भाजप या राष्ट्रीय पक्षांप्रमाणेच सर्वच पक्षांची झोप उडविली. जनतेच्या मनातील भावनांचा आदर न ठेवल्यास काय घडू शकते, याचा प्रत्यय या निकांलांनी त्यांना एव्हाना आला असेल. यातून ते काय बोध घेतात हे पाहणे रंजक आहे. कारण यावरच देशाच्या राजकारणाची दिशा ठरणार आहे. आम आदमी पक्षाच्या विजयाकडे नेहमीच्या निवडणुकीतील आणखी एका पक्षाचा विजय असे संकुचितपणे पाहणे म्हणजे आत्मवंचना ठरेल. आम आदमी पक्षाचा

जन्म अण्णा हजारे यांच्या आंदोलनातूनच झाला आहे असे म्हटले तर अतिशयोक्ती ठरणार नाही. स्वत: केजरीवाल हे देखील समाजसेवक अण्णा हजारे यांचा उल्लेख गुरू म्हणूनच करतात. आम आदमी पक्षाच्या धक्कादायक विजयामुळे पुढील लोकसभा निवडणुकांना वेगळेच परिमाण प्राप्त झाले आहे. जनतेचा मूड लक्षात गेता लोकपाल विधेयक आत्ता मंजूर न केल्यास मोठा फटका बसू शकतो हे लक्षात न येण्याइतके देशातील मोठे राजकीय पक्ष अपरिपक्व नक्कीच नाहीत. त्यामुळे अण्णा हजारे यांचे उपोषण आणि केजरीवाल यांचा दिल्लीतील विजय या दोन्ही घटना लोकपालच्या लढ्यासाठी अतिशय परस्परपूरक ठरल्या. लोकसभा निवडणुकांसाठी आम आदमी पक्षाच्या भात्यातून लोकपालचा मुद्दा काढायचा असेल तर हे विधेयक चालू अधिवेशनातच मंजूर करणे श्रेयस्कर आहे, असा मतप्रवाह मोठ्या राजकीय पक्षांमध्ये होता. पण केजरीवाल यांच्याच शब्दांत सांगायचे झाल्यास बदल हा सूक्ष्मपणे होत असतो. त्यामुळे या बदलाचे देखील स्वागत करायला हवे. हा बदल देशाच्या पुढील लोकशाहीच्या दीर्घ मार्गातील मैलाचा दगड बनेल यातही काही शंका नाही.

अनोखा शपथविधी समारंभ

अरविंद केजरीवाल यांनी मुख्यमंत्रीपदाची शपथदेखील अनोख्या पद्धतीने घेतली. ज्या रामलीला मैदानावर लोकपालसाठीचा लढा सुरू झाला होता त्याच ठिकाणी हा सोहळा झाला. रामलीला मैदान म्हणजे दिल्लीकरांसाठी आंदोलनाची जागा. या मैदानाने अनेक आंदोलनांना जन्म दिला, अनेक नेत्यांच्या सभा पाहिल्या. पण दिल्लीच्या इतिहासात प्रथमच येथे शपथविधी झाला. यावेळी सारे मैदान खचाखच भरले होते. विशेष म्हणजे यात सामान्य जनतेची संख्या अधिक होती. त्यांच्यातील सळसळणारा उत्साह वेगळेच काही सांगून जात होता. कोणताही राजकीय कार्यक्रम म्हटले की पक्षाच्या विजयाच्या घोषणा हा अविभाज्य भाग. मात्र रामलीला मैदान मात्र भारत माता की जयच्या घोषणांनी निनादून गेले. अनेकांच्या हाती भारताचा तिरंगा होता. शपथविधी सोहळ्यात प्रथमच असे चित्र अनुभवायला मिळाले. मुख्यमंत्रीपदाची शपथ ग्रहण करताना केलेल्या राजकीय भाषणातही केजरीवाल यांनी नवा पायंडा पाडला. हा केवळ माझा शपथविधी नसून सर्व दिल्लीकरांचा शपथविधी असल्याचे सांगत त्यांनी उपस्थित जनसागराला भावनिक साद घातली. त्याचप्रमाणे त्यांनी सत्तेमुळे येणाऱ्या अहंकाराचीदेखील पक्षकार्यकर्त्यांना जाण करून दिली. ते म्हणाले, सत्तेमुळे, आमदार झाल्यामुळे कोणीही अहंकारी बनू नये. इतर राजकीय पक्षांचा अहंकार मोडून काढण्यासाठी आम

आदमी पक्षाचा जन्म झाला आहे. उद्या आपल्या पक्षाचा अहंकार मोडून काढण्यासाठी दुसऱ्या राजकीय पक्षाला जन्म घ्यावा लागणार नाही, याची आपल्याला दक्षता घ्यावी लागणार आहे. या वेळी त्यांनी उपस्थितांना भ्रष्टाचारात सहभागी न होण्यासाठी साकडे घातले. आपण कोणालाही लाच देणार नाही आणि कोणाकडून लाच घेणारही नाही, अशा आशयाची शपथ त्यांनी सर्वांना दिली. एखाद्या राज्याचा मुख्यमंत्री अशा प्रकारची शपथ नागरिकांच्या समोर घेत असल्याचे उदाहरण या निमित्ताने पाहायला मिळाले. सत्तेनंतर पहिल्या आठ दिवसांतच त्यांनी जाहीरनाम्यात दिलेल्या प्रमुख आश्वासनांच्या अंमलबजावणीसाठी पावले टाकण्यास सुरुवात केली. दिल्लीकरांना त्यांनी सातशे लिटर पाणी मोफत तर दिलेच, पण सामान्यांचे वीजबिल निम्मे करून दाखविले. आश्वासने हे केवळ मते मिळविण्यासाठी द्यायची नसतात, तर त्याचा जनतेला लाभ करून द्यायचा असतो हे त्यांनी दाखवून देत टीकाकारांची तोंडे बंद केली.

१

जे. पी. ते अण्णा : आंदोलनांचा धगधगता प्रवास

"फक्त चांगली माणसेच स्वातंत्र्यावर प्रेम करतात. इतरांना फक्त मुक्तपणे कसेही वागण्याचा परवाना हवा असतो."

– जॉन मिल्टन

लोकशाहीवर जेव्हा प्रहार होतो, तेव्हा जनआंदोलनाच्या माध्यमातून ती दुरुस्त केली जाते. आणीबाणीनंतर जयप्रकाश नारायण यांनी आंदोलनातूनच लोकशाहीची गाडी पुन्हा रुळावर आणली. आज देशात जीवघेणी महागाई, भ्रष्टाचाराचा मुद्दा ऐरणीवर आहे. सामान्य जनतेला या साऱ्याचा उबग आला आहे. त्यामुळेच अण्णा हजारे यांनी लोकपालसाठी उभारलेल्या जनआंदोलनाला अफाट पाठिंबा मिळाला. राजकीय पक्षांना नमते घेत लोकपाल विधेयक संमत करावे लागले. लोकपालच्या आंदोलनातून जन्मलेल्या आम आदमी पक्षाच्या हाती जनतेने सत्ता सोपविली. एकूणच देशातील वातावरण सध्या भारलेले आहे, सामाजिक आंदोलनांसाठी पोषक बनले आहे. समस्त राजकीय पक्षांसाठी ही धोक्याची घंटा आहे, तर दुसऱ्या बाजूला सामाजिक आंदोलनांसाठी हा आशेचा सोनेरी किरण आहे.

सन २०१३च्या डिसेंबरमधील कडाक्याच्या थंडीचे दिवस... त्यातही अहमदनगर जिल्ह्याचा पारा आठ अंश सेल्सियसच्या खाली गेला होता... अशा बोचऱ्या थंडीत अण्णा हजारे राळेगणसिद्धी या आपल्या गावी पुन्हा एकदा उपोषणाला बसले होते... भ्रष्टाचाराच्या बिमोडासाठी संसदेने लोकपाल कायदा संमत करावा, यासाठी ७४ वर्षांच्या या वयोवृद्धाने पुन्हा एकदा हा अट्टहास केला....

उपोषणापूर्वी केवळ दोन दिवस आधी म्हणजे ८ डिसेंबर, २०१३ला दिल्ली विधानसभेच्या निकालांनी सत्तेची सारी उतरंड मोडून काढत इतिहास रचला होता. देशातील सारी राजकीय समीकरणे या निकालांनी उद्ध्वस्त केली होती. लोकपालसाठी देशभर गेल्या दोन वर्षांपासून सुरू असलेल्या लढ्यातूनच जन्मलेल्या 'आम आदमी' या पक्षाने दिल्लीच्या शक्तिमान मुख्यमंत्री शीला दीक्षित यांची पंधरा वर्षांची कॉंग्रेसची राजवट उलथवून टाकली होती.

अशा या आगळ्यावेगळ्या विजयाचे पडसाद देशभर उमटत असतानाच अण्णा हजारे यांनी उपोषणाची घोषणा केली. १२ डिसेंबर, २०१३ रोजी ते पुन्हा उपोषणाला बसले. अण्णांचे हे सतरावे उपोषण होते. यंदा त्यांनी उपोषणासाठी त्यांची कर्मभूमी राळेगणसिद्धीला निवडले होते. मात्र सध्याचे देशातील वातावरणच काही वेगळे सांगणारे आहे. त्यामुळे राजधानी दिल्लीपासून मैलोन्‌मैल दूर असणाऱ्या या छोट्याशा गावात सुरू असलेल्या आंदोलनाचे पडघम क्षणात देशाच्या कानाकोपऱ्यांत उमटू लागले. सारी दिल्ली आम आदमी पक्षाच्या विजयाने आवाक झालेली. मीडियावर केवळ केजरीवाल यांची छबी दिसू लागली. पण अण्णा हजारे यांच्या उपोषणामुळे सारे चित्र पालटू लागले. विविध राष्ट्रीय- आंतरराष्ट्रीय दूरचित्रवाहिन्यांच्या ओबी व्हॅन या राळेगणसिद्धीसारख्या आडगावात धूळ उडवित दाखल झाल्या. त्यावरून क्षणाक्षणाला उपोषणाची बित्तंबातमी जनतेपर्यंत पोहचू लागली. त्याचवेळी दिल्लीत संसदेचे, तर नागपुरात महाराष्ट्राच्या विधीमंडळाचे हिवाळी अधिवेशन सुरू होते. मात्र त्यापेक्षा मीडियाने हजारे यांच्या उपोषणाला अधिक प्राधान्य देणे पसंत केले. ही गोष्ट काय सांगून जाते. सामान्यांचा राजकीय नेतृत्वावरील विश्वास उडत चाललाय की सामाजिक आंदोलने देशात पुन्हा मूळ धरू लागली आहेत. उत्तर काही असो, काळ झपाट्याने बदलतोय हे नक्की. जनता आता केवळ मतदार बनून राहिलेली नसून सजग नागरिक बनत आहे. त्याचेच हे

व्यवच्छेदक लक्षण आहे. पाच वर्षांतून एकदा मतदान करायचे आणि पुन्हा गप्प बसायचे. ही भूमिका तरुण टेक्नोसॅव्ही पिढीला अजिबातच मान्य नाही. त्यामुळे तरुणाई अन्यायाविरुद्ध थेट रस्त्यावर उतरत आहे. लोकपालचा लढा तसेच दिल्लीत गेल्या वर्षी झालेल्या बलात्काराच्या घटनेनंतर निर्माण झालेल्या प्रक्षोभामध्ये तरुणांचा सहभाग लक्षणीय होता. आम आदमी पक्षालाही याच तरुण मतदारांनी सर्वाधिक कौल दिला, हे आता आकडेवारीवरून स्पष्ट झाले आहे. एका बाजूला समस्त राजकीय पक्षांसाठी ही धोक्याची घंटा आहे, तर दुसऱ्या बाजूला सामाजिक आंदोलनांसाठी आशेचा सोनेरी किरण आहे.

अण्णा हजारे यांचे हे काही पहिलेच उपोषण नव्हते. यापूर्वी त्यांनी वेगवेगळ्या मागण्यांसाठी तब्बल सोळावेळा उपोषण केले होते. त्यामुळे राजकीय नेते या वेळी या उपोषणाची कितपत गांभीर्याने दखल घेतील याबाबत शंकाच होती. संसदेच्या हिवाळी अधिवेशनात लोकपाल विधेयक संमत करू, असे आश्वासन सरकारने दिले होते खरे. मात्र ते पुरे होईल याची कोणालाच खातरी नव्हती. गेली ४५ वर्षे देश ज्याची वाट पाहत होता, ते लोकपाल विधेयक राजकीय पक्षांच्या साठमारीत म्हणा किंवा संगनमताने म्हणा प्रत्यक्षात काही येत नव्हते. त्यामुळे आतापर्यंत किमान चार वेळा वेगवेगळ्या सरकारांनी लोकसभेत मांडलेले लोकपालचे विधेयक यंदाही बारगळणार असेच चित्र होते. समाजवादी पक्ष गोंधळ करून साऱ्या पक्षांना मदत करण्यात सज्ज होताच. मात्र झाले भलतेच! उपोषणाची झळ यंदा लगेचच दिल्लीला बसू लागली. बोचऱ्या थंडीतही संसदेतील वातावरण तापू लागले. दिल्लीत आम आदमी पक्षाने दिलेल्या हादऱ्याने काँग्रेस, भाजपच्या नेतृत्वापुढे अक्षरश: काजवे चमकले होते. आता जर लोकपाल विधेयक मंजूर झाले नाहीतर आगामी लोकसभा निवडणुकांत किती फटका बसेल, याचाच अंदाज प्रत्येक जण बांधू लागला होता. आणि यादिशेने पावले पडू लागली होती. दिल्लीतील सत्तेच्या गल्यांना, दरबारी राजकारणाला आता लोकपाल मंजूर केल्याशिवाय पर्याय नसल्याचे जाणवू लागले होते.

देश अशाप्रकारचे भारलेले वातावरण गेल्या कित्येक वर्षांत प्रथमच अनुभवत होता. एखाद्या विषयावर देशात अनेकदा सामाजिक आंदोलने, मोर्चे, उपोषणे झाली. पण सरकार नावाची यंत्रणा गेंड्याची कातडी पांघरून ढिम्मपणे बसत असे. त्यामुळे कोणताही प्रश्न निर्णायकरित्या सुटत नसे. मुंगीच्या पावलाने समस्या मार्गी लागत असे. त्यामुळेच लोकपालसारखे विधेयक तब्बल ४५ वर्षे संसदेत पडून होते. लोकभावना ही तत्कालिक असते. काही काळानंतर आंदोलनाचा जोर ओसरल्यानंतर ती क्षीण बनते आणि त्यातील शक्ती निघून जाते. यावर देशातील तमाम राजकीय पक्षांचा ठाम विश्वास आहे. त्यामुळेच भ्रष्टाचार, महागाई, बेरोजगारी असे प्रश्न अनेक वर्षे सामान्यांच्या रोजच्या जगण्यातील अडसर ठरले आहेत. त्यावर तोडगा

काढण्याची राजकीय पक्षांना कधी निकडच भासली नाही. कारण या प्रश्नांमुळे निदान अलीकडच्या काळात तरी कोणाची सत्ता गेल्याचे उदाहरण घडलेले नव्हते. मात्र दिल्लीच्या जनतेने अरविंद केजरीवाल यांच्यासारख्या बिगरराजकीय व्यक्तीने स्थापन केलेल्या आम आदमी पक्षाच्या हाती सत्तेची धुरा सोपवत तमाम राजकीय पक्षांना धोक्याचा इशारा दिला. 'शितावरून भाताची परीक्षा' ज्यांना करता येते त्यांनी या निकालाच योग्य तो बोध घेतला. आणि दिल्लीच्या सत्तेच्या धुंदीत वावरणाऱ्या राजकीय कॉरिडॉरमध्ये लोकपाल विधेयक मंजुरीच्या दिशेने पावले पडू लागली. ससंदेच्या सभागृहाबाहेर सत्तारूढ आणि विरोधी पक्षांमध्ये चर्चेच्या फेऱ्या झडू लागल्या. कॉंग्रेसचे उपाध्यक्ष राहुल गांधी, भारतीय जनता पक्षाचे राज्यसभेतील नेते अरुण जेटली यांनी पत्रकार परिषद घेऊन लोकपाल विधेयकांवरील आपल्या पक्षांच्या भूमिका स्पष्ट केल्या. दोन्ही राष्ट्रीय पक्ष आता लोकपालच्या मंजुरीसाठी पुढे सरसावले. हे चित्र काही वेगळेच सांगणारे होते.

अखेर हो-नाही करत राज्यसभेत लोकपाल विधेयक चर्चेला घेण्यात आले. इकडे राळेगणसिद्धीमध्ये अण्णांच्या उपोषणाला एक आठवडा झाला होता. त्यांचे उपोषण अजूनही सुरूच होते. राज्यसभेत १७ डिसेंबरला लोकपाल विधेयकावर चर्चा सुरू झाली. राज्यसभेत सत्तारूढ संयुक्त लोकशाही आघाडीचे बहुमत नसल्याने या सभागृहातील चर्चेला अधिक महत्त्व होते. या ठिकाणी विरोधक आपल्या मुद्यांवर ठाम राहू शकत होते. सरकारला आपल्या म्हणण्यानुसार वाकवू शकत होते. आणि झाले देखील तसेच. राज्यसभेत या विधेयकावर पाच तास अतिशय गांभीर्याने चर्चा झाली. समाजवादी पक्षाने विरोध केला. पण कॉंग्रेससह, सत्तारूढ आघाडी, भाजप, डाव्या पक्षांसह बहुतांश पक्षांनी पाठिंबा दिल्याने राज्यसभेत हे विधेयक त्यात सुचविलेल्या दुरुस्त्यांसह मंजूर झाले. लोकपाल विधेयकाच्या प्रवासातील मोठा अडसर दूर झाला. हे विधेयक जरी राजकीय पक्षांनी मंजूर केले असले, तरी याचे श्रेय अण्णा हजारेंच्या नेतृत्वाखाली झालेल्या जनआंदोलनाकडे आणि विशेषत: त्यासाठी रस्त्यावर उतरून संघर्ष करणाऱ्या सजग नागरिकांकडे जाते, हे विसरता कामा नये.

सळसळत्या आंदोलनाचे स्मरण

देशातील तरुण जर रस्त्यावर उतरला तर काय घडू शकते, हे यापूर्वी देशाने 'नवनिर्माण आंदोलना'च्या रूपाने अनुभवले आहे. सध्या साठीच्या घरात असलेल्या पिढीने गुजरात, बिहारमधून सुरू झालेले आणि नंतर साऱ्या देशभर पसरलेले हे जबरदस्त स्थित्यंतर अगदीच जवळून अनुभवले आहे. मात्र आजच्या तरुणाईला त्याची फारशी माहिती

नाही. लोकपालच्या निमित्ताने या सळसळत्या इतिहासाचे पुन्हा स्मरण होणे स्वाभाविक आहे. या आंदोलनामुळे नवा इतिहास रचला आहे. त्यामुळे लोकपालसाठीचा लढा सुरू असताना जयप्रकाश नारायण (जे. पी.) यांच्या नेतृत्वाखाली झालेल्या नवनिर्माण आंदोलनाची आठवण झाल्याशिवाय राहत नाही. या दोन्ही देशव्यापी आंदोलनांची तुलना करणे योग्य नाही. कारण त्या-त्या वेळची परिस्थिती, लढ्याचे नेतृत्व यामध्ये मोठे अंतर आहे. पण या दोन्ही आंदोलनांमध्ये अनेक साम्यस्थळेही आहेत. त्यामुळे जयप्रकाश नारायण यांच्या आंदोलनाचे स्मरण लोकांना होणार यात शंका नाही. तसेच प्रत्येक जण आपापल्या नजरेतून या आंदोलनाची तुलनाही करणारच आणि हे अपरिहार्यदेखील आहे. दोन्ही लढे हे नागरिकांचे होते. त्याचा देशाच्या इतिहासावर दीर्घ परिणाम झाला आणि होणार आहे. त्यामुळेच जयप्रकाश नारायण यांच्या लढ्याचा येथे थोडक्यात ऊहापोह केला आहे.

भ्रष्टाचाराविरुद्ध पहिला उद्रेक

भ्रष्टाचाराविरोधातील देशातील पहिले यशस्वी आंदोलन म्हणून गुजरातमधील विद्यार्थी आंदोलनाकडे पाहावे लागेल. त्यामुळेच या लढ्याला स्वातंत्र्योत्तर भारतात महत्त्वाचे स्थान आहे. गुजरातची भूमी ही राष्ट्रपिता महात्मा गांधीजींची जन्मभूमी. मात्र या राज्यातील काँग्रेसची राजवट भ्रष्टाचारामुळे कुप्रसिद्ध झाली होती. काँग्रेसचे तरुण नेते चिमणभाई पटेल, हे त्या वेळी राज्याचे मुख्यमंत्री होते. योगायोगाने याच काळात राज्यात मोठा दुष्काळ पडला. यामुळे अन्नधान्य, खाद्यतेलाचे भाव आकाशाला भिडले. भ्रष्टाचारात महागाईची भर पडली आणि जनतेच्या रागाला पारावार उरला नाही. संतापाची ही वाफ अहमदाबादमधील एल. डी. इंजिनीअरिंग महाविद्यालयातील विद्यार्थ्यांच्या आंदोलनाच्या रूपाने बाहेर पडली. मुलांच्या मेसचे मासिक बिल सत्तर रुपयांवरून शंभर रुपये झाल्याचे निमित्त घडले. १९७४मध्ये या विद्यार्थ्यांनी चिमणभाई सरकार बरखास्त करण्याची मागणी केली आणि आंदोलन सुरू केले. चिमणभाई पटेल यांच्यासारखा तरुण मुख्यमंत्र्याला 'चिमणचोर' या नावाने संबोधले जाऊ लागले.

महागाईने आधीच होरपळत असलेला सामान्य माणूसदेखील या आंदोलनात उतरला आणि या लढ्याचे स्वरूप व्यापक बनले. केवळ एका वर्षांत तेलाचे दर किलोमागे चांगलेच वाढले होते. तेल व्यापाऱ्यांकडून मुख्यमंत्री टक्केवारी घेत असून त्यामुळेच तेलाचे दर वाढविण्यास त्यांनी मंजुरी दिल्याचा आरोप पटेल यांच्यावर होऊ लागला. आंदोलन हिंसक बनू लागले. मंत्र्यांच्या घरावर मोर्चे निघू लागले. लष्कराला पाचारण करावे लागले. पोलिसांच्या गोळीबारात अनेकांचा बळी गेला.

यामुळे हे आंदोलन साऱ्या राज्यात पसरले. ४० शहरांत संचारबंदी लागू करण्यात आली. अखेर तत्कालिन पंतप्रधान इंदिरा गांधी यांनी १९७४मध्येच सरकार बरखास्त करत राष्ट्रपती राजवट लागू केली. चिमणभाई पटेल यांची पक्षातून हकालपट्टी करण्यात आली. भ्रष्टाचाराच्या आरोपावरून एकाद्या मुख्यमंत्र्याला सत्तेतून पायउतार व्हावे लागण्याची देशातील ही पहिलीच घटना होती. यामुळे परिस्थितीत फारशी सुधारणा झालीच नाही. त्यामुळे विद्यार्थ्यांनी नवनिर्माण आंदोलनाची घोषणा केली.

बिहारमध्ये विद्यार्थी रस्त्यावर

गुजरातच्या घटनांनी बिहारमधील विद्यार्थ्यांनाही प्रेरणा मिळाली. त्यांनी बिहारमधील गैरकारभाराबद्दल आंदोलन सुरू केले. बिहारमध्ये प्रचंड राजकीय अस्थैर्य माजले होते. जमिनीच्या विषम वाटपामुळे ग्रामीण भागात असंतोष धुमसत होता. तर शहरांत जीवनावश्यक वस्तूंच्या किमती आकाशाला भिडल्या होत्या. कम्युनिस्ट पक्षाच्या झेंड्याखाली डावे गट महागाईविरुद्ध एक आले होते. त्यांनी निदर्शने सुरू केली. 'पूरा राशन पूरा काम नही तो होगा चक्का जाम' या घोषणा त्यांनी प्रत्यक्षात उतरविल्या. त्यांचा लढा पाहून अखिल भारतीय विद्यार्थी परिषददेखील आंदोलनाच्या स्पर्धेत उतरली. अभाविप ही राष्ट्रीय स्वयंसेवक संघाशी संबंधित संघटना. अभाविप आणि बिगर कम्युनिस्ट गटांनी एकत्र येत 'छात्र संघर्ष समिती' या नावाने स्वत:चे एकजुटीचे व्यासपीठ स्थापन केले. या समितीच्या जागोजागी शाखा उघडल्या. विद्यार्थ्यांचे सारे जीवन ढवळून निघाले. वर्गातील शिक्षण जवळजवळ ठप्प झाले.

१८ मार्च, १९७४ रोजी विद्यार्थ्यांनी पाटण्यात विधानभवनावर मोर्चा काढला. पोलिसांनी त्यांना मागे रेटण्याचा प्रयत्न केला. त्या वेळी जमाव संतप्त झाला. जमावाने सरकारी कचेऱ्या, पोलीस स्टेशन्स, वृत्तपत्रांची कार्यालये इत्यादी वास्तूंना आगी लावल्या. त्यांची नासधूस केली. या धुमश्चक्रीत अनेक विद्यार्थी गंभीर जखमी झाले, तर तिघांचा बळी गेला. या घटनेनंतर विद्यार्थ्यांनी जयप्रकाश नारायण यांना या आंदोलनाचे नेतृत्व करण्याची विनंती केली. त्या वेळी जयप्रकाश नारायण ७१ वर्षांचे होते. यापूर्वी अनेक आंदोलनांचे त्यांनी नेतृत्व केले होते. सुमारे शंभराहून अधिक प्रश्न त्यांनी धसास लावले होते – काश्मीर असो की नागालँडची समस्या! त्या वेळी सरकारशी समेट घडवून आणण्यासाठी प्रयत्न केले होते. आता तर खुद्द त्यांच्या बिहार राज्यातील विद्यार्थ्यांनीच त्यांना नेतृत्व करण्याची गळ घातली होती. त्यामुळे ती नाकारणे त्यांना शक्यच नव्हते. देशाचे पहिले पंतप्रधान जवाहरलाल नेहरू यांच्या हयातीत जयप्रकाश नारायण यांनी त्यांच्यासमवेत अनेकदा संवाद

साधला होता. नेहरूंनी जयप्रकाश नारायण मंत्रीमंडळात सहभागी व्हावेत, यासाठी अनेकदा प्रयत्न केले होते. मात्र जयप्रकाशजींनी त्याला ठाम नकार दिला होता. स्वातंत्र्यलढ्यात सहभागी झालेले अनेक नेते मंत्री किंवा विविध सरकारी पदांवर विराजमान झाले होते. जयप्रकाश नारायण मात्र सरकारबाहेर राहून जेव्हा त्यांना वाटेल त्या वेळी ते नेहरूंच्या धोरणांवर टीका करत असत. यामुळे जयप्रकाश नारायण यांच्याभोवती एक वेगळेच वलय निर्माण झाले होते.

जयप्रकाश नारायण यांनी विध्यार्थ्यांचे नेतृत्व करण्याचे मान्य केले ते दोन अटींवर. एक म्हणजे, ही चळवळ अहिंसक असली पाहिजे आणि दुसरे म्हणजे, ती केवळ बिहारपुरती मर्यादित न राहता देशव्यापी असायला हवी. १९ मार्च, १९७४ रोजी पाटण्यात जेव्हा संघर्ष पेटला, त्या वेळी जयप्रकाशजी म्हणाले होते, मी आता गपचूप राहून सरकारचा गैरकारभार व भ्रष्टाचार पाहू शकत नाही. मग तो पाटण्यातला असो की दिल्लीतील किंवा अन्य ठिकाणचा. यासाठी मी स्वातंत्र्य चळवळीत भाग घेतलेला नव्हता. मी गैरकारभार, भ्रष्टाचार, काळाबाजार, नफेखोरी, साठेबाजी याविरुद्ध लढायचे ठरविले आहे. शैक्षणिक व्यवस्थेत आमूलाग्र बदल करण्यासाठी तसेच जनतेची खरी लोकशाही आणण्यासाठी मी लढणार आहे.

जयप्रकाशजींचा नैतिक अधिकार मोठा होता. त्यांच्या आगमनाने विद्यार्थी चळवळीला मोठी उभारी आली, तिचे नावही बदलले गेले. तोपर्यंत ती 'बिहार चळवळ' होती, आता ती 'जेपी चळवळ' झाली होती. जेपींनी विद्यार्थ्यांना वर्गावर बहिष्कार टाकण्यास सांगितले. शिक्षण सोडून लोकांत एक वर्षभर जागृती निर्माण करण्याचा आदेश दिला. साऱ्या बिहारमध्ये शाळा, महाविद्यालये बंद करू पाहणारे विद्यार्थी आणि पोलिसांच्या मदतीने ती सुरू ठेवण्याचा प्रयत्न करणारे संस्थाचालक असा संघर्ष पेटला. शहरात याचे लोण अधिक वेगाने फोफावले. कचेऱ्या, न्यायालये बंद पडल्या. प्रतिष्ठित कुटुंबातील महिला प्रथमच आपल्या लहान मुलांना घेऊन रस्त्यावर उतरल्या होत्या. पोलिसांनी रस्ते मोकळे करण्याचा प्रयत्न करताच विद्यार्थ्यांनी त्यांच्यावर काचेच्या बाटल्या, दगडांचा वर्षाव केला. पोलिसांनी त्यांना गोळ्यांनी प्रत्युत्तर दिले. या चकमकीत तिघांचा मृत्यू झाला, तर तीस गंभीर जखमी झाले.

संपूर्ण क्रांतीची घोषणा

चकमकीची घटना एप्रिल, १९७४मध्ये घडली. त्यानंतर बिहारमध्येही विधानसभा बरखास्त करून राष्ट्रपती राजवटीची मागणी सुरू झाली. ५ जून, १९७४ रोजी जेपींनी पाटण्यात एका प्रचंड अशा मिरवणुकीचे नेतृत्व केले. त्याची सांगता गांधी

मैदानावरील सभेने झाली. तेथेच जेपींनी संपूर्ण क्रांतीची घोषणा केली. स्वातंत्र्यचळवळीने जी आश्वासने दिली आहेत त्यांच्या पूर्ततेसाठी संपूर्ण क्रांती आवश्यक आहे, असे स्पष्ट करत जेपी म्हणाले, देशाला स्वातंत्र्य मिळून २७ वर्षे झालीतरी आपल्या देशात अजूनही भूक, महागाई व भ्रष्टाचार बोकाळला आहे. सर्व प्रकारच्या अन्याय व अत्याचाराने जनता भरडून निघत आहे. सभेला समोर प्रचंड संख्येने तरुण उपस्थित होते. त्यांना उद्देशून ते म्हणाले, 'पुढील रस्ता बिकट आहे. तुम्हाला लाठ्या काठ्या खाव्या लागतील. जेलमध्ये जावे लागेल. तुमची मालमत्ता काढून घेतली जाईल. पण अखेरीस विजय आपलाच होईल. तुमचे एक वर्ष नवा देश, नवा बिहार निर्माण करण्यासाठी द्या.' या सभेत जेपी प्रथमच संपूर्ण क्रांतीविषयी बोलले. विद्यार्थी म्हणजे युवा शक्ती. ऐन तारुण्यात असताना त्यांनी जे संपूर्ण क्रांतीचे स्वप्न पाहिले होते, ते त्यांना प्रत्यक्षात आणायचे होते.

ऑगस्ट, १९७४मध्ये जेपींनी बिहारचा दौरा केला. तेथे त्यांचे जंगी स्वागत झाले. याबाबत पत्रकार अजित भट्टाचार्य यांनी सविस्तर लिहिले आहे. ते लिहतात, प्रत्येक १०० यार्डांवर स्वागत कमानी होत्या. ठिकठिकाणी सभेसाठी प्रचंड गर्दी होत असे. प्रचंड गर्दीतून गाड्या इंचा इंचाने व्यासपीठाकडे सरकत असत. या कमालीच्या यशस्वी दौऱ्यानंतर जेपींनी साऱ्या विरोधी पक्षांची बैठक बोलाविली. लोकांमधील उत्साहाला वळण लावून देशव्यापी लोकचळवळ संघटित करण्याचा त्यांचा मानस होता. त्यासाठी त्यांनी सर्व विरोधक, कामगार संघटना, शेतकरी संघटनांना एकत्रित येण्याचे आवाहन केले होते.

त्याचाच एक भाग म्हणून जेपींनी ६ मार्च, १९७५ रोजी संसदेवर मोर्चाचे आयोजन केले. या वेळी जेपींशी चर्चा करावी, असे जाहीर आवाहन केंद्रीय मंत्री मोहन धारिया यांनी केले होते. त्यांना याचे प्रायश्चित्त भोगावे लागले. इंदिरा गांधींच्या मंत्रीमंडळातून त्यांची तत्काळ उचलबांगडी झाली. जेपींचा मोर्चा यशस्वी होऊ नये म्हणून सरकारने कंबरच कसली होती. इतर राज्यातून दिल्लीत वाहने आणण्यास मज्जाव करण्यात आला होता. बंदोबस्तासाठी तब्बल १५ हजार पोलीस होते. पण या बंदीला न जुमानता लोकांचे लोंढेच्या लोंढे राजाधानीत धडकू लागले. ६ मार्च रोजी जेपींनी संसदेच्या दिशेने चालायला सुरुवात केली. लोकांच्या मोर्चाचे नेतृत्व जेपी उघड्या जीपमधून करत होते. बोट क्लबवर त्यांची सभा होणार होती. रस्त्याच्या दुतर्फा नागरिकांनी तुफान गर्दी केली होती. लोक जेपींचे उत्साहात स्वागत करत होते. त्यांच्यावर फुलांच्या पाकळ्या तसेच पुष्पहारांचा वर्षाव होत होता. 'लोगोंका दिल बोल रहा है, इंदिराका सिंहासन डोल रहा है।' अशा घोषणांचे फलक लोकांच्या हातात होते. जेपींच्या जीपच्या मागे विरोधकांच्या जीप होत्या. मोर्चात तब्बल साडेसात लाख लोक सहभागी झाले होते. दिल्लीच्या इतिहासातील हा

सर्वांत मोठा मोर्चा होता. बोट क्लबवर जेपींनी हृदयाला ठाव घालणारे भाषण केले. त्यांनी या लढ्याची तुलना गांधीजींच्या मिठाच्या सत्याग्रहाशी केली.

आणीबाणी व विरोधकांची एकजूट

या भारलेल्या काळात अशा काही घटना घडल्या की, त्यामुळे देशाचे वातावरणच बदलून गेले. यामध्ये १२ जून, १९७५ रोजी अलाहबाद उच्च न्यायालयाने दिलेल्या निकालामुळे पंतप्रधान इंदिरा गांधी यांची लोकसभेची निवडणूक अवैध ठरविली. पुढे काहीच दिवसांनी २५ जून रोजी देशात आणीबाणी लादली गेली. जेपींसह विरोधी पक्षांच्या सर्व नेत्यांना अटक करण्यात आली. वृत्तपत्रांवर बंधने लादण्यात आली. या वेळी देशभरात सुमारे ३६ हजार जणांना मिसाखाली अटक करण्यात आली होती. पुढे दीड वर्षं देशात आणीबाणीचे काळे-पर्व सुरू होते. १८ जानेवारी, १९७७ रोजी इंदिरा गांधीनी लोकसभा विसर्जित करण्याची घोषणा करत निवडणुका जाहीर केल्या. सर्वांसाठी हा आश्चर्याचा धक्काच होता. आकाशवाणीवरून देशाला संबोधित करताना तत्कालिन पंतप्रधान इंदिरा गांधी म्हणाल्या, १८ महिन्यांपूर्वी देश संकटाच्या खाईत लोटला जाणार होता. त्यामुळे आणीबाणी जाहीर करावी लागली. आता परिस्थिती सुधारल्याने आपण निवडणुका घेऊ शकतो. आकाशवाणीवर हे भाषण सुरू असतानाच दुसऱ्या बाजूला राजकीय कैद्यांची तुरुंगातून मुक्तता करण्यात येत होती.

यानंतर अवघ्या चारच दिवसांनी २३ जानेवारीला जयप्रकाश नारायण यांच्या नेतृत्वाखाली जनता पक्षाच्या स्थापनेची औपचारिक घोषणा करण्यात आली. १९७३ ते १९७५ या काळात देशातील संघर्षाचे नेतृत्व ज्यांच्याकडे होते, तेच जेपी मुख्य प्रचारक होते. प्रकृती साथ देत नसतानाही त्यांनी देशाच्या मोठ्या शहरांत लाखोंच्या सभा घेतल्या. त्या वेळी जेपींचा इतका प्रभाव होता की, त्यांच्या झंझावातापुढे सारे निष्प्रभ झाले.

धक्कादायक निवडणूक निकाल

२२ मार्च, १९७७ रोजी या ऐतिहासिक निवडणुकीचे निकाल लागले. देशाच्या इतिहासातील धक्कादायक निकालांनी व्यापलेली ही निवडणूक होती. प्रत्यक्ष पंतप्रधान इंदिरा गांधी या त्यांच्या सुरक्षित अशा रायबरेली मतदारसंघातून पराभूत झाल्या. तर शेजारी अमेठीत संजय गांधी यांना नामोनिशाण नसलेल्या एका विद्यार्थ्यांने हरविले. उत्तर प्रदेशात सर्व ८५ तर बिहारमध्ये सर्व ५४ जागांवर काँग्रेस पराभूत झाली. देशात प्रथमच बिगरकाँग्रेस

सरकार सत्तेवर आले. पण सुरुवातीपासूनच पंतप्रधान कोणाला बनवायचे यावरून संघर्ष झाला. अखेर जेपी आणि जे. बी. कृपलानी या ज्येष्ठ नेत्यांनी ठरविल्याप्रमाणे मोरारजी देसाई पंतप्रधान झाले. बाबू जगजीवनराम संरक्षणमंत्री बनले. चरणसिंग यांना सत्ताकेंद्र असणारे गृहखाते देण्यात आले. जनसंघाचे नेते अटलबिहारी वाजपेयी परराष्ट्रमंत्री बनले, तर लालकृष्ण अडवानी नभोवाणीमंत्री झाले. अंतर्गत वादामुळे जनता सरकारचा प्रयोग फार काळ चालला नाही. पुढच्याच निवडणुकीत इंदिराजी पुन्हा सत्तेवर आल्या. मात्र असे असले तरी, १९७४मध्ये गुजरात, बिहारमधून सुरू झालेल्या विद्यार्थी आंदोलनाची परिणीती अखेर काँग्रेसचे सरकार सत्तेतून जाण्यात झाली होती. त्याचबरोबर नेहरू, गांधी घराण्याबाहेरील व्यक्ती, पक्ष प्रथमच देशात सत्तेवर आले. जेपींच्या चळवळीचे हे ठळक वैशिष्ट्य ठरले. स्वत: जेपींनी सत्तेत काडीचा रस नव्हता. त्यामुळे त्यांचे नैतिक अधिष्ठान मोठे होते. त्यामुळेच त्यांच्या पाठीशी जनता एकदिलाने उभी राहिली. आणि जेपींनी एक इतिहास घडविला. लोकशाहीच्या सबलीकरणासाठी हा लढा आवश्यकच होता. यामुळे विरोधी पक्षांनाही उमेद, विश्वास मिळाला. लोकशाहीत सत्तारूढ पक्षाप्रमाणेच विरोधकही सक्षम असण्याची गरज असते. तरच सामान्य जनतेच्या प्रश्नांना न्याय मिळतो. जेपींच्या आंदोलनाने हा हेतू बऱ्याच अंशी साध्य झाला. या आंदोलनानंतरच देशात विरोधी राजकीय पक्षांना प्रथमच जनाधार मिळाला. त्यावेळचे सरकार फार काळ टिकले नाही. मात्र त्यानंतर विविध निवडणुकांत विरोधकांनी सत्ता मिळवून जनतेच्या आकांक्षा पूर्ण करण्याचा प्रयत्न केला. आज देशात एकही असे राज्य नाही की, जेथे काँग्रेसतर पक्षाचे सरकार एकदा तरी सत्तेवर आलेले नाही.

सध्या तर देशात आघाडीचेच राजकारण स्थिरावले असून कोणताही एक पक्ष सत्तेत येण्याचे दिवस संपले आहेत. गेल्या २० वर्षांत देशात आघाडी सरकारांचे युग सुरू असून या काळात देशाने तब्बल सहा पंतप्रधान पाहिले आहेत. याची सुरुवात जेपींच्या आंदोलनामुळे झाली हे लक्षात घ्यावे लागेल.

जेपी ते अण्णा : आंदोलनांचा बदलता प्रवास

पूर्वी सभांना लाखोंचा जनसुमदाय उपस्थित राहत असे. आज तितके लोक येत नाहीत. पण याचा अर्थ प्रतिसाद कमी आहे असा नव्हे. कारण पाठिंबा देण्याचे स्वरूप आता बदलले आहे, समाजातील मोठ्या घटकाला आता व्यक्त होण्याची वेगवेगळी माध्यमे मिळाली आहेत. त्यामुळे सध्याची पिढी सोशल मीडिया, एसएमएस अशा विविध मार्गांनी आंदोलनात आपला सहभाग नोंदविते. त्याचबरोबर थेट दूरचित्रवाहिन्यामुळे घरबसल्या नेत्यांची भाषणे पाहायला मिळतात. त्यामुळे ती ऐकण्यासाठी प्रत्यक्षस्थळी

जाण्याची गरज भासत नाही, हे सुद्धा सभांना गर्दी कमी होण्याचे महत्त्वाचे कारण आहे. जेपी व अण्णा हजारे यांच्या आंदोलनांच्या काळादरम्यान देश बराच बदलला आहे. या बदलत्या आधुनिक भारताचे प्रतिबिंब या आंदोलनात ठळकपणे दिसून येते.

खरे पाहिल्यास जयप्रकाश नारायण आणि अण्णा हजारे यांच्या आंदोलनाची तुलना करण्याची आजिबात गरज नाही. पण देशाच्या इतिहासात 'संपूर्ण क्रांती आंदोलन' आणि लोकपालसाठी झालेला लढा यांना अनन्यसाधारण स्थान राहणार आहे. या दोन्ही आंदोलनाचा पुढे अनेक वर्षे देशाच्या तरुण पिढीवर प्रभाव राहणार आहे. त्यामुळे या आंदोलनांची एकाचवेळी चर्चा होणे स्वाभाविक आहे. त्याचबरोबर लोकपालसाठीच्या आंदोलनामुळे देशात इतिहासाची खऱ्या अर्थाने पुनरा:वृत्ती होत आहे.

जेपी आणि हजारे यांच्या आंदोलनातील सर्वांत महत्त्वाचे साम्य म्हणजे आंदोलनासाठी त्यांनी अनुसरलेला महात्मा गांधीजींचा मार्ग! या दोन्ही सामाजिक नेत्यांनी राष्ट्रिपिता महात्मा गांधीजींनी अनुसरलेल्या अहिंसावादी मार्गाचा अवलंब करत देशभर जनजागरण घडविले. सध्या देशाला गांधीजींच्या विचारांची फार मोठ्या प्रमाणात गरज आहे. त्यांच्या तत्वांचा अंमल करणे काळाचीच गरज आहे. गांधीमार्गाचा अवलंब करत आपल्या मागण्या मान्य करता येतात, त्यातून सर्वशक्तिमान अशा सरकारला माघार घ्यावीच लागते, हे नव्या पिढीला अण्णांनी दाखवून दिले आहे. गांधीजींचे तत्त्वज्ञान आजच्या काळातही तितकेच प्रभावी आहे, हे अण्णा हजारेंनी कोट्यवधी भारतीयांप्रमाणेच साऱ्या जगाला दाखवून दिले.

आंदोलनकाळात जयप्रकाश नारायण यांना त्यावेळच्या परिस्थितीवर ओढलेले ताशेरे आणि आजची देशाची परिस्थिती यामध्ये फारसा फरक पडलेला नाही. रामलीला मैदानावरील तसेच जंतरमंतरवर केलेली अण्णा हजारेंची भाषणे पाहिल्यास याची प्रचिती येते. त्या वेळी जेपींनी विद्यार्थ्यांना संबोधित करताना 'महागाई, भ्रष्टाचार, बेरोजगारी' या समस्यांचा ऊहापोह केला होता. आजही अण्णा हजारे यांनी याच समस्या मांडल्या आहेत. भ्रष्टाचाराला निपटून काढण्यासाठी प्रभावी लोकपाल कायदा आणण्यासाठी अण्णा आग्रही आहेत. आंदोलनाला जनमानसातून पाठिंबा मिळण्यासाठी तत्कालिक परिस्थिती कारणीभूत असते. त्या वेळी गुजरात, बिहारमधील भ्रष्टाचाराच्या मुद्यामुळे तेथील जनता त्रस्त होती. विद्यार्थी रस्त्यावर उतरले होते. त्यांनी जयप्रकाश नारायण यांना आंदोलनाचे नेतृत्व करण्याचे आवाहन केले. सध्या देशातील जनतेच्या मनात भ्रष्टाचाराच्या विरोधात कधी नव्हे इतकी चीड आहे. गेल्या पाच वर्षांत एकामागोमाग एक अशी भ्रष्टाचाराची अनेक प्रकरणे उघड झाली आहेत. राष्ट्रकुल स्पर्धांतील गैरव्यवहार, आदर्श गृहनिर्माण संस्थेतील घोटाळा, कोळसा खाण वाटप घोटाळा, टू जी स्पेक्ट्रम वाटप गैरव्यवहार अशा प्रकरणांतील हजारो कोटींचे आकडे ऐकून देशाची जनता अक्षरश: बधिरच झाली. त्यातील हजारो

कोटी रुपयांच्या भ्रष्टाचारामुळे जनतेच्या संयमाचीच जणू परीक्षा पाहिली गेली. विशेष म्हणजे या सर्व प्रकरणांत विविध पक्षांचे सत्तेतील मंत्री गुंतल्याचे स्पष्ट झाले. त्यामुळे जनतेचा राजकीय व्यवस्थेवरील विश्वासच उडू लागला आहे.

जेथे कोट्यवधी भारतीयांचे उत्पन्न दिवसाला अवघे दोन डॉलर इतकेही नाही. त्याच देशात अनेक जण भ्रष्ट मार्गाचा अवलंब करून पुढच्या अनेक पिढ्यांची सोय करताना दिसत आहेत. त्यामुळेच वर उल्लेख केलेल्या गैरव्यवहारांच्या प्रकरणांत अनेक मंत्र्यांना, राजकीय नेत्यांवर कारवाई झाली, अनेकांना अगदी तुरुंगवासही झाला. पण यामुळे नागरिकांचे समाधान झाले नाही. त्यांचा व्यवस्थेवरील राग कायम राहिला. त्यातच जागतिक आर्थिक परिस्थितीमुळे महागाई रोखण्यात सरकारला अपयश आले. त्यामुळे सामान्यांचे जगणेच मुश्कील झाले आहे. अशा वातावरणामुळेच सध्याच्या राजकीय, प्रशासकीय व्यवस्थेवरील जनतेचा विश्वास उडाला आहे. लोकांना व्यक्त होण्यासाठी चांगला, प्रामणिक पर्याय हवा आहे. विश्वास ठेवायला पात्र असे नेतृत्व हवे आहे. अशा सर्वसामान्यांना अण्णांच्या रूपाने जणू दिशा दाखविणारे नेतृत्व सापडले आहे. महागाई, भ्रष्टाचार, बेरोजगार अशा समस्यांनी ग्रासलेल्या नागरिकांनी हजारे यांच्या लढ्यात उत्फूर्त सहभाग घेतला तो यासाठीच!

राजकीय व बिगरराजकीय व्यासपीठ

जयप्रकाश नारायण यांनी सुरुवातीला विद्यार्थ्यांच्या लढ्याचे नेतृत्व केले. मात्र नंतर त्यांनी देशव्यापी लढा उभारला. त्याचदरम्यान तत्कालिन पंतप्रधान इंदिरा गांधी यांनी आणीबाणी लागू केली. यातून परिस्थिती इतकी बदलत गेली की, जेपींचा सुरुवातीचा भ्रष्टाचाराविरोधातील लढा नंतर आणीबाणीविरोधातील लोकशाहीच्या मागणीसाठीचा देशव्यापी लढा बनला. सर्व विरोधी पक्षांना एकत्र आणण्याची किमया जयप्रकाश नारायण यांनी साधली होती. त्यांच्या आंदोलनात कम्युनिस्ट पक्ष वगळता सर्व विरोधी पक्षांचे कार्यकर्ते सहभागी झाले होते. जेपींच्या आणि अण्णा हजारे यांच्या आंदोलनातील हा सर्वांत मोठा फरक आहे. कारण अण्णा हजारे यांनी कटाक्षाने आपले आंदोलन बिगरराजकीय ठेवले. २०११पासून ते अगदी २०१३च्या डिसेंबरमध्ये झालेल्या राळेगण सिद्धीतील उपोषणापर्यंत त्यांनी ही भूमिका कायम ठेवली. सर्वच राजकीय पक्ष भ्रष्ट असून त्यांनी या आंदोलनात सहभागी होऊ नये अशी या आंदोलनकर्त्यांची भावना होती. ज्या वेळी काही राजकीय पुढारी अण्णांना पाठिंबा देण्यासाठी व्यापीठावर येऊ पाहत होते तेव्हा त्यांना परत पाठविण्यात आले. दिल्लीतील पहिल्या उपोषणावेळी भाजपच्या नेत्या उमा भारती तसेच लोकदल पक्षाचे नेते ओमप्रकाश चौटाला अण्णांना भेटण्यास आले होते. पण त्यांना

भेट तर नाकारण्यात आलीच त्याशिवाय व्यासपीठावरही जाऊ दिले गेले नाही. त्यानंतर सर्वच राजकीय पक्षांच्या नेत्यांनी अण्णांच्या आंदोलनापासून स्वत:ला चार हात दूर ठेवले. अगदी अलीकडे राळेगण सिद्धीमध्ये झालेल्या उपोषणावेळी अण्णांनी लोकपालच्या लढ्यातूनच जन्माला आलेल्या आम आदमी पक्षालाही आंदोलनात येण्याची मुभा नाकारली. त्यामुळे अण्णांनी कटाक्षाने आपले आंदोलनाचे व्यासपीठ कायम बिगरराजकीय ठेवले. असे असूनही त्यांच्या आंदोलनाला जो अफाट प्रतिसाद, प्रेम लाभले ते केवळ लक्षणीय असे नसून अचंबित करणारे आहे. त्याचप्रमाणे ते अंतर्मुखदेखील करायला लावणारे आहे. लोकशाही देशांतच जर लोकांचा राजकीय पक्षांवरील विश्वास कमी होत असेल, तर ती चांगली बाब म्हणता येणार नाही. त्याचप्रमाणे जनआंदोलनातून राजकीय पक्षांना दूर ठेवणे, हे देखील सुदृढ लोकशाही व्यवस्थेसाठी चांगले नाही. अर्थात याला जबाबदार सामान्य जनता नसून राजकीय पक्षांची वर्तणूकच आहे. त्यामुळे ही परिस्थिती बदलण्याची खरी जबाबदारी राजकीय नेतृत्वाची आहे. भ्रष्टाचारी, गुन्हेगारी पार्श्वभूमी असणाऱ्यांना मोठ्या राजकीय पक्षांनी चार हात दूरच ठेवायला हवे. देशाचे राजकारण स्वच्छच ठेवण्याची खरी मोठी जबाबदारी त्यांचीच आहे. मात्र संख्याबळाला महत्त्व असलेल्या लोकशाही पद्धतीत निवडून येणाऱ्या संख्याबळानुसार सत्तेचे लंबक फिरते. त्यामुळे गेल्या काही वर्षांत निवडणुकात उमेदवारी देताना निवडून येण्याची क्षमता हा एक नवा निकष निर्माण झाला आहे. मग या निकषाखाली संबंधित उमेदवाराची पार्श्वभूमी, चारित्र या साऱ्या बाबी दुय्यम ठरविल्या जातात. त्याचाच ही मंडळी गैरफायदा घेतात. मात्र सध्या अशा लोकांनीच राजकारण व्यापले असल्याने सामान्य, मध्यमवर्गीय, चारित्र्यसंपन्न लोक फार वेगाने राजकारणापासून दूर जात आहेत. त्यामुळे मूठभर लोकांच्या हाती सत्ता एकवटत चालली आहे. देशाच्या लोकशाहीसाठी हे घातक आहे. पण व्यवस्थेत सारेच प्रवाहपतित होतात. अशा वेळी अण्णा हजारे यांनी लोकपालसाठी दिल्लीत लढा उभारला. त्यामुळे भ्रष्टाचाराबाबत ज्यांच्या मनात संतापाची भावना आहे, ते सारे कोणत्या ना कोणत्या मार्गाने अण्णांच्या आंदोलनात सहभागी झाले. त्यामुळेच लोकपालसाठीचे आंदोलन केवळ अण्णांचे न राहता साऱ्या समाजाचे झाले. आज लोकपालच्या लढ्यातूनच जन्माला आलेल्या आम आदमी पक्षाने दिल्लीत सत्ता मिळविली.

जात, पात, धर्म, पैसा, गुंडगिरी याचा लवलेश नसतानाही निवडणूक लढता येते आणि ती जिंकताही येते, हे आम आदमी पक्षाने दिल्लीत करून दाखविले. भारतीय समाजाला लोकपालच्या लढ्याने दिलेली ही फार मोठी देणगी आहे, असे म्हटले तर गैर ठरणार नाही. या लढ्याने सामान्य नागरिकांच्या मनात व्यवस्थेविरुद्ध लढण्याची ताकद निर्माण झाली आहे.

आंदोलनात बदलत्या भारताचे प्रतिबिंब

सध्याची देशातील परिस्थितीही सत्तरच्या दशकाप्रमाणेच आहे की काय, असे आता वाटू लागले आहे. याचे प्रत्यंतर लोकपालसाठीच्या आंदोलनावरून येते. लोकपालसाठी अण्णांना तीनदा प्राणांतिक उपोषण करावे लागले, हे विसरता कामा नये. अण्णा हजारे यांनी दिल्लीत जंतरमंतर येथे ५ एप्रिल, २०११ रोजी पहिल्यांदा उपोषण आरंभले. तेव्हा त्याला तरुणांचा अफाट प्रतिसाद मिळाला. हा प्रतिसाद पाहून सारे आवाक झाले. सारे राजकीय पक्ष, नेते, प्रसारमाध्यमे यामुळे स्तिमित झाले. दिल्लीने आजवर अनेक आंदोलने, मोर्चे, ठिय्या आंदोलने पाहिली होती. पण उपोषणाचा मार्ग त्यांच्यासाठी नवाच होता. अखेर सरकारने सशक्त लोकपालसाठी संयुक्त मसुदा समिती स्थापण्याचे आश्वासन दिल्यानंतर अण्णांनी पाच दिवसांचे उपोषण मागे घेतले. मात्र संसदेत विधेयक आणण्याचे आश्वासन सरकारने वेळेत पुरे न केल्याने अण्णांनी त्याच वर्षी ऑगस्टमध्ये उपोषणाचा इशारा दिला. त्या वेळी सरकारने थेट अण्णांना अटकच केली आणि त्यांची रवानगी तिहार मध्ये केली. याचे साऱ्या देशात संतप्त पडसाद उमटले. उपोषणापासून अण्णांना रोखण्याचा सरकारचा प्रयत्न होता. पण सामान्यांच्या विरोधामुळे सरकारची फजिती झाली. या वेळी अण्णांनी थेट तुरुंगातूनच उपोषण सुरू केले. अखेर जनमतापुढे सरकारला नमते घ्यावे लागले. आणि अण्णांना त्यांच्या मागणीनुसार रामलीला मैदानावर उपोषणाला परवानगी देणे भाग पडले. या वेळीदेखील आपल्या मागण्या मान्य करण्यासाठी अण्णांना तब्बल २८८ तास सलग उपोषण करावे लागले. अण्णांच्या मागण्या वैयक्तिक नव्हत्या, तर देशहिताच्याच होत्या, हे येथे लक्षात घ्यावे लागेल. दिल्लीतील अण्णांच्या या दोन्ही आंदोलनांना देशाच्या कानाकोपऱ्यांतून अफाट प्रतिसाद, पाठिंबा मिळाला. अण्णांच्या समर्थनासाठी रस्त्यावर उतरलेल्या लोकांमध्ये तरुणांची संख्या सर्वाधिक होती.

अण्णा हजारे यांच्या आंदोलनाला देशात मिळालेल्या प्रतिसादाने सारे गोंधळून गेले. यामध्ये राजकीय पक्ष, विश्लेषकांप्रमाणेच प्रसारमाध्यमांचाही समावेश होता. पण या प्रतिसादाचे कारण बदलत्या नव्या भारतात दडले आहे. आज देशात तिशीच्या आतील युवकांची संख्या तब्बल ५६ कोटींच्या आसपास आहे. देशाचे सध्याचे सरासरी वय २६ वर्षे आहे. सुमारे १२० कोटींच्या या देशात तब्बल ५५ कोटी मोबाइल फोन आहेत. त्यामुळे सोशल मीडिया जबरदस्त ताकदवान बनला आहे. लोकपालच्या लढ्यात फेसबुक, ट्विटरसारख्या सोशल मीडिया साइट्सनी आपली भूमिका अतिशय आक्रमकपणे बजावल्याचे सिद्ध झाले आहे. त्यातच माध्यमक्रांतीची जोड सध्याच्या समाजाला मिळाली आहे. सध्या देशात विविध भाषांतून चोवीस तास बातम्या प्रसारित करणारे शंभराहून अधिक टीव्ही चॅनेल्स

आहेत. या चॅनेल्सवरून अण्णांचे आंदोलन देशाच्याच नव्हे, तर जगाच्या कानाकोपऱ्यांत सहज पोहोचले. त्यामुळेच अण्णांच्या मोहिमेला अमेरिका, ब्रिटनमधील भारतीयांनीदेखील पाठिंबा दिला.

माध्यम क्रांतीमुळेच लोकपालच्या लढ्याला रस्त्यावर पाठिंबा मिळाला. तरुणांनी हा पाठिंबा क्षणिक किंवा भावनेच्या आहारी जात दिलेला नव्हता, हे आता स्पष्ट झाले आहे. कारण असे असते, तर केजरीवाल यांच्या पक्षाला फारसे यश लाभलेच नसते. पण तरुणांच्या मनात असंतोष खदखदत आहे. भ्रष्टाचार, सुमार प्रशासन यामुळे तरुणांच्या रागाला पारावार उरलेला नाही. सध्याच्या प्रस्थापित राजकीय चौकटीला ही जनता विटली आहे, हे अरविंद केजरीवाल यांनी वेळीच ओळखले. ते स्वत: आंदोलनात प्रत्यक्षात तरुणांच्या खांद्याला खांदा देत उतरले होते. त्यामुळे तरुणांच्या डोळ्यांतील धग त्यांना स्पष्टपणे जाणवत होती. इतर पक्षांच्या राजकीय नेत्यांना ती उमगलीच नाही. त्यामुळेच लोकपालच्या लढ्यातून निर्माण झालेली शक्ती मतांच्या रूपात परावर्तित करण्यात केजरीवालांना यश मिळाले.

या विजयानंतर दोनच दिवसांनी अण्णांनी आपल्या नव्या उपोषणाला राळेगणसिद्धीतून सुरुवात केली. यापूर्वी तब्बल तीनदा सुमारे वीस दिवस उपोषण करूनही सशक्त लोकपाल दृष्टिपथात आलाच नव्हता. राजकीय पक्ष या ना त्या कारणाने लोकपाल विधेयक लांबणीवर टाकत होते. पण अरविंद केजरीवाल यांच्या नव्या पक्षाच्या विजयानंतर सर्व राजकीय पक्षांच्या धुरंदर नेत्यांचे डोळे खाडकन उघडले. देशाचे जनमत कोणत्या दिशेने वाहत आहे, याचा अंदाज न येण्याएवढे येथील राजकीय नेते अपरिपक्व नक्कीच नाहीत. त्यामुळे यावेळच्या अण्णांच्या उपोषणाची दखल सरकारकडून तसेच विविध पक्षांकडून संसदेच्या अधिवेशनात तातडीने घेतली जाऊ लागली. देशाच्या बदलत्या वातावरणाचे हे व्यवच्छेदक लक्षण मानायला हवे.

१० अखेर लोकपाल गवसला!

"राजकारणात सहभागी न होण्याची शिक्षा म्हणजे, आपल्यापेक्षा कमी कुवतीच्या माणसांच्या सत्तेखाली राहणे."

– प्लेटो

२०११मध्ये अण्णा हजारे यांच्या लोकपालच्या मागणीसाठी सुरू केलेल्या आंदोलनाला मिळालेला पाठिंबा हा क्षणिक नसल्याचे दिल्लीत आम आदमी पक्षाच्या यशावरून सिद्ध झाले. भ्रष्टाचाराच्या मुद्यावर जनतेच्या मनात असंतोष खदखदत असून तो मतपेटीच्या रूपातून बाहेर पडू शकतो, याचे भान राजकीय पक्षांना दिल्लीच्या निकालांमुळे आले. आता लोकपाल न आणल्यास त्याचा फटका आपल्या पक्षाला बसू शकतो, हेही राजकीय पक्षांच्या ध्यानी आले. त्यामुळेच पंधरा दिवसांच्या संसदेच्या अधिवेशनात ४५ वर्षे भिजत पडलेले लोकपाल विधेयक मंजूर झाले. सारेच लोकप्रतिनिधी भ्रष्ट आणि सामाजिक कार्यकर्ते तेवढे स्वच्छ असे मानणे कोणत्याही लोकशाहीसाठी चांगले नाही. कोणत्याही परिस्थितीत एखादे पद किंवा व्यक्ती घटनेपेक्षा वरचढ होणे, भारताला परवडणारे नाही. त्यामुळेच लोकपाल आणताना ज्याप्रमाणे अण्णा हजारे, अरविंद केजरीवाल आणि त्यात सहभागी असणाऱ्या अन्य प्रभृतिंच्या सूचनांचा विचार करण्यात आला, त्याचप्रमाणे विविध राजकीय पक्षांच्या भूमिकाही समजावून घेण्यात आल्या, हे एका अर्थाने बरेच झाले.

अखेर तो दिवस उजाडला. गेली ४६ वर्षे देश ज्याची वाट पाहत होता, तो लोकपाल अखेर दृष्टिपथात आला. देशाच्या लोकशाही इतिहासातील हा क्रांतिकारी क्षण होता. १८ डिसेंबर, २०१३च्या गुरुवारकडे साऱ्या देशवासियांच्या नजरा खीळल्या होत्या. प्रदीर्घ चर्चेनंतर लोकसभेने अखेर 'लोकपाल' आणि 'लोकायुक्त विधेयक २०११' हे संमत केले. यामुळे निर्माण झालेल्या कायद्यामुळे लोकपालच्या नियुक्तीचा मार्ग मोकळा झाला. त्याच्या आदल्याच दिवशी १७ डिसेंबरला राज्यसभेने बारा दुरुस्त्यांसह विधेयकाला मंजुरी दिली होती. या दुरुस्तीमुळे लोकपाल अधिक शक्तिमान झाला होता. लोकायुक्तांच्या नजरेखाली पंतप्रधान कार्यालयसुद्धा आले होते. आंदोलनाचा हा मोठा विजयच मानला जातो.

भारतात गेल्या ४५ वर्षांपासून लोकपाल विधेयक प्रलंबित होते. १९६९मध्ये पहिल्या लोकपाल विधेयकाला चौथ्या लोकसभेने मंजुरी दिली. मात्र राज्यसभेत ते मंजूर होऊ शकले नाही.

भ्रष्टाचार प्रकरणी पंतप्रधान, अन्य मंत्री आणि खासदारांविरुद्ध लोकायुक्तांकडे तक्रार करता येईल, अशी तरतूद लोकपाल विधेयकात करण्यात आल्याने त्याला सातत्याने विरोध होत होता, असे मानले जाते. प्रशासन सुधारणा आयोगाने (एआरसी) याबाबतची शिफारस केली आहे. आयोगाने ही शिफारस करताना म्हटले आहे की, यामुळे केवळ लोकांच्या मनातील अन्यायाची भावना दूर होण्यास मदत होणार नाही, तर प्रशासन यंत्रणेच्या कार्यक्षमतेवर लोकांचा विश्वास वाढण्यासाठी याची नितांत आवश्यकता आहे. यानंतर लोकपाल विधेयक पहिल्यांदा चौथ्या लोकसभेत १९६८मध्ये मांडण्यात आले आणि तेथेच १९६९मध्ये या विधेयकाला मंजुरीही मिळाली.

दरम्यान राज्यसभेत हे विधेयक प्रलंबित असतानाच लोकसभा विसर्जित झाली. अशाप्रकारे या पहिल्या लोकपाल विधेयकाचा बळी गेला. त्यानंतर या विधेयकाचे पुनरुज्जीवन करण्यात आले आणि संसदेत ते पुन्हा अनुक्रमे १९७१, १९७७, १९८५, १९८९, १९९६, १९९८, २००१, २००५ आणि त्यांनतर अगदी अलीकडे म्हणजे २००८मध्ये मांडण्यात आले. ज्या-ज्या वेळी हे विधेयक संसदेत मांडण्यात आले, त्या-त्या वेळी त्यात सुधारणा करण्याच्या हेतूने ते कोणत्या ना

कोणत्या समितीकडे पाठविण्यात आले. कधी संयुक्त संसदीय समितीपुढे, तर कधी गृहमंत्रालयाच्या स्थायी समितीपुढे. यावर सरकार अंतिम निर्णय घेण्यापूर्वीच लोकसभा विसर्जित झाली. प्रत्येक वेळी हेच घडले!!

अखेर लोकपाल आला

पंधराव्या लोकसभेने १८ डिसेंबर, २०१३ रोजी लोकपाल आणि लोकायुक्त विधेयक आवाजी मतदानाने संमत केले. हा दिवस भारतीय लोकशाहीच्या इतिहासातील संस्मरणीय दिवस ठरला आहे. या वेळी केलेल्या भाषणांत लोकसभेतील विरोधी पक्षनेत्या सुषमा स्वराज यांनी हे विधेयक मंजूर होण्यामागे ज्येष्ठ समाजसेवक अण्णा हजारे यांचे उपोषण आणि जनमताचा रेटा कारणीभूत असल्याचे स्पष्टपणे नमूद केले. त्यामुळे विधेयक मंजूर केल्याचे श्रेय कोणत्याही राजकीय पक्षाचे नसून, अण्णा हजारे यांनाच असल्याचे त्यांनी निक्षून सांगितले.

या वेळी सत्तारूढ पक्षातर्फे काँग्रेसचे उपाध्यक्ष राहुल गांधी यांनी विधेयकावर आपली भूमिका मांडली. राहुल गांधी म्हणाले, तत्कालीन पंतप्रधान इंदिरा गांधी यांच्या सरकारने १९६८मध्ये लोकपाल विधेयक सादर केले. तेव्हापासून गेली ४५ वर्षे हे विधेयक संमतीच्या प्रतीक्षेत आहे. लोकपाल विधेयक संमत करण्याची ऐतिहासिक संधी या सभागृहाला मिळाली आहे. त्यामुळे सर्व राजकीय पक्षांनी याला पाठिंबा द्यावा. माहिती अधिकाराचे विधेयक संमत करून या सरकारने पहिल्यांदाच भ्रष्टाचार करणाऱ्यांना मोठा दणका दिला आहे. भ्रष्टाचार निपटून काढण्यासाठी, त्याचप्रमाणे सरकारी अधिकाऱ्यांच्या उत्तरदायित्वासाठी सशक्त लोकपाल विधेयकाची गरज आहे. अर्थात एकटे लोकपाल विधेयक भ्रष्टाचार निपटून काढण्यासाठी पुरेसे होणार नाही. त्यासाठी आपल्याला देशात सर्वंकष अशी भ्रष्टाचार विरोधी आचारसंहिता आणावी लागणार आहे. सत्तारूढ संयुक्त पुरोगामी आघाडीच्या सरकारने भ्रष्टाचारविरोधी आठ नवे कायदे असणारी अतिशय शक्तिशाली कायदेशीर चौकट तयार केली आहे. लोकपाल विधेयक मंजूर झाल्यानंतरही आणखी चार कायदे लोकसभेत, तर दोन कायदे राज्यसभेत मंजुरीसाठी प्रतीक्षेत आहेत. भ्रष्टाचाराच्या विरोधातील उर्वरित सर्व सहा कायदे संमत करणे, आपले नैतिक कर्तव्य आहे. पंधरावी लोकसभा आपला कार्यकाळ संपण्यापूर्वी हे सारे कायदे संमत करेल आणि आपल्यावरील मोठी जबाबदारी पार पाडेल, याची मला पूर्ण खातरी आहे.

या प्रलंबित विधेयकांमध्ये 'भ्रष्टाचार (सुधारणा) विधेयक २०१३', 'पब्लिक प्रोक्युअरमेंट बिल', 'व्हिसल-ब्लोअर संरक्षण विधेयक', 'ज्युडिशियल स्टँडर्डस

बिल' आदींचा समावेश आहे.

सुमारे तीस ते पस्तीस राजकीय पक्षांचे सदस्य संसदेत प्रतिनिधित्व करतात. मात्र या सर्वच राजकीय पक्षांनी लोकपाल विधेयकाला पाठिंबा दिला नाही. सर्वांत कडवा विरोध केला, तो समाजवादी पक्षाने. या पक्षाचे नेते मुलायमसिंह यादव यांनी या विधेयकावरील चर्चेत सहभागी होताना, 'लोकपालमुळे प्रशासनात सुधारणा होण्याऐवजी ते ठप्प होईल, अशी भीती व्यक्त केली. ते म्हणाले, लोकपालच्या भीतीमुळे कोणताही अधिकारी फाइलवर सहीदेखील करणार नाही. त्याला सही करताना प्रत्येक वेळी लोकपालच समोर दिसेल. त्याच्या निर्णयाची लोकपालकडून चौकशी होईल, याची भीती सतत त्याला सतावेल.'

मुलायसिंह पुढे म्हणाले, 'सर्व लोकप्रतिनिधी भ्रष्टच आहेत,' असे मानून हे विधेयक बनविले जात आहे. पंतप्रधानांसारख्या सर्वोच्च पदावरील व्यक्तीलादेखील लोकपालच्या कक्षेत आणणे, ही मोठी चूक आहे. भविष्यात याचे गंभीर परिणाम भोगावे लागतील, हे मी आत्ताच सांगून ठेवतो. त्यामुळे काँग्रेस व भाजप यांसारख्या मोठ्या पक्षांनी आताच याची दखल घेऊन यात तातडीने सुधारणा कराव्यात. पंतप्रधान हा संसदेला आणि जनतेला म्हणजेच पर्यायाने निवडून आलेल्या संसद सदस्यांना उत्तरदायी असतो. त्यामुळे काँग्रेस व भाजप या परस्परविरोधी पक्षांनी या विधेयकावर कशी काय हातमिळवणी केली कोणास ठाऊक! 'लोकप्रतिनिधींचे अधिकार कमी करणारे विधेयक हे मोठे पक्ष कसे काय आणू शकतात', अशी विचारणादेखील मुलायमसिंह यांनी केली. त्यानंतर त्यांच्या नेतृत्वाखाली समाजवादी पक्षाने मतदानावर बहिष्कार घातला. यानंतर आवाजी मतदानाने लोकपाल आणि लोकायुक्त विधेयक मंजूर झाले आणि या ऐतिहासिक कायद्याची निर्मिती झाली. लोकपाल विधेयकावर घेतलेल्या आवाजी मतदानावर केवळ शिवसेनेने विरोधी मतदान केले. समाजवादी पक्षाप्रमाणेच या पक्षानेही लोकपालला विरोध दर्शविला.

अणणांकडून स्वागत, उपोषण मागे

अहमदनगर जिल्ह्यातील राळेगण सिद्धी येथे उपोषणाला बसलेल्या अण्णा हजारे यांनी दिल्लीत संसदेमध्ये झालेल्या या ऐतिहासिक निर्णयाचे जाहीर स्वागत केले. लोकपालच्या मागणीसाठी अण्णा हजारे तब्बल चौथ्यांदा उपोषणाला बसले होते. यापूर्वीच्या त्यांच्या सर्व आंदोलनाला जनतेकडून मोठा प्रतिसाद लाभला होता. त्यामुळेच राजकीय पक्षांवर दबाव कायम राहिला होता. लोकपालप्रमाणेच प्रत्येक राज्यात लोकायुक्ताची नेमणूक बंधनकारक करण्याचे या वेळी ठरविण्यात आले. दोन वर्षांपूर्वी लोकायुक्त नेमण्याच्या

मुद्द्यावरून संसदेत कोंडी झाली होती. २०११मध्ये याच मुद्द्यावरून हे विधेयक अडून राहिले होते. त्यामुळे नवे मंजूर झालेले विधेयक हा अण्णा हजारे यांच्या अविरत आंदोलनाची यशस्वी परिणिती होती. लोकसभेत विधेयक मंजूर झाल्यानंतर त्यांनी आपले नऊ दिवसांचे उपोषण मागे घेतले.

लोकपाल विधेयकातील महत्त्वाच्या तरतूदी

◆ या कायद्यानुसार आता देशात लोकपाल असेल, तर प्रत्येक राज्यात स्वतंत्र लोकायुक्त असेल.

◆ 'लोकपाल' ह्या संकल्पनेतील समितीत एक अध्यक्ष असेल आणि जास्तीत जास्त आठ सदस्य असतील.

◆ या सदस्यांपैकी निम्मे सदस्य हे न्यायपालिकेशी संबंधित असतील.

◆ लोकपालमधील निम्मे सदस्य हे एससी, एसटी, ओबीसी, अल्पसंख्यांक, महिला यांतून निवडले जातील.

◆ लोकपाल तसेच अन्य सदस्य कोणत्याही राजकीय पक्षाशी संबंधित नसतील.

◆ यामधील एक सदस्य हा राष्ट्रपतींनी नामनिर्देशित केलेला विधीज्ञ असेल.

◆ लोकपालच्या अध्यक्षांची तसेच अन्य सदस्यांची निवड एका अतिवरिष्ठ निवड समितीतर्फे करण्यात येईल.

◆ या निवड समितीमध्ये पंतप्रधान, लोकसभा सभापती, लोकसभेतील विरोधी पक्षनेते, सर्वोच्च न्यायालयाचे मुख्य न्यायाधीश किंवा मुख्य न्यायाधीशांनी सुचविलेले सर्वोच्च न्यायालयातील एक न्यायाधीश यांचा समावेश असेल.

◆ या चार जणांच्या निवड समितीने सुचविलेल्या ज्येष्ठ विधीज्ञांपैकी एकाची नियुक्ती राष्ट्रपतींनकडून करण्यात येईल.

◆ पंतप्रधानांसह सर्व केंद्रीय मत्री, ज्येष्ठ प्रशासकीय, सनदी अधिकारी (वर्ग १ ते ४ या श्रेणीतील.) लोकपालच्या कार्यकक्षेत असतील.

◆ लष्कर, नौदल आणि किनारा सुरक्षा दलाच्या अधिकाऱ्यांना लोकपालच्या कक्षेतून वगळण्यात आले आहे. ते लोकपालच्या कक्षेबाहेर असतील.

◆ परदेशातून येणारी दहा लाख रुपयांवरील कोणतीही देणगी लोकपालच्या कार्यकक्षेत मोडेल.

◆ प्रामाणिक व योग्य प्रशासकीय सनदी अधिकाऱ्याला लोकपाल संरक्षण देईल. त्याच्याकडे या अधिकाऱ्याला दाद मागता येईल.

◆ लोकपालला केंद्रीय गुप्तचर संस्थेसह (सीबीआय) कोणत्याही तपास संस्थेला आदेश तसेच दिशा देण्याचे अधिकार असतील.

◆ लोकपाल या संस्थांकडे चौकशीसाठी प्रकरणेदेखील पाठवू शकेल. या प्रकरणांच्या चौकशीवर देखरेख ठेवण्याचे आधिकार लोकपालला असतील.

◆ सीबीआयच्या संचालकांच्या नियुक्तीबाबत पंतप्रधानांच्या नेतृत्वाखालील उच्चस्तरीय समिती लोकपालकडे नावे सुचवेल.

◆ सीबीआयच्या संचालकांची नियुक्ती केंद्रीय दक्षता आयोगाच्या शिफारशीवरून केली जाईल.

◆ सीबीआयच्या तपास अधिकाऱ्याची बदली रोखण्याचे तसेच ती करण्याचे अधिकार लोकपालला असतील.

◆ लोकपाल कायदा अस्तित्वात आल्यानंतर ३६५ दिवसांत राज्याच्या विधीमंडळात ठराव संमत करून प्रत्येक राज्याला लोकायुक्ताची नेमणूक करणे बंधनकारक असेल.

लोकपाल विधेयक शक्तिमान का?

◆ लोकपालने सीबीआयसह कोणत्याही संस्थेकडे चौकशीसाठी पाठविलेल्या कोणत्याही प्रकरणामध्ये हस्तक्षेप करण्याचा तसेच तपाससंस्थेला आदेश देण्याचा लोकपालला अधिकार असेल.

◆ सीबीआयच्या संचालकांच्या नियुक्तीबाबत पंतप्रधानांच्या अध्यक्षतेखालील उच्चस्तरीय समिती नावे सुचवेल. या समितीमध्ये पंतप्रधानांसह लोकसभेतील विरोधी पक्षनेते, मुख्य सरन्यायाधीशांचा समावेश असेल. या समितीवर देखरेख ठेवण्याचा अधिकार लोकपालला असेल. पर्यायाने सीबीआय संचालकांच्या नियुक्तीवर लोकपालची नजर असणार आहे.

◆ प्रशासकीय किंवा सनदी अधिकाऱ्याच्या चौकशीला परवानगी देण्याचे अधिकार लोकपालला बहाल.

◆ एखाद्या महत्त्वाच्या प्रकरणाच्या चौकशीसाठी लोकपालच्या परवानगीने वकिलांची नेमणूक करण्याचा सीबीआयला अधिकार. यामुळे सरकारी वकिलांवर अवलंबून राहण्याची गरज सीबीआयला भासणार नाही. या तरतुदींमुळे चौकशी अधिक निपक्षपणे होण्याची शक्यता वाढेल.

◆ या विधेयकामुळे कोणत्याही खटल्याची समय निश्चिती करण्याची मुभा लोकपालला असेल. यामुळे एखाद्या प्रकरणाची प्राथमिक चौकशी किती काळात पूर्ण करायची, खटला किती काळात चालवायचा याची निश्चिती वा समय लोकपाल निश्चित करून देणार आहे. यामुळे खटल्याचा निकाल निश्चित समयनिश्चितीमध्ये होण्यासाठी मदत

होईल. प्रलंबित खटल्यांचे प्रमाण झपाट्याने घटेल.

- या विधेयकामुळे एखाद्या प्रकरणात आवश्यकता वाटल्यास छापे टाकण्याचाही अधिकार लोकपालला प्राप्त.
- एखाद्या प्रकरणाची चौकशी सुरू असताना देखील भ्रष्ट व्यक्तीची बेनामी, भ्रष्ट मार्गाने मिळवलेली मालमत्ता जप्त करण्याचे लोकपालला अधिकार असतील.
- केंद्रीय दक्षता आयोगाच्या शिफारसीनुसार चौकशी अधिकाऱ्याची नियुक्ती होणार.
- कोणत्याही प्रकरणाचा चौकशी अधिकारी सीबीआय संचालकांच्या नियंत्रणाखाली येणार. सध्या कायदे मंत्रालयाकडे या अधिकाऱ्याचे नियंत्रण असते. त्यामुळे सरकारी हस्तक्षेपाची शक्यता बळावते. नव्या विधेयकामुळे ही शक्यता दूर होईल.
- सीबीआय संचालकाप्रमाणेच चौकशी अधिकाऱ्यांचा कार्यकाळही निश्चित. हा कार्यकाळ दोन वर्षांचा असेल.

आम आदमी पक्षाचे आक्षेप

संसदेत मंजूर झालेल्या लोकपाल विधेयकाला ज्येष्ठ समाजसेवक अण्णा हजारे यांनी जाहीर पाठिंबा व्यक्त केला. मात्र २०११मध्ये दिल्लीतील जंतरमंतर येथे हजारे यांच्या नेतृत्वाखाली झालेल्या लढ्यात सहभागी झालेले आम आदमी पक्षाचे नेते अरविंद केजरीवाल, मनीष सिसोदिया, कुमार विश्वास आदींनी या विधेयकातील महत्त्वाच्या तरतुदींना आक्षेप घेतले. आम आदमी पक्षाने या लोकपालची संभावना 'सरकारी जोकपाल' अशी केली. आणि त्यांनी प्रस्तावित केलेल्या लोकपालला, 'जनलोकपाल' असे नाव ठेवले. अर्थात समाजसेवक अण्णा हजारे यांनी संसदेत संमत झालेल्या लोकपाल विधेयकाला पाठिंबा दिल्याने सरकारचे नैतिक बळ वाढले होते. त्यामुळे सरकारने आम आदमी पक्षाच्या आक्षेपांकडे साफ दुर्लक्ष करणे पसंत केले. मात्र आम आदमी पक्षाचे कोणते आक्षेप होते, हे पाहणे गरजेचे आहे.

लोकपालच्या नेमणूक प्रक्रियेवर आम आदमी पक्षाचा मुख्य आक्षेप होता. नव्या विधेयकानुसार लोकपालच्या अध्यक्षांची तसेच अन्य सदस्यांची निवड एका अतिवरिष्ठ निवड समितीतर्फे करण्यात येणार आहे. या निवड समितीमध्ये पंतप्रधान, लोकसभा सभापती, लोकसभेतील विरोधी पक्षनेते, सर्वोच्च न्यायालयाचे मुख्य न्यायाधीश किंवा मुख्य न्यायाधीशांनी सुचविलेले सर्वोच्च न्यायालयातील एक न्यायाधीश यांचा समावेश असेल. आम आदमी पक्षाच्या मते निवड समितीतील बहुतांश सदस्य हे राजकीय पक्षांचे प्रतिनिधी आहेत. त्यामुळे त्यांचे हितसंबंध या ना त्या कारणाने लोकपालच्या नियुक्तीत गुंतलेले असणार यात शंका नाही. कोणताही लोकपाल

कमकुवत असावा, शक्यतो शक्तिशाली नसावा, याकडेच या राजकीय प्रतिनिधींचा कल असणार आहे. परिणामी सशक्त लोकपालच्या निर्मितीलाच खीळ बसणार आहे. आम आदमी पक्षाच्या शिफारसींनुसार जनलोकपालची निवड समिती सात सदस्यांची असावी. यामध्ये पंतप्रधान, लोकसभेतील विरोधी पक्षनेते, सर्वोच्च न्यायालयाचे दोन न्यायाधीश, उच्च न्यायालयाचे दोन न्यायाधीश, केंद्रीय दक्षता आयोग, निवडणूक आयोग तसेच महालेखापाल (कॅग) या तीन स्वायत्त संस्थांनी नामनिर्देशित केलेला एक प्रतिनिधी यांचा समावेश असायला हवा.

आम आदमी पक्षाने लोकपालच्या बडतर्फीच्या तरतुदींवरदेखील आक्षेप घेतला आहे. संसदेत सध्या संमत झालेल्या विधेयकानुसार सरकार किंवा शंभर खासदार लोकपालच्या हकालपट्टीसाठी सर्वोच्च न्यायालयात दाद मागू शकतात. यामुळे एका अर्थाने लोकपालचे निलंबन राजकीय नियंत्रणाखाली येते. यालाच आम आदमी पक्षाचा प्रमुख आक्षेप आहे. जनलोकपालमध्ये प्रत्येक नागरिकाला लोकपालमधील सदस्याविरुद्ध तक्रार करण्याचा अधिकार असावा, अशी मागणी आम आदमी पक्षातर्फे करण्यात आली आहे.

सरकारने मंजूर केलेल्या विधेयकानुसार सीबीआयसह कोणत्याही इतर संस्थांकडून होणाऱ्या चौकशींची प्रकरणे लोकपालकडे येतील. सीबीआयसह इतर चौकशी करणाऱ्या अन्य संस्था या सरकारच्याच नियंत्रणाखाली असतील. त्यामुळे त्यामध्ये सरकारचा किंवा राजकीय पक्षांचा हस्तक्षेप होईल, असे आम आदमी पक्षाचे म्हणणे आहे. या पक्षाच्या म्हणण्यानुसार सीबीआय अधिकाऱ्यांची नेमणूक तसेच बदली ही सरकारकडून करण्यात येते. त्यामुळे त्याचा चौकशीवर विपरित परिणाम होण्याची शक्यता नाकारता येत नाही. यामुळे तपास संस्थांच्या स्वातंत्र्यावर गदा येऊ शकते. त्यामुळेच सीबीआयसारख्या प्रमुख तपास संस्थेचे सर्व प्रशासकीय नियंत्रणदेखील लोकपालकडेच असावे.

कोणत्याही व्यक्तीने जर खोटी तक्रार केली, तर त्याला कडक शिक्षा करण्याची तरतूद या विधेयकात करण्यात आली आहे. त्यानुसार जर एखाद्याने खोटी तक्रार केली, तर त्या व्यक्तीला पाच वर्षांपर्यंत तुरुंगवासदेखील होऊ शकतो. आम आदमी पक्षाचा यालादेखील कडाडून विरोध आहे. यामुळे तक्रार दाखल करण्यास नागरिक घाबरतील, असे पक्षाला वाटते. आम आदमी पक्षाच्या मते खोटी तक्रार करणाऱ्याला दंड व्हावा यात शंका नाही, मात्र त्याचे स्वरूप वेगळे असावे. अशी खोटी तक्रार करणाऱ्याला तुरुंगवासाऐवजी एक लाख रुपयांपर्यंत दंड करण्यात यावा.

सध्याच्या संमत झालेल्या विधेयकात 'नागरिकांच्या सनदे'चा समावेश करण्यात आलेला नाही. आम आदमी पक्षाच्या मते संसदेने ऑगस्ट, २०११मध्ये संमत केलेल्या ठरावामध्ये नागरिकांच्या सनदेचा समावेश होता. त्यामुळे या विधेयकातदेखील

नागरिकांच्या सनदेचा समावेश करायलाच पाहिजे.

तक्रारदार व्यक्तीच्या म्हणजेच भ्रष्टाचाराचे बिंग फोडणाऱ्या व्हिसल-ब्लोअरच्या संरक्षणाची कोणतीही तरतूद सध्याच्या विधेयकात नाही. त्यामुळे व्हिसल-ब्लोअरच्या संरक्षणासाठी या कायद्यात ठोस तरतूदी कराव्यात. त्यासाठी स्वतंत्र कायदा बनवावा, अशी मागमी आम आदमी पक्षाने केली आहे. जेणेकरून व्हिसल-ब्लोअर्सना संरक्षण मिळेल, असे या पक्षाचे मत आहे.

सध्याच्या प्रस्तावित कायद्यामधून न्यायव्यवस्था तसेच खासदारांच्या संसदेतील कामकाजाला म्हणजेच भाषणे, मतदान याला लोकपालच्या कक्षेतून वगळण्यात आले आहे. आम आदमी पक्षाच्या मागणीनुसार सर्व सनदी अधिकारी, न्यायाधीश तसेच खासदार हे जनतेचे सेवक आहेत. त्यामुळे ते त्यांची सेवा बजावताना नागरिकांचेच काम करत असतात. त्यामुळे त्यांची ही कामे लोकपालच्या कक्षेतून वगळण्यात येऊ नयेत.

अण्णा हजारे यांची भूमिका

संसदेच्या राज्यसभा व लोकसभा या दोन्ही सभागृहांनी मंजुरी दिलेल्या लोकपाल विधेयकावर समाजसेवक अण्णा हजारे यांनी समाधान व्यक्त केले. राळेगण सिद्धी येथे लोकपालच्या मंजुरीसाठी उपोषणासास बसलेल्या अण्णा हजारे यांनी नऊ दिवसांचे आपले उपोषण संसदेत लोकपाल विधेयक मंजूर झाल्यानंतर लहान मुलाच्या हातून लिंबू सरबत घेऊन आपले उपोषण सोडले. या वेळी उपस्थितांसमोर आपली भूमिका स्पष्ट करताना समाजसेवक अण्णा हजारे म्हणाले, संसदेत संमत झालेल्या या विधेयकामुळे किंवा एकट्या लोकपालमुळे देशातील भ्रष्टाचाराचे समूळ उच्चाटन कदापी होणार नाही, याची मला जाण आहे. त्यासाठी आणखी व्यापक कायदेशीर चौकटीची गरज आहे. मात्र लोकपालमुळे काही अंशीतरी भ्रष्टाचाराला आळा बसणार आहे, यात शंकाच नाही. यामुळे ४० ते ५० टक्के भ्रष्टाचार लगेचच कमी होईल. आपल्याला आणखी बरीच मजल गाठायची आहे.

हजारे म्हणाले, सुरुवातीला लोकसभेत संमत झालेले लोकपाल विधेयक हे कुचकामी होते. मात्र राज्यसभेच्या स्थायी समितीने या विधेयकात महत्त्वाच्या सुधारणा करत बहुमोल कामगिरी बजावली. जनतेच्या अपेक्षांना या दुरुस्त्यांमुळे खऱ्या अर्थाने न्याय मिळाला. यामुळे लोकसभा व राज्यसभेतील सदस्यांचे मी आभार मानतो.

आगामी लोकसभा निवडणुकीची आचारसंहिता लागू होण्यापूर्वी या विधेयकाचे कायद्यात रूपांतर होण्याची गरज आहे. या विधेयकातील तरतुदी तसेच प्रस्तावित

कायदे यांची नागरिकांना निवडणुकीपूर्वी माहिती होण्याची गरज आहे.

आता लोकपालची अंमलबजावणी कशाप्रकारे होते, हे पाहण्याची जबाबदारी आपलीच असल्याचे अण्णा हजारे यांनी निक्षून सांगितले. ते म्हणाले, लोकपालच्या प्रभावी अंमलबजावणीसाठी तसेच त्याचे कामकाज योग्य प्रकारे होते की नाही, हे पाहण्यासाठी जागल्याची भूमिका घेणे गरजेचे आहे. त्यासाठी निवृत्त न्यायाधीश तसेच निवृत्त पोलीस अधिकाऱ्यांची समिती नेमण्यात येईल. ही समिती लोकपालच्या प्रभावी अंमलबजावणीकडे काटेकोरपणे लक्ष ठेवेल.

प्रभावी कायदा होऊन उपयोगाचे नाहीतर त्याची तितक्याच सक्षमपणे अंमलबजावणी होण्याची नितांत आवश्यकता आहे. अन्यथा इतके दिवस केलेल्या या आंदोलनाचे फलित नागरिकांना मिळणारच नाही. त्यामुळेच यापुढे आपण आता अशा समित्या नेमण्याकडे लक्ष पुरविणार आहोत.

जिल्हा तसेच राज्यस्तरावर या समित्या नेमल्या जातील. या समित्या लोकपाल कायद्याच्या प्रभावी अंमलबजावणीकडे लक्ष देतील. जेणेकरून सामान्य माणसाला लोकपाल कायद्याची मदत होईल. तर भ्रष्टाचारी लोक कायद्याच्या कचाट्यातून मोकाट सुटणार नाहीत. त्यांना त्यांच्या भ्रष्टाचारी कृत्याबद्दल जरूर कडक शिक्षा होईल.

यासाठी आपण स्वत: पुढाकार घेणार असून लोकपाल कायद्याच्या प्रभावी अंमलबजावणीसाठी एक व्यापक योजना आखणार आहोत. ज्यांना यामध्ये सहभागी व्हावयाचे आहे, त्यांनी राळेगण सिद्धीमध्ये थेट माझ्याशी संपर्क साधावा, असे आवाहनदेखील अण्णा हजारे यांनी देशवासियांना केले. यासाठी एक पायाभूत अशी रचना आपल्याला उभी करावी लागेल, त्यामुळे त्यासाठी आपल्याला निधीदेखील लागेल असे अण्णा हजारे यांनी स्पष्ट केले. या समित्यांच्या स्थापनेसाठी देशातील प्रत्येक नागरिकाने प्रत्येकी केवळ पाच रुपये देणगीदाखल द्यावेत, असे आवाहनदेखील अण्णा हजारे यांनी समस्त देशवासियांना केले.

स्वच्छ चारित्र्यसंपन्न लोक आपल्याबरोबर येऊ शकतात असे सांगून हजारे म्हणाले, कर्तव्यदक्ष पोलीस अधिकारी किरण बेदी, माजी लष्करप्रमुख व्ही. के. सिंग आदींसारखे लोक आपल्याबरोबर आले आहेत. एकदा का लोक आपल्याबरोबर आले की समित्यांच्या प्रत्यक्ष रचनेबाबत आपण त्यांची बैठक घेऊ. याचप्रकारे आपण माहिती अधिकार कायद्याची अंमलबजावणी केली. त्याची चांगली फळे मिळाली. या अधिकाराची माहिती तळागाळापर्यंत पोहोचली आणि त्यामुळे कायद्याचा प्रभावी वापर झाला. याचप्रकारे लोकपाल कायद्याच्या प्रभावी अंमलबजावणीसाठी प्रयत्न करण्यात येतील.

समाजसेवक अण्णा हजारे यांनी या वेळी राजकीय पक्षांचे आभार मानले. ते

म्हणाले, गेली दोन वर्षे हे विधेयक मंजुरीसाठी संसदेत प्रलंबित होते आणि त्याच्या मंजुरीसाठी काँग्रेस व भाजप या दोन मोठ्या राजकीय पक्षांनी पुढाकार घेतला. मात्र हजारे यांनी या वेळी आम आदमी पक्षाचे नेते अरविंद केजरीवाल यांचा नामोल्लेखही केला नाही. २०११मध्ये दिल्लीत झालेल्या उपोषणावेळी अरविंद केजरीवाल हे त्यांचे निकटचे साथीदार बनले होते.

लोकपाल याचा-त्याचा

एकंदरीत विचार केल्यास लोकपाल कायदा प्रत्यक्षात आल्यानंतरही प्रत्येकाचे समाधान होईल अशातला भाग नाही. लोकपाल आंदोलनात सहभागी असलेल्या प्रत्येक महत्त्वाच्या घटकांचे विधेयक संमतीनंतरचे मत विचारात घेतल्यास हे सहज लक्षात येते. खुद्द अण्णा हजारे यांच्या मते या लोकपालमुळे निम्मा भ्रष्टाचार आटोक्यात येणार आहे. मग उरलेल्या भ्रष्टाचाराचे काय? पण यातील सकारात्मक भाग म्हणजे हाच की काही का असेना, लोकपाल अस्तित्वात आला. गेली ४५ वर्षे राजकीय नेते, पक्ष केवळ आश्वासने देत नागरिकांना झुलवित होते. त्या सर्वांनाच बदलत्या काळाची, लोकभावनेची दखल घेणे भाग पडले.

समाजसेवक अण्णा हजारे यांच्या दिल्लीतील आंदोलनाला मिळालेल्या अफाट प्रतिसादामुळेच लोकपालचा मुद्दा ऐरणीवर आला. या आंदोलनाला प्रसारमाध्यमांनी विशेषत: इलेक्ट्रानिक मीडियाने ज्या प्रकारे कव्हरेज दिले, ते पाहून राजकारण्यांचे धाबेच दणाणले. यामुळे लोकपाल विधेयकाला विरोध करणारे म्हणजे भ्रष्टाचारी, अशीच जनभावना तयार झाली. ही भावना कायम राहणे कोणत्याच राजकीय पक्षांना परवडण्यासारखे नव्हते. त्यामुळे मनापासून नसला तरी प्रत्येक राजकीय पक्षांनी लोकपालला वरवर तरी पाठिंबा देण्यास सुरुवात केली. एकदा का आंदोलनाचा जोम ओसरला की, संसदीय चर्चेच्या घोळात लोकपालला गुंडाळून ठेवायचे असाच या साऱ्या पक्षांचा विचार होता. त्यामुळेच अण्णा हजारे यांचे दिल्लीतील उपोषण सुरू असताना संसदेत लोकपाल विधेयक चर्चेला आणण्यात आले. गेली ४५ वर्षे विविध राजकीय पक्ष हाच चर्चेचा खेळ खेळत होते.

मात्र २०१३मधील डिसेंबरच्या पहिल्या आठवड्यात लागलेल्या दिल्ली विधानसभा निकालांनी काँग्रेस, भाजपसह साऱ्याच राजकीय पक्षांच्या डोळ्यांत अंजन घातले. दिल्लीतील लोकपाल आंदोलनातूनच जेमतेम वर्षभरापूर्वी जन्माला आलेल्या आम आदमी पक्षाने काँग्रेस पक्षाला तर सत्तेची स्वप्ने पाहणाऱ्या भाजपला चीत करून साऱ्यांनाच आश्चर्याचा धक्का दिला. दिल्लीत लोकपालसाठी झालेल्या आंदोलनात

समाजसेवक अण्णा हजारे यांच्या खांद्याला खांदा देणाऱ्या अरविंद केजरीवाल यांनी हा पक्ष काढल्याने त्याला वेगळे परिमाण प्राप्त झाले होते. सत्ताधाऱ्यांचा भ्रष्टाचार, त्याला मिळणारी इतर राजकीय पक्षांची साथ आणि यामुळे सामान्य नागरिकांची होणारी ससेहोलपट हाच अरविंद केजरीवाल आणि त्यांच्या पक्षाचा मुख्य अजेंडा होता. महत्वाचे म्हणजे 'आम आदमी'सारखा राजकीय पक्ष स्थापन करून निवडणुका लढविण्याच्या कल्पनेला स्वत: अण्णा हजारे यांचा ठाम नकार होता. त्यामुळे त्यांनी अरविंद केजरीवाल यांच्या या कल्पनेला मुळापासून विरोध केला होता. इतकेच काय केजरीवाल यांनी अनेकदा आमंत्रण देऊनही आम आदमी पक्षाच्या उमेदवारांचा प्रचार करण्यास अण्णा हजारे यांनी स्पष्ट नकार दिला होता. प्रचारात त्यांचे नाव आणि छबीदेखील वापरू नये अशा सूचनादेखील अण्णा हजारे यांनी केजरीवाल आणि त्यांच्या पक्षातील अन्य नेत्यांना केल्या होत्या. अशा परिस्थितीत आम आदमी पक्षाने दिल्लीत मिळविलेले यश राजकीय नेत्यांची झोप उडविणारे ठरले.

२०११मध्ये अण्णा हजारे यांच्या लोकपालच्या मागणीसाठी सुरू केलेल्या आंदोलनाला मिळालेला पाठिंबा हा क्षणिक आणि भावनिक नसल्याचे आम आदमी पक्षाच्या यशावरून सिद्ध झाले. भ्रष्टाचाराच्या मुद्यावर जनतेच्या मनात असंतोष खदखदत असून तो मतपेटीच्या रूपातून बाहेर पडू शकतो, याचे भान राजकीय पक्षांना दिल्लीच्या निकालांमुळे आले. या निकालांपाठोपाठ अण्णा हजारे यांनी राळेगण सिद्धीमधून पुन्हा उपोषणाचे हत्यार उपसले. आगामी लोकसभा निवडणुकांपूर्वी लोकपाल न आणल्यास त्याचा फटका मोठ्या प्रमाणात बसू शकतो, हे काँग्रेस, भाजपसह साऱ्या राजकीय पक्षांच्या ध्यानी आले. त्यामुळेच संसदेच्या अवघ्या पंधरा दिवसांच्या हिवाळी अधिवेशनात भिजत पडलेले लोकपाल विधेयक त्यातील महत्त्वपूर्ण दुरुस्त्यांसह मंजूर करण्यात आले.

लोकशाही प्रक्रियेत सर्वांच्या मताचा विचार करणे अभिप्रेत असते. लोकपाल विधेयक त्याच प्रक्रियेद्वारे मंजूर झाल्याने त्याचे खुल्या दिलाने स्वागत करायला हवे. शेवटी लोकप्रतिनिधी हे थेट जनतेतून निवडून येत असतात. सामान्य जनतेच्या समस्या, त्याचप्रमाणे कायद्यामुळे दैनंदिन जीवनात होणारे फायदे तसेच अडचणी यांचा त्यांना चांगला अनुभव असतो, हे कदापी नाकारून चालणार नाही. सारेच लोकप्रतिनिधी भ्रष्ट आणि सामाजिक संस्था चालविणारे आणि सामाजिक कार्यकर्ते तेवढे स्वच्छ असे मानणे कोणत्याही लोकशाहीसाठी हानीकारकच असते. कोणत्याही परिस्थितीत एखादे पद किंवा व्यक्ती घटनेपेक्षा वरचढ होणे भारतासारख्या विस्तीर्ण, बहुधर्मीय देशाला परवडण्यासारखे नाही. आणीबाणी अनुभवलेल्या भारतीय जनतेला हे नव्याने सांगण्याची मुळीच गरज नाही. त्यामुळेच लोकपाल हा सर्वशक्तिमान असण्यात जसे काही फायदे होते, तसेच काही सुप्त तोटेदेखील होतेच.

शेवटी लोकपाल ही संस्था जरी असली, तरी त्यावर काम करणारे तुमच्या-आमच्यासारखी माणसेच असणार आहेत. त्यामुळे राग, लोभ, मोह, मत्सर लोकपालमध्येही येऊ शकतो, याचे भान कायम ठेवायला हवे. लोकपाल विधेयक मंजूर करताना ज्याप्रमाणे समाजसेवक अण्णा हजारे, अरविंद केजरीवाल आणि त्यात सहभागी असणाऱ्या अन्य प्रभूतींच्या सूचनांचा विचार करण्यात आला त्याचप्रमाणे विविध राजकीय पक्षांच्या भूमिकाही समजावून घेण्यात आल्या हे एका अर्थाने बरेच झाले. त्यामुळेच सध्या संसदेत संमत झालेले लोकपाल विधेयक हे या साऱ्या वैचारिक घुसळणीतून जन्माला आले आहे. त्यामुळे ते सर्वसमावेशक झाले आहे.

याचा तारतम्याने विचार करूनच समाजसेवक अण्णा हजारे यांनी संसदेने संमत केलेल्या लोकपाल विधेयकाचे जाहीर स्वागत करत आपले उपोषण नऊ दिवसांनतर मागे घेतले. गेली तीन वर्षे अण्णा हजारे आणि त्यांचे सहकारी या लोकपालसाठी लढत होते. त्यांचा हा एकप्रकारे विजयच झाला आहे.

अरविंद केजरीवाल आणि त्यांच्या सहकाऱ्यांनी या लोकपालला 'जोकपाल' असे संबोधले असले, तरी कोणताही कायदा अंतिम नसतो, हे त्यांनी ध्यानात घ्यायला हवे. त्या कायद्यात काळाप्रमाणे बदल करण्याची आपल्या घटनेतच तरतूद करण्यात आलेली आहे. त्यामुळे या लोकपाल विधेयकाने प्रत्येकाला काही ना काही दिले आहे. मात्र प्रत्येक जण आपल्या चश्म्यातूनच या विधेयकाकडे पाहणार. त्याला काही इलाज नाही.

लोकपाल बिल
११

लोकशाहीला संजीवनी

> *"आपण प्रत्येक वेळी युवकांसाठी भविष्य घडवू शकत नाही, पण भविष्यासाठी मात्र आपल्या युवकांना नक्की घडवू शकतो."*
>
> *– फ्रँकलिन रूझवेल्ट*

सामाजिक लढ्यातून विकास झाल्याचा, सुधारणा झाल्याचा देशाला मोठा उज्ज्वल इतिहास आहे. राजा राममोहन राय यांच्यापासून सुरू झालेली ही परंपरा आजही अण्णा हजारेंसारख्या समाजकार्यकर्त्यांनी कायम ठेवली आहे. राजा राममोहन राय यांच्या आंदोलनामुळे इंग्रजांना सतीची जुलमी प्रथा रद्द करणे भाग पडले होते. महात्मा गांधीनी अहिंसेच्या माध्यमातून, सत्याग्रहाद्वारे, प्रार्थनेच्या माध्यमातून समाजातील अनेक वाईट प्रथा मोडून काढल्या. त्याचप्रमाणे जुलमी इंग्रजी राजवटीला अनेक लोकोपयोगी कायदे करायला भाग पाडले. देशाला स्वातंत्र्य मिळाल्यानंतर आचार्य विनोबा भावे, साने गुरुजी, जयप्रकाश नारायण यांनी ही परंपरा सुरू ठेवली.

महात्मा गांधीजींच्या मृत्यूनंतर विनोबा म्हणाले होते की, आता एखाद्या व्यक्तीच्या पायावर डोके ठेवायचे दिवस संपले आहेत. तसा महात्माच आपल्यातून निघून गेला आहे. त्यामुळे जनतेने यापुढे एखाद्या व्यक्तीचे नेतृत्व न स्वीकारता हातात हात घालून सामूहिक नेतृत्वाच्या सूत्राने गणनेतृत्वाखाली लढे लढायला हवेत. विनोबांनी त्या वेळी कल्पिलेली गणनेतृत्वाची कल्पना आता लोकपालसाठीच्या लढ्याच्या निमित्ताने प्रत्यक्षात आली आहे, असे म्हणायला हरकत नाही.

अन्यायाविरोधात लोक आता कोणाचेही नेतृत्व नसले, तरी रस्त्यावर उतरत आहेत. सळसळत्या, जिवंत लोकशाहीसाठी हे फार आवश्यक व आश्वासक चित्र आहे.

आता चळवळीचे स्वरूप झपाट्याने बदलत आहे. कोणी एका व्यक्तीच्या मागे सारा समाज जाण्याचे दिवस आता संपले आहेत. अशा वेळी संघटित लोकशक्ती, गणनेतृत्व आणि यातून निर्माण होणाऱ्या दबावगटातूनच आंदोलने आकाराला येणार आहेत. देशातील सध्याचे वातावरण याच प्रकारचे आहे.

लोकपालसाठीचा लढा सुरू झाल्यापासून म्हणजेच गेल्या दोन वर्षांपासून देशातील वातावरण कमालीचे 'व्हायब्रंट' झाले आहे. पाणी तापायला ठेवले तर ते ९९ डिग्रीपर्यंत गरम होते. त्यात एक अंशांची भर पडली की, ते उकळायला लागते. देशाची परिस्थिती सध्या जणूकाही अशीच झाली आहे. गेली कित्येक वर्षे मनात साठवून ठेवलेल्या भावना लोकपालच्या लढ्यानंतर दबलेल्या वाफेप्रमाणे रोरावत बाहेर आल्या आहेत.

१५ ऑगस्ट, २०११ रोजी दिल्लीत लोकपालच्या मागणीसाठी अण्णा हजारे यांनी उपोषण सुरू केले. त्यांच्यासह अरविंद केजरीवाल, किरण बेदी, मनीष सिसोदिया, प्रशांत भूषण आदींनी एकत्रितपणे लोकपालसाठी आंदोलन छेडले. पाहता-पाहता हा लढा देशव्यापी झाला. पुढे अण्णा हजारे व केजरीवाल यांचे मार्ग भिन्न झाले. पण या दोघांचेही व्यवस्थेविरोधातील लढे मात्र अजूनही सुरूच आहेत. केजरीवाल तर आता राजकारणात उतरले आहेत. मुख्यमंत्री झाल्यानंतरही त्यांनी आपल्यातील कार्यकर्ता मरू दिलेला नाही, याची साक्ष पदोपदी दिसत आहे. पोलीस अधिकाऱ्यांवरील कारवाईच्या मागणीसाठी केजरीवाल यांनी चक्क रेल भवनसमोर रस्त्यावरच ठाण मांडले. एखाद्या राज्याचा मुख्यमंत्री आपल्या मागण्यांसाठी कडाक्याच्या थंडीत चक्क रस्त्यावर रात्रभर ठाण मांडून बसतो, हे देशवासियांनी प्रथमच अनुभवले. केजरीवाल यांच्या आंदोलनाच्या या पद्धतीबाबत प्रत्येकाची मते वेगवेगळी असू शकतील, कदाचित मतभेद असू शकतील. पण म्हणून याकडे डोळेझाक करता येणार नाही. राजकारणात साधेपणा, प्रामाणिकपणा, पारदर्शीपणा आणण्याचा प्रयत्न 'आम आदमी पक्ष' करत आहे. बाकीचे राजकीय पक्ष फक्त याबाबत भाषणं

करतात. पण आम आदमी पक्ष मात्र प्रत्यक्षात या गोष्टी करत आहे. यामुळे देशाच्या राजकारणाचा ढाच्या बदलण्याची ताकद या पक्षाने निर्माण केली आहे.

प्रभावी जनलोकपालसाठी केजरीवाल यांनी मुख्यमंत्री पदावरही पाणी सोडले.

समाजसेवक अण्णा हजारे यांनी लोकपालसाठी सुरू केलेल्या आंदोलनातून देशाला केवळ लोकपाल कायदाच मिळाला नाहीतर आणखी बरेच काही गवसले आहे. याच आंदोलनाच्या ऊर्जेतून निष्कलंक चारित्र्याच्या कार्यकर्त्यांनी भारलेल्या 'आम आदमी'सारख्या पक्षाचा जन्म झाला आहे. देशाच्या राजकारणासाठी ही मोठीच देणगी आहे. त्याचबरोबर मध्यमवर्गाचे कधी नव्हे इतके राजकारणाबाबत चांगले मत तयार झाले असून तो सक्रिय बनू लागला आहे. त्याचबरोबर अन्यायाविरुद्ध आवाज उठविण्यासाठी अण्णांनी देशातील जनतेला या आंदोलनाच्या माध्यमातून नैतिक व्यासपीठ उभे करून दिले आहे. त्यामुळेच आता अन्यायाविरोधात आम आदमी लगेच आपली मते निर्भीडपणे मांडू लागला आहे. दिल्लीतील बलात्काराच्या घटनेनंतर व्यक्त झालेला उद्रेक हे त्याचेच द्योतक आहे. अन्याय सहन करण्याची मानसिकता आता जनता झुगारून देत आहे. अण्णा हजारे आणि केजरीवाल यांच्यामुळे देशात बदलाचे वारे वाहू लागले आहेत. आंदोलनाने जणू देशात सामाजिक उत्क्रांतीच घडायला सुरूवात झाली आहे. देशाने यापूर्वी जयप्रकाश नारायण यांनी पुकारलेल्या संपूर्ण क्रांतीच्या आंदोलनावेळी असाच अनुभव घेतला होता. सध्याच्या या आंदोलनाला क्रांती म्हणावे की नाही, याबाबत अनेकांचे मतभेद असू शकतात. मात्र एक नक्की की, या आंदोलनांमुळे देशभरात सामाजिक घुसळण सुरू झाली असून त्याचे देशाच्या राजकारणावर, समाजकारणावर, अर्थकारणावर दूरगामी परिणाम होणार आहेत. या आंदोलनाने झालेल्या थेट परिणामांचा ऊहापोह पुढे केला आहे –

कायदा करण्यात जनतेचा थेट सहभाग

देशाच्या लोकशाहीत कायदे करण्याचे सारे अधिकार संसदेला बहाल करण्यात आले आहेत. म्हणजेच निवडून आलेल्या लोकसभा व राज्यसभेतील सदस्यांनाच कायदे करण्याचा मूलभूत अधिकार आहे. त्यामुळे एकदा मतदान केले की, नागरिकांचा संबंध संपतो. तो केवळ बघ्याच्याच भूमिकेत राहतो. पुढे राज्य सुरू होते, ते लोकप्रतिनिधींचेच. सारे निर्णय निवडून आलेले लोकप्रतिनिधी घेतात. विविध राजकीय पक्षांचे हे लोकप्रतिनिधी दरवेळी नागरिकांच्या हिताचाच विचार करतील असे नाही. किंबहुना ते तसा विचार करतच नाहीत. उद्योगपती, राजकीय पक्ष,

नोकरशाही आणि स्वत:च्या हितासाठीच हे लोकप्रतिनिधी जितक्या तत्परतेने पावले उचलतात तितकी तत्परता ते सामान्य नागरिकांसाठी कदापी दाखवित नाहीत. त्यामुळेच अजूनही अनेक चांगले प्रस्तावित विधेयक पडून आहेत. लोकपाल विधेयकही असेच ४५ वर्षे पडून होते. शिवाय जे कायदे केले जातात त्यांच्या परिणाम सर्वसामान्य नागरिकांच्या दैनंदिन जीवनावर होत असतो. पण त्याला थेट कायदा करताना विचारात घेतले जात नव्हते.

पण या वेळी देशाच्या लोकशाही इतिहासात प्रथमच कायदा करण्याच्या प्रक्रियेत सामान्य नागरिकांना म्हणजेच सिव्हिल सोसायटीच्या प्रतिनिधीनांही समाविष्ट करून घेण्यात आले. लोकपालचा कायदा जरी प्रत्यक्ष संसदेत मंजूर झाला असला, तरी त्याचा मसुदा हा संसद सदस्य व सिव्हिल सोसायटीचे प्रतिनिधी यांच्या संयुक्त समितीने केला होता, हे विसरून चालणार नाही. देशव्यापी आंदोलनाचेच हे यश आहे.

अगदी शेवटी लोकपालविधेयक मंजूर करण्यापूर्वीही राळेगण सिद्धीमध्ये उपोषणाला बसलेल्या अण्णा हजारे यांची त्याबाबत नेमकी मते काय आहेत, याची चर्चा करण्यात आली होती.

कायदानिर्मितीत लोकप्रतिनिधींबरोबरच देशाच्या सामान्य नागरिकांचा सहभाग असणे, ही देशाच्या लोकशाही इतिहासातील अतिशय मोलाची गोष्ट आहे. याचे खूप दूरगामी आणि मूलभूत परिणाम होणार आहेत. मसुदा समितीत सुरुवातीस सिव्हिल सोसायटीच्या प्रतिनिधींना घेण्यास राजकीय पक्षांचा एकमुखी विरोधच होता. मात्र आंदोलनाच्या तीव्रतेमुळे त्यांना माघार घ्यावी लागली होती. त्यामुळे हा लढा देशाच्या लोकशाहीत मैलाचा दगड ठरणार आहे. राष्ट्रपती प्रणव मुखर्जी यांनी स्वत: ही बाब अधोरेखित केली आहे. दिल्लीतील जवाहरलाल नेहरू विद्यापीठात भाषण करताना राष्ट्रपती म्हणाले, 'लोकांच्या प्रत्यक्ष सहभागातून कायदा होण्याची देशाच्या इतिहासातील ही पहिलीच घटना आहे.' यावरून लोकशाहीतील सिव्हिल सोसायटीचे महत्त्व स्पष्ट झाले आहे. केवळ निदर्शने करून न थांबता, कायदे बनविण्याच्या प्रक्रियेतदेखील सिव्हिल सोसायटी महत्त्वाची भूमिका पार करू शकते, हे देशातील सिव्हिल सोसायटीने दाखवून दिले आहे. याद्वारे संसदीय लोकशाहीत नवा अध्याय सुरू झाला आहे. यामुळे लोकशाही सुदृढ होण्यासदेखील मदतच होणार आहे. कारण जनआंदोलनाच्या माध्यमातूनच सरकारवर दबाव वाढतो आणि सत्ताधारी पक्ष लोकांना उपयुक्त असणारे निर्णय घेतो, हे यावरून सिद्ध झाले आहे. यामुळे जनतेच्या आंदोलनांचा लोकपालच्या लढ्यामुळे नैतिक विजय झाला असून पुढील अनेक वर्षे तो आंदोलनांसाठी प्रेरणा देत राहील, यात शंका नाही.

राजकीय पक्षाचा यशस्वी उगम

लोकपालसाठी झालेल्या आंदोलनातून निर्माण झालेल्या ऊर्जेतूनच अरविंद केजरीवाल यांनी 'आम आदमी पक्षा'ची स्थापना केली. त्यांचे गुरू असलेले अण्णा हजारे यांचा केजरीवाल यांना राजकीय पक्षाची स्थापना करण्यास विरोध होता. अर्थात त्यांचा हा विरोध सैद्धांतिक पातळीवरील होता. राजकारण ही दलदल असून त्यात पडू नये असा त्यांचा आग्रह होता. तर राकारणातील घाण दूर करायची असेल तर त्यात प्रत्यक्षच उतरायला हवे, ही केजरीवाल या त्यांच्या सहकाऱ्यांची धारणा होती. त्यामुळे केजरीवाल यांनी राजकीय पक्ष स्थापण्याचा एक प्रयोग करून पाहायचे ठरविले. सत्ताप्राप्ती हा त्यांचा मुख्य उद्देश नव्हताच. पण जर सत्ता मिळालीच तर खरी लोकशाही, स्वराज्य आणायचे असा दृढ संकल्प करून केजरीवाल आणि त्यांचे सहकारी निवडणुकीच्या रणांगणात उतरले. सामान्य जनतेतील, स्वच्छ चारित्र्याचे उमेदवार तर या पक्षाने दिलेच. त्याचबरोबर पैसा, गुन्हेगारी अशा निवडणुका जिंकणाऱ्या घटकांना दूर ठेवले. खरे तर ते हारणारी लढाईच लढत होते. एकप्रकारे त्यांनी दिल्लीच्या मतदारांचीच परीक्षा पाहिली. 'तुम्हाला प्रामाणिक, घराणेशाहीचा गंध नसलेले, जमिनीवर राहणारे तुमच्यातील उमेदवार दिले आहेत. आता तुम्हीच ठरवा काय करायचे ते? असा प्रश्नच एकप्रकारे त्यांनी दिल्लीकरांना विचारला होता.

या परिक्षेत दिल्लीचे मतदार उत्तीर्ण झाल्याचे आम आदमी पक्षाच्या विजयाने स्पष्ट झाले. नागरिकांना जर चांगला पर्याय दिला, तर ते स्वीकारतात हे आम आदमी पक्षाने सिद्ध करून दाखविले आहे. लोकशाहीला, निवडणुकीच्या राजकारणाला नाके मुरडणाऱ्यासांठी ही एक चपराकच ठरली आहे. त्याचप्रमाणे जनआंदोलनातून एक सामूहिक ऊर्जा निर्माण होत असते. जर त्या ऊर्जेला योग्य दिशा दाखविली नाहीतर ती वाया जाते. लोकपालचा लढा तसेच बलात्कारानंतरचा व्यापक उद्रेक यामुळे दिल्लीत एक सामूहिक ऊर्जा निर्माण झाली होती. 'आम आदमी पक्ष' जर स्थापनच झाला नसता, तर ही ऊर्जा तशीच वाया गेली असती. कारण मतदारांपुढे पर्यायच राहिला नसता. तेच ते जाती-पातीचे, गुंडागर्दीचे राजकारण, पैशांचा महापूर यातूनच मतदाराला वाट काढत जावे लागले असते. पण केजरीवाल यांनी मोठ्या धाडसाने आंदोलनाच्या माध्यमातून राजकीय पक्षाची स्थापना करत निर्माण झालेल्या ऊर्जेला सकारात्मक दिशा देण्याचे काम केले आहे. त्यामुळे देशाची लोकशाही सुदृढ होण्यास मदत होणार आहे. देशात दर पाच वर्षांनी निवडणुका होतच होत्या. मात्र प्रत्येक निवडणूक ही लोकशाहीचा पराभवच करत होती. आम आदमी पक्षाने मात्र लोकशाहीच्या पराभवाची ही परंपरा रोखून धरली आहे. लोकपालच्या आंदोलनाची सुरुवात ही राजकारण्यांना शिव्या देत झाली. मात्र त्याचा शेवट गोड झाला. त्यातून एका नव्या राजकीय पक्षाचा, राजकीय व्यवस्थेचा जन्म झाला आहे.

लोकशाही निवडणूक प्रकियेवर वाढलेला विश्वास

कोणत्याही लोकशाहीप्रधान देशात निवडणुकीला अनन्यसाधारण महत्त्व असते. जनतेच्या हाती त्याचे एक मत हाच काय तो मोठा हक्क असतो. तो वापरण्याबाबतच नागरिक किंवा मतदार उदासिन बनला, तर ती लोकशाहीची शोकांतिकाच ठरते. दुर्दैवाने गेल्या काही वर्षांत भारतात अशी परिस्थिती निर्माण होत होती. भारताची लोकसंख्या सुमारे १२० कोटी आहे. त्यात प्रत्यक्ष मतदारांची संख्या ८० कोटींच्या घरात आहे. जगातील सर्वांत मोठी लोकशाही असणाऱ्या या देशांतच निवडणुकीवरील सामान्य नागरिकांचा विशास दिवसेंदिवस कमी होत चालला आहे. हे चांगले लक्षण नव्हे. मात्र लोकपालच्या लढ्याने आणि आम आदमी पक्षाच्या यशाने सामान्य नागरिकांचा लोकशाहीवरील विश्वास दृढ होण्यास मदत झाली आहे. आपणही या व्यवस्थेचा महत्त्वाचा घटक आहोत. आपल्या मतालाही किंमत आहे, मनात आणले, तर आपणही सारी व्यवस्था मुळापासून हादरवून टाकू शकतो, असा विश्वास या आंदोलनाने सामान्य नागरिकांना म्हणजेच आम आदमीला मिळाला आहे.

सबंध भारत सध्या तरुणाईने भारला आहे, देशात चाळीशीच्या आतील नागरिकांची संख्या सुमारे ४५ कोटी असून सन २०२०मध्ये हीच संख्या ५५ कोटींच्या घरात जाण्याची शक्यता आहे. आत्ता देशाचे सरासरी वय २६ असून पुढील पाच वर्षांत ते २२ होईल. म्हणजेच जगात भारत हा सर्वांत 'तरुण देश' बनणार आहे. अशा वेळी नागरिकांना आपल्या मूलभूत हक्कांची जाणीव होणे, स्वत:च्या मताच्या ताकदीची, लोकशाहीतील आंदोलनाच्या ताकदीची कल्पना येणे खूप महत्त्वाचे आहे. आणि ते कार्य या आंदोलनाने चोखपणे बजावले आहे. निवडणुकीच्या प्रक्रियेपासून दूर जाणारी ही नवी पिढी आता पुन्हा याकडे आकर्षित झाली आहे. हीच लोकपालच्या लढ्याची सर्वांत मोठी देणगी आहे, यश आहे.

तरुणाईसाठी नवा आदर्श

आगामी लोकसभा निवडणुकीत सुमारे १५ कोटी तरुण पहिल्यांदाच मतदान करणार आहेत. नव्वदच्या दशकांत म्हणजेच आर्थिक उदारीकरणानंतर जन्मलेल्या या पिढीने तुलनेने आधुनिक, विकसित भारत पाहिला आहे. या पिढीला आणीबाणीचे पर्व, जयप्रकाश नारायण यांचे 'संपूर्ण क्रांतीचे आंदोलन', रामजन्मभूमीसाठी झालेला लढा, मंडल आयोगावरून झालेले आंदोलन याची केवळ वाचून किंवा ऐकीव माहिती आहे. या घटनांनी देशाची सामाजिक, राजकीय चौकट बदलली त्या घटना या तरुणांनी थेट अनुभवल्या

नसल्याने त्यांना त्या पुरेशा ठाऊक असण्याचे कारणही नाही.

कोरी पाटी असलेल्या या पिढीने लोकपालच्या रूपाने प्रथमच मोठे देशव्यापी जनआंदोलन पाहिले आहे. त्यामुळे या आंदोलनाचा त्यांच्या मनावर खोलवर परिणाम होणार आहे. सध्याची पिढी फार मोठ्या प्रमाणावरील भ्रष्टाचार अनुभवत आहे. यामुळे त्यांची मने विदीर्ण झाली आहेत. या व्यवस्थेविषयी तीव्र राग तरुणाईच्या मनात दाटला आहे. त्या संतापाला वाट मोकळी करण्यास ही पिढी आसुसली आहे. आम आदमी पक्षाचा विजय हा त्याचाच परिपाक आहे. निरंकुश भ्रष्टाचाराला, राजकारणातील उद्दामपणाला मस्तवालपणाला चाप बसण्याची ही सुरुवात आहे. राजकारणाकडेही ही नवी पिढी आता 'करिअर' म्हणून पाहू लागली आहे. नंदन नीलेकणींसारखे टेक्नोसॅव्ही या नव्या पिढीचे आदर्श आहेत. त्यांच्यासारखे लोक राजकारणात येत आहेत. त्यांचे स्वागत करायला हवे. कारण राजकारणाचे क्षेत्र केवळ धनदांडगे, सत्तापिपासू, भ्रष्ट लोकांसाठी नाही. नीलेकणींसारखे अनेक लोक राजकारणात प्रत्यक्ष आले तर भ्रष्ट, गुन्हेगारी प्रकारांना आपोआपच आळा बसेल यात शंका नाही. म्हणूनच देशाच्या राजकारणासाठी या साऱ्या आश्वासक गोष्टी आहेत.

पक्षाच्या निधीचा प्रश्न ऐरणीवर

आम आदमी पक्षाने दिल्लीच्या निवडणुकीत अनेक नवे पायंडे पाडले आहेत. त्यामुळे प्रस्थापित राजकीय पक्षांची झोप उडाली असून त्यांनाही आपल्या धोरणात बदल करावे लागणार आहेत. पक्षासाठी गोळा करण्यात येणाऱ्या निवडणूक निधीबाबत आम आदमी पक्षाने जी पारदर्शकता दाखविली, त्यामुळे इतर राजकीय पक्षांच्या डोळ्यांत अंजन घातले गेले आहे. लोकशाही प्रक्रियेत निवडणूक ही अविभाज्य आहे, यात शंकाच नाही. त्यामुळे तिला महत्त्व आहेच. पण भारताचा विचार केल्यास निवडणूक प्रकिया हीच भ्रष्टाचाराची गंगोत्री बनली आहे. निवडणूकासाठी कराव्या लागणाऱ्या अफाट खर्चातच भ्रष्टाचाराचे मूळ दडले आहे. त्यासाठी राजकीय पक्षांना अमेरिकेप्रमाणे निधी गोळा करण्याची मुभा असायला हवी. सध्या राजकीय पक्षांना धनादेशाद्वारे निधी गोळा करण्याची परवानगी आहे. पण बहुतांश पैसा हा रोख स्वरूपात येतो. हा पैसा म्हणजे पक्षाला दिलेली देणगी आहे की लाच हे कळायला पुरेसा मार्ग नाही.

देशात दर पाच वर्षांनी लोकसभेच्या आणि २७ राज्यांतील विधानसभेच्या निवडणुका होतात. या निवडणुकीसाठी महत्त्वाच्या तीन राजकीय पक्षांचे प्रत्येकी

एक उमेदवार निवडणूक लढवितात, असे गृहीत धरले तरी दर पाच वर्षांनी १३,९८६ उमेदवार निवडणुकीच्या रिंगणात नशीब आजमावितात. पक्षाच्या कुवतीनुसार तसेच मतदारसंघाच्या रचनेनुसार प्रत्येक उमेदवार निवडणुकीत खर्च करतो. साधारणपणे निवडणूक आयोगात घातलेल्या मर्यादेच्या किमान दसपट अधिक खर्च प्रत्येक जण करतोच. खरे तर त्यापेक्षा अधिकच खर्च होतो. पण केवळ दसपट अधिक खर्च गृहीत धरल्यास लोकसभेसाठी उमेदवाराला ७० लाख तर विधानसभेसाठी १६ लाख रुपये खर्चावे लागतात. निवडणुकीत खर्चल्या जाणाऱ्या पैशांचा स्रोत कोणता? उमेदवाराला निवडणूक खर्चाचा तपशील द्यावा लागतो. पण त्यासाठी पैसा कोठून आणला? हे सांगणे त्याला बंधनकारक नाही. खरेतर साध्या महापालिका निवडणुकीत नगरसेवक म्हणून निवडून येण्यासाठी उमेदवार कोट्यवधी रुपये खर्चतात.

अशा या वातावरणात आम आदमी पक्षाने मात्र निवडणुकीसाठी अतिशय पारदर्शीपणे निधी गोळा केला. त्याचा सारा तपशील संकेतस्थळावर जाहीर केला. जाहीर सभेत स्वत: केजरीवाल यांनी पक्षाला निधी देण्याचे आवाहन केलेच त्याचबरोबर कोणालाही मतासाठी दमडीही देणार नाही, हे जाहीर केले. अशा प्रकारे निवडणुकीत व्यासपीठीवरून एखाद्या पक्षाचा नेता वक्तव्ये करण्याची देशाच्या राजकारणातील ही पहिलीच वेळ असावी. असे असूनही गरीब जनतेने या पक्षाला मतांचे भरभरून दान दिले. यावरून झोपडीत राहणारे, गरीब लोक पैसे दिल्याशिवाय मतेच देत नाहीत, या राजकीय पक्षांतर्फे पसरविल्या जाणाऱ्या खोडसाळ प्रचाराला चपराक बसली आहे. मतांसाठी पैसै देण्याची पद्धत भ्रष्ट राजकारण्यांनीच सुरू केली आणि लोकांचीच तशी मागणी असल्याचे भासविले. मात्र आम आदमी पक्षाने या भ्रष्ट पद्धतीला फाटा देत निवडणूक नुसती लढविलीच नाहीतर जिंकूनही दाखविली. यामुळे पक्षाच्या निधीचा मुद्दा ऐरणीवर आणला आहे. काँग्रेस, भाजपसह सर्वच मोठ्या राजकीय पक्षांना आता याची दखल घ्यावीच लागणार आहे. कारण लोकपालच्या यशस्वी लढ्यानंतर आता पुढील काळात निवणुकीत भ्रष्टाचारावर आंदोलने झाली, तर आश्चर्य वाटायला नको. कारण निवडणुकीच्या माध्यमातूनच भ्रष्टाचाराला चालना मिळते. काळ्या पैशांचा उगम होतो. प्रत्येक राजकीय पक्षाला कोणाकडून निधी मिळतो, त्याबदल्यात त्या व्यक्तीच्या काय अपेक्षा असतात, हे कळणे जनतेचा अधिकारच आहे. भ्रष्टाचार हा गरिबांना तसेच मध्यमवर्गीयांना ओरबाडून काढतो. पैशांच्या बेसुमार वापरातून चुकीचे लोक निवडून येतात आणि त्यामुळे लोकशाहीच्या मूळ गाभ्यालाच धक्का पोहोचतो.

राजकारणातील साधेपणा

राजकारणातील व्यक्ती किंवा निवडून आलेला लोकप्रतिनिधी हा समाजाचाच एक घटक असतो. किंबहुना तो जनतेचा सेवकच असतो. पण याचा गेल्या काही दिवसांत साऱ्यांनाच विसर पडल्याचे आपल्याला राजकारणातील भपकेबाजपणाकडे नजर टाकल्यास दिसून येते. मात्र दिल्लीचे मुख्यमंत्री अरविंद केजरीवाल आणि त्यांच्या अन्य पाच मंत्र्यांनी साधेपणाचा आदर्श घालून दिला आहे. मोठमोठाली राजवाड्यासारखी घरे, गाड्यांचा ताफा, सुरक्षारक्षकांचे कोंडाळे या साऱ्या गोष्टींना त्यांनी फाटा देत देशातील सर्वच राजकीय नेत्यांना जणू आपल्या कृतीनेच जाब विचारला आहे. आमदार झालो, मंत्री झालो म्हणजे आपण कोणी वेगळे आहोत, ही गर्वाची भावना खरेतर सामान्य मतदारांचा अपमान करणारीच असते. अनेकदा मंत्र्यांच्या गाड्यांच्या ताफ्यामुळे सामान्यांना नाहक त्रास सहन करावा लागतो. त्यांच्या रोजच्या धकाधकीच्या जीवनात आणखी त्रासाची भरच पडते. पण खोट्या प्रतिष्ठेपायी राजकीय पदावरील नेतेमंडळी याकडे दुर्लक्ष करतात. दिल्लीचे मुख्यमंत्री झाल्यावरही केजरीवाल स्वत:च्या साध्या निळ्या रंगाच्या जुन्या मारुती मोटारीतून प्रवास करतात. आपल्यासाठी ट्रॅफिक थांबवत नाहीत की रस्ते मोकळे करून घेत नाहीत. त्यांचा प्रवास सामान्याप्रमाणेच असतो.

खरेतर साधी राहणी ही कम्युनिस्ट पक्षांची विचारधारा. आजही पश्चिम बंगालमध्ये राजकारणात साधेपणाला अनन्यसाधारण महत्त्व आहे. मी स्वत: पश्चिम बंगालच्या निवडणूकीच्या वार्तांकना वेळी याचा प्रत्यक्ष अनुभव घेतला आहे. तेथील निवडणूक प्रचारात आजही जुन्या, साध्या पद्धती वापरल्या जातात. मंत्री, मुख्यमंत्री फारसा बडेजाव करत नाहीत. त्यामुळेच डाव्या पक्षांविषयी नागरिकांच्या मनात कमालीचे ममत्व आहे. राज्याच्या सध्याच्या मुख्यमंत्री व तृणमूल काँग्रेसच्या नेत्या ममता बॅनर्जी यासुद्धा अतिशय साध्या आहेत. त्या तर डाव्या पक्षांच्या नेत्यांपेक्षाही साध्या राहतात. एवढ्या महत्त्वाच्या राज्याच्या मुख्यमंत्री असूनही ममतादीदी आजही पायात स्लीपर वापरतात, साधी सुती साडी नेसतात. अवघ्या दोन खोल्यांच्या साध्या कौलारु घरात राहतात. त्यांच्या गाड्यांचा ताफाही ट्रॅफिक सिग्नलचा लाल दिवा लागला की सामान्यांप्रमाणे थांबतो.

मात्र बंगालच्या नागरिकांना याविषयी फारसे कौतुक वाटत नाही. दिल्लीच्या राजकारणाचा नूरच वेगळा आहे. तेथे भपकेबाजपणालाच अवास्तव महत्त्व दिले जाते. यामध्ये सामान्य नागरिकाला कवडीचीही किंमत दिली जात नाही. त्यामुळेच केजरीवाल यांच्या साधेपणाची दिल्लीच्या घराघरांत चर्चा झाली. देशातील नगरसेवकांपासून ते मुख्यमंत्र्यापर्यंत सर्वांसाठी अनुकरणीय असे हे वर्तन आहे. याचा प्रभाव झटकन नाहीतरी काही काळानंतर हळूहळू नक्कीच पडेल यात शंका नाही.

प्रसारमाध्यमांवर दबाव

'प्रसारमाध्यमे' ही लोकशाहीचा चौथा स्तंभ मानली जातात. गेल्या काही वर्षांत मुद्रित माध्यमांप्रमाणेच इलेक्ट्रानिक दृकश्राव्य माध्यमांनी देशाचे सारे अवकाश व्यापले आहे. देशात आजमितीला इंग्रजी, हिंदी तसेच प्रादेशिक भाषांत सातत्याने २४ तास बातम्या देणाऱ्या शंभराहून अधिक वाहिन्या आहेत. कोणी कितीही नकार देवो, पण दूरचित्रवाहिन्यांचा जनमानसावर प्रचंड मोठा पगडा आहे. त्यामुळे या वाहिन्या तसेच अन्य प्रसारमाध्यमांचा राजकारण, समाजकारण तसेच आंदोलनावर परिणाम होणे स्वाभाविक आहे. लोकपालसाठी अण्णा हजारे यांनी दिल्लीत पुकारलेल्या आंदोलनाला या दूरचित्रवाहिन्यांनी घराघरांत पोहोचविले. रामदेवबाबांचे काळ्या पैशाविरोधीतील आंदोलन मोडून काढण्यासाठी सरकारने मध्यरात्रीत पोलीस बळाचा कसा वापर केला, हे जनतेने टीव्हीवरून अनुभवले. दिल्लीत निर्भयावर झालेल्या सामूहिक बलात्कारांनतर याच माध्यमांनी सरकारला सळो की पळो करून सोडले. थोडक्यात काय तर सध्या प्रसारमाध्यमांची सक्रियता वाढली आहे. त्यामागे जनतेचा दबाव हेदेखील महत्त्वाचे कारण आहे. कारण कोणतीही घटना, आंदोलन सुरू झाले की, त्याचे प्रक्षेपण करण्याचे आवाहन सोशल मीडियाच्या माध्यमातून इतक्या जोरकसपणे केले जाते की, त्याला अव्हेरणे अवघड होऊन बसते.

लोकपालचा लढा यशस्वी होण्यात सध्याच्या माध्यमांनी अतिशय महत्त्वाची भूमिका बजावली हे नाकारून चालणार नाही. सुरुवातीला या माध्यमाला हजारे यांच्या आंदोलनाचा तसेच केजरीवाल यांच्या राजकारणातील उदयाचा अंदाज आला नाही. त्यामुळे त्यांनी या घटनांना महत्त्व दिले नाही. आंदोलनाला वाढता पाठिंबा मिळत आहे, असे लक्षात येताच त्यांनी या घटनांना वारेमाप प्रसिद्धी देणे सुरू केले.

त्याचा या आंदोलनांच्या प्रसारासाठी उपयोगच झाला. नंतर तर या माध्यमांनीच या आंदोलनाचे नेतृत्व केले असे म्हटले तर वावगे ठरणार नाही. दिल्लीत जेव्हा अण्णा हजारे सुरुवातीला उपोषणाला बसले, त्या वेळी या वाहिन्यांनी इतर साऱ्या बातम्यांना दुय्यम स्थान देत या आंदोलनाचे व्यापक प्रमाणात थेट प्रक्षेपण केले. त्या वेळी देशात जणू या आंदोलनाशिवाय काही घडतच नाही की काय, अशी परिस्थिती या वाहिन्यांनी निर्माण केली. एक प्रकारे ही या माध्यमांची सक्रियता होती. जनतेमध्ये भ्रष्टाचाराविषयी कमालीचा संताप आहे. अशा वेळी जर कोणी आंदोलन करत असेल, तर त्याला पाठिंबा देणे गरजेचे असल्याच्या भावनेतून या वाहिन्यांनी सुरुवातीला याचे प्रक्षेपण केले. त्यानंतर वाहिन्यांच्या स्पर्धेतून त्यांना ते करावे लागले. पण याचा फायदा झाला तो लोकपालच्या आंदोलनासाठी. सततच्या थेट प्रक्षेपणामुळे देशाच्या कानाकोपऱ्यांत या आंदोलनाचे पडसाद उमटले. स्थानिक

पातळीवर रॅली, मोर्चे निघाले. सरकारवरील नैतिक दबावदेखील यामुळे वाढला. सरकारप्रमाणेच विरोधी पक्षांच्या नेत्यांना या वाहिन्यांनी बोलते केले. याचा परिणाम असा झाला की, संसदेत ज्यांनी इतके दिवस लोकपाल विधेयक मंजुरीविना भिजत ठेवले होते, तेच नेते हे विधेयक मंजूर करणे कसे आवश्यक आहे, असे सांगू लागले. देशाला या आंदोलनामुळे प्रथमच माध्यमांची ताकद समजली. यापुढे ही सक्रियता वाढतच जाणार आहे.

आंदोलनांसाठी आशेचा किरण

गेल्या काही वर्षांतील भ्रष्टाचाराच्या प्रकरणांनी तसेच त्यामधील राजकारणी आणि नोकरशाहीच्या हातमिळवणीने सारी जनता हतबल झाली आहे. आता असेच चालत राहणार. पैसा, गुंडशाही, झुंडशाही यांच्या जोरावरच निवडणुका लढल्या जाणार. यात वाकबगार असणाऱ्यांची सत्ता येणार. त्यातून गुन्हेगारी प्रवृत्ती राजकारणात मुजोर ठरणार असे विदारक चित्र समाजापुढे उभे राहिले होते. त्यामुळे सामान्य लोक त्रस्त तर झाले आहेतच पण हतबलही झाले आहेत. त्यांच्या मनात अन्याय साचून राहिला आहे. सामान्यांप्रमाणेच विविध प्रश्नांवर आंदोलने करणाऱ्या सामाजिक कार्यकर्त्यांचाही विश्वास यामुळे डळमळीत झाला आहे. मात्र लोकपालच्या यशस्वी लढ्याने आणि दिल्लीतील सत्तांतराने या सामाजिक कार्यकर्त्यांना उभारी आली आहे. आजच्या काळातही आंदोलने यशस्वी होऊ शकतात असा विश्वास त्यांना मिळाला आहे. भविष्यासाठी तो खूप मोलाचा ठरणार आहे. त्याचप्रमाणे सामान्य नागरिकांनाही आपल्याला कोणीतरी वाली आहे, याची साक्ष पटली आहे. तसेच केवळ सत्ता व पैसे यामुळे सारे साध्य होते, या समजाला तडा गेला आहे. सामान्य नागरिक, एकत्र आल्यानंतर निर्माण झालेली त्यांची सामूहिक ताकद सर्वांना भारी पडते, हे केवळ जनतेलाच नव्हेतर राजकीय नेत्यांनाही उमगले आहे, हे या आंदोलनाचे फारमोठे यश आहे. त्याचा फार मोठा परिणाम यापुढील काळात होणार आहे. देशात असो अगर एखाद्या राज्यात सत्ताधारी पक्ष कोणताही निर्णय घेताना यापुढे जनतेची यावर काय प्रतिक्रिया होईल, याचा नक्कीच विचार करेल यात शंका नाही.

मध्यमवर्गाची वाढती सक्रियता

उदारीकरणानंतर देशात एक नवा वर्ग उदयाला आला, तो म्हणजे मध्यमवर्ग. नोकरी, रोजगाराच्या वाढत्या संधीमुळे अनेक सुशिक्षितांच्या हाती चार पैसे खेळू लागले. जागतिक बँकेच्या निकषांनुसार ज्याचे

मासिक उत्पन्न वीस हजार रुपये ते एक लाख रुपयांपर्यंत आहे तो मध्यमवर्गात मोडतो. सध्याच्या आकडेवारीनुसार देशातील सध्या २५ टक्के मध्यमवर्ग आहे. अमेरिकेत हीच संख्या ६७ टक्के आहे, तर चीनमध्ये ३५ टक्के. आज देशात चौदा कोटी लोक मध्यमवर्गांत मोडतात. दिवसेंदिवस ही संख्या वाढतच जाणार आहे. 'आपण बरे आणि आपले बरे' हे मध्यमवर्गांचे यवच्छेदक लक्षण मानले जाते. त्यामुळे ज्या समाजात मध्यमवर्ग वाढतो तेथे सुखासिनता वाढते. सामाजिक प्रश्नांबाबत मध्यमवर्गात कमालीची उदासिनता असते, असे मानले जाते. त्यामुळेच राजकीय पक्षदेखील या सुशिक्षित मध्यमवर्गाची, बुद्धिजीवींची मनापासून काळजी घेताना दिसतो. जो मध्यमवर्गीय नागरिक पिझ्झा, बर्गरसाठी वाट्टेल तितके पैसे मोजतो. दुधाच्या भावापेक्षा जादा पैसे तो पाणी व शीतपेयासाठी मोजतो. तोच वर्ग कांद्याचे भाव थोडेजरी वाढले, तर ओरड करतो. खरे तर यामुळे आपल्याच देशातील शेतकऱ्यांच्या शेतमाला चार पैसे जास्त मिळणार आहेत, असा विचारही त्याच्या मनाला शिवत नाही. याच कांद्याने दिल्लीत भाजप व काँग्रेसला सत्तेतून पायउतार व्हावे लागले होते. इतका या मध्यमवर्गाचा रोष राजकीय पक्षांना सहन करावा लागतो.

त्यामुळे राजकीय पक्ष या मध्यमवर्गांची कमालीची काळजी वाहतो. यामागे आणखी एक महत्त्वाचे कारण आहे ते म्हणजे, याच मध्यमवर्गांच्या खिशातून येणाऱ्या करातून सरकारची तिजोरी भरली जाते. साधारपण दरवर्षी प्रत्येक नोकरदार व्यक्ती देशाच्या किंवा राज्याच्या तिजोरीत वेगवेगळ्या करांच्या रूपातून त्याच्या वार्षिक उत्पनांपैकी दीड महिन्याच्या वेतनाएवढी रक्कम जमा करतो, असे एका सर्वेक्षणात आढळून आले आहे.

मात्र गेल्या काही वर्षांत वाढत्या भ्रष्टाचाराचा फटका या मध्यमवर्गाला बसत आहे. कोणतेही काम करायचे म्हटले की, त्याला बेकायदा पैसे लाचस्वरूपात द्यावे लागतात. एका बाजूने वाढत्या करामुळे त्याचा खिसा कापला जातो. शिवाय प्रत्येक छोट्या कामासाठी त्याला लाचही द्यावी लागते. त्यामुळे हा वर्ग सध्याच्या व्यवस्थेवर कमालीचा नाराज झाला आहे. त्यातच सामाजिक असुरक्षिततेमुळे तो थोडासा धास्तावलाही आहे.

त्यामुळे भ्रष्टाचाराला आळा घालण्यासाटी जेव्हा लोकपालचे आंदोलन सुरू झाले त्या वेळी पाठिंब्यासाठी सर्वांत आधी हिरारीने पुढे आला तो हाच मध्यमवर्ग. त्याच्या हातात मोबाइलमुळे सारे जग सामावले आहे. त्यामुळे जगात काय चालले आहे, याचे भानही त्याला आले आहे. प्रत्यक्ष रस्त्यावर उतरताना सोशल मीडियाच्या माध्यमातूनही हाच वर्ग व्यक्त होत आहे. त्यामुळे लोकपालचे आंदोलन ग्रामीण भागापेक्षा शहरी भागांत वेगाने फोफावले. दिल्लीत बलात्काराची घटना झाल्यावर या मध्यमवर्गांच्या मनातील भीतीची जागा त्वेषाने घेतली. त्यामुळेच सरकारला जाब

विचारण्यासाठी ठिकठिकाणी जनता रस्त्यावर उतरली. याच बुद्धिजीवी, मध्यमवर्गाकडे सामाजाचे नेतृत्व असते. त्यामुळे या आंदोलनाच्या रूपाने हा मध्यमवर्ग अन्यायाविरुद्ध आवाज उठवू लागला आहे. तो कमालीचा सक्रिय झाला आहे. सशक्त लोकशाहीसाठी ही आश्वासक घटना आहे.

■

संदर्भ सूची

१) गांधीनंतरचा भारत, लेखक : रामचंद्र गुहा
२) एक्सिडेंटल इंडिया, लेखक : शंकर अय्यर
३) भ्रष्टाचाराच्या विरोधातील भारतीय लढ्याचा चेहरा : अण्णा हजारे, लेखक : प्रदीप ठाकूर, पूजा राणा
४) राळेगण सिद्दी : ए मॅडेल फॉर व्हिलेज डेव्हलपमेंट, लेखक : रमेश अवस्थी, दशरथ के. पानमंद
५) ट्रान्स्फरन्सी इंटरनॅशनल या संस्थेचा अहवाल : २०१३
६) स्वराज, लेखक : अरविंद केजरीवाल
७) www.indiaagainstcorruption.org
८) www.annahazare.org
९) Analyzing Social Media Momentum – U.S. Government Office of South Asia Policy
१०) इंडिया मोबाइल लँडस्केप या अधिकृत संस्थेचा २०१३चा अहवाल
११) विकीपिडिया तसेच लोकसभा व राज्यसभेचे अधिकृत संकेतस्थळ

■

राजकीय घडामोडींवर प्रखर भाष्य करणारे पुस्तक...

हे सर्व आपल्याला कोठे नेणार?

अरुण शौरी

अनुवाद

अशोक पाथरकर

"जेव्हा अधिकाऱ्यांमध्ये गटबाजी होते, प्रत्येक जण आपल्या मित्राला वर आणण्याच्या प्रयत्नात असतो, चांगल्या व हुशार लोकांना डावलून बदमाश लोकांच्या नियुक्त्या करतो, स्वतःच्या फायद्यासाठी लोकांकडे पाठ फिरवतो, सहकाऱ्यांना बदनाम करतो; त्याला अंदाधुंदीचा 'उगम' म्हणतात. "जेव्हा कारस्थानी दुष्ट लोकांना शक्तिशाली घराणी गोळा करतात, तेव्हा ते कोणतेही अधिकारपद नसतानासुद्धा प्रख्यात होतात आणि त्यांच्या ताकदीमुळे लोक चळाचळा कापतात. लोकांची बारीक-सारीक कामे करून ते झाडाला विळखा घालणाऱ्या वेलीप्रमाणे त्यांना कायमचे अंकित करून घेतात; अधिकारपदावरील लोकांचे अधिकार बळकावून सामान्य माणसाला नाडतात. देशात गदारोळ माजतो, पण सरकारी मंत्री तो झाकून ठेवतात आणि त्याची माहिती देत नाहीत – ह्याला अंदाधुंदीचे 'मूळ' म्हणतात. "जेव्हा चांगल्या लोकांना 'चांगले' म्हणून मान्यता दिली जाते, पण त्यांना पदोन्नती दिली जात नाही; जेव्हा दुष्ट लोकांना ओळखूनसुद्धा बाहेर काढले जात नाही; जेव्हा भ्रष्टाचारी सत्तेत असतात आणि चांगल्या लोकांना देशोधडीला लावले जाते; तेव्हा देशाचे भयानक नुकसान होते."